ensk-íslensk
vasaorðabók

english-icelandic
pocket dictionary

ritstýrt af Sævari Hilbertssyni
með aðstoð Bjarna Gunnarssonar

edited by Sævar Hilbertsson
with Bjarni Gunnarsson

Orðabókaútgáfan

Prentvinnsla:
Prentsmiðjan Grafík hf.

CONTENTS – EFNISYFIRLIT

PREFACE

This dictionary is based on the spoken rather than the written word, and its aim is to give as much information as possible in the restricted space available. The gender of all Icelandic nouns is stated, and English words are supplied in brackets to make clear the meaning of the Icelandic glosses, whenever this could be done without undue waste of space. Icelandic users, however, should be warned against taking these secondary English words as synonyms of the head word; often they only restrict its meaning. Verbs and nouns are the only parts of speech regularly indicated, but the others are shown when confusion seemed at all possible. For the convenience of Icelandic users irregular English plurals are given within the text and there is a list of irregular English verbs at the end of the book.

FORMÁLI

Þessi orðabók er byggð á talmáli frekar en ritmáli. Tilgangurinn hefur verið að reyna að gefa allar þær upplýsingar sem hægt er í svo litlu kveri. Kyn íslenskra nafnorða er alltaf tilgreint. Ensku orðin sem eru í svigum eru einungis til þess að skýra mismunandi þýðingar ensku orðanna, og Íslendingum ber að forðast að álíta þau alltaf sömu merkingar og aðalorðið. Nafnorð og sagnorð eru venjulega tilgreind (sjá skammstafanir), en önnur málfræðiheiti eru ekki gefin nema ruglingur gæti átt sér stað, t. d. þar sem sama orðið getur verið bæði nafnorð og lýsingarorð. Óregluleg fleirtala enskra nafnorða er tilfærð og listi yfir óregluleg ensk sagnorð er aftast í bókinni.

ABBREVIATIONS – SKAMMSTAFANIR

adj.	adjective	lýsingarorð
adv.	adverb	atviksorð
Am.	American English	bandarísk enska
Br.	British	breska
conj.	conjunction	samtenging
f.	feminine noun	kvk. nafnorð
m.	masculine noun	kk. nafnorð
n.	neuter noun	hvk. nafnorð
pl.	plural	fleirtala
prn.	pronoun	fornafn
prp.	preposition	forsetning
v.	verb	sagnorð
vi.	verb intrans	áhrl. sagnorð
vt.	verb trans	áhr. sagnorð

A

a, an óákveðinn greinir
abacus talnagrind f.
abandon v. hætta við, yfirgefa
abashed adj. vandræðalegur
abbess abbadís f.
abbot ábóti m.
abbreviate v. stytta
abbreviation skammstöfun f.
abdicate v. leggja niður völd
abdomen kviðarhol n., magi m.
aberration frávik n.
abhor v. hrylla við
abide by v. standa við, hlýða
ability geta f., hæfileiki m.
able fær, duglegur; **be a. to**, geta + past participle
abnormal afbrigðilegur, óvanalegur
aboard um borð (í skipi eða flugvél)
abolish v. afnema
abominable andstyggilegur
aborigine frumbyggi m.
abortion fóstureyðing f.
about adv. & prp. um, (nearly) hér um bil, (round about) í kringum; **be a. to,** er að fara að

above adv & prp. yfir, fyrir ofan
abrasive slípiefni n.; adj. hrjúfur
abroad erlendis
abrupt (speech) snöggur, (sudden) skyndilegur
abscess kýli n.
absence fjarvera f.
absent fjarverandi
absent-minded utan við sig
absolutely algjörlega
absorbed in niðursokkinn í
abstain from v. halda sig frá
abstract óhlutstæður, óhlutbundinn
absurd fjarstæður
abundance gnægð f.
abundant ríkulegur, nógur
abuse misbeiting f; v. misbeita, (scold) skamma
abyss hyldýpi n.
academy vísindafélag n., æðri mennta-stofnun f.
accelerate v. flýta fyrir, auka hraða
accelerator bensíngjöf f.
accent (stress) áhersla f., (pronunciation) málkeimur m.
accept v. þiggja
access aðgangur m.
accessible aðgengilegur
accessories aukabúnaður m.
accessory aukahlutur m.; vitorðsmaður m.

accident (chance) tilviljun f., (disaster) slys n.
accidental slysalegur, tilviljunarkenndur
accommodate vt. hýsa, liðsinna
accommodation húsnæði n., aðbúnaður m.; hagræði n.
accompany v. fylgja, vera samferða, (music) spila undir
accomplish v. framkvæma, ljúka við
accordance; in a. with í samræmi við
according to prp. samkvæmt, eftir
accordingly adv. samkvæmt því; þess vegna
accordion harmónikka f.
account (bill) reikningur m. (report) skýrsla f., frásögn f.
account for v. gera grein fyrir
accountable ábyrgur; skýranlegur
accountancy bókhald n.
accountant endurskoðandi m., bókari m.
accumulate v. safna(st) saman
accumulator rafgeymir m.
accuracy nákvæmni f.
accurate nákvæmur
accusation ásökun f.
accuse v. kæra, ásaka
accused ákærði m.
accustom vt. venja (við); adj. **accustomed** vanur
ace ás m.; stríðshetja f.
ache verkur m. ; v. verkja
achieve v. framkvæma, afreka

achievement framkvæmd f., afrek n.
acid sýra f.; adj. súr.
acknowledge v. viðurkenna
acknowledgement viðurkenning f.
acne arta f., (gelgju)bóla f., fílapensill m.
acorn akarn n.
accoustic coupler hljóðtengi n.
acoustics hljómburður m.
acquaint v. kynna
acquaintance kunningsskapur m., (person) kunningi m.
acquire v. ná, fá, afla
acquisition öflun f., fengur m.
acquit v. sýkna
acquittal sýknun f.
acre ekra f. (0.4 hektarar)
acrimony beiskja f.
acronym upphafsstafaheiti n.
across adv. & prp. yfir
act (deed) verk n., (law) lög n. pl., (theatre) þáttur m. ; v.(do) gera, (theatre) leika
action verk n., (legal) málsókn f.
active starfsamur, virkur
activity starfsemi f., athafnasemi f.
actor leikari m.
actress leikkona f.
actually raunverulega, eiginlega
acute ákafur, bráður
ad auglýsing f.
ad hoc adv. í sérstöku augnamiði (latína)

ad infinitum adv. endalaust (latína)
adamant adj. ósveigjanlegur
adapt v. laga (sig) eftir
adapter millistykki n.
add v. bæta við, (together) leggja saman
addendum viðbætir m.
addict fíkniefnaneytandi m., fíkill m.
adding-machine samlagningarvél f.
addition samlagning f., viðbót f.
additional adj. viðbótar-, til viðbótar
address (speech) ávarp n., (on letter) utanáskrift f.; vistfang n.
address v. (speak to) ávarpa
adequate nægilegur
adhere v. loða við
adhesive lím n.
adjective lýsingarorð n.
adjourn v. fresta (fundi), slíta
adjust v. stilla, lagfæra
adjustable adj. stillanlegur
administer v. stjórna; gefa (lyf)
administration stjórnsýsla f., stjórnun f.
administrative adj. stjórnlegur, stjórnunar-
admirable aðdáanlegur
admiral aðmíráll m., flotaforingi m.
admiration aðdáun f.
admire v. dást að
admission aðgangur m., aðgangseyrir m., (confession) játning f.
admit v. hleypa inn, (confess) játa

admittance aðganga f.; **No a.** aðgangur bannaður
admonish v. aðvara
adolescent unglingur m.
adopt v. taka upp, ættleiða
adorable dásamlegur
adore v. (love) unna, þykja góður
adorn v. skreyta, prýða
adult adj. fullorðinn
adultery hjúskaparbrot n.
advance vt. bera fram, (money) borga fyrirfram ; vi. ganga áfram
advanced adj. framhalds-; þróaður; nútímalegur
advantage hagræði n., gagn n.; yfirburðir m.pl.
advantageous hagstæður, gagnlegur
adventure ævintýri n.
adverb atviksorð n.
adversary andstæðingur m.
advertise v. auglýsa
advertisement auglýsing f.
advertising auglýsingastarfsemi f.
advice ráð n.
advisable ráðlegur
advise v. ráðleggja
advocate talsmaður m., málsvari m.
aerial loftnet n.
aerodrome flugvöllur m., flughöfn f.
aeroplane flugvél f.

aerosol úðabrúsi m.
affair mál n.; hlutur m.
affect v. hafa áhrif á; þykjast
affected adj. hrærður, snortinn, sýktur, tilgerðarlegur
affection ástúð f.; sýking f.
affectionate ástúðlegur
affidavit eiðsvarin yfirlýsing f.
affiliated adj. tengdur
affirm v. staðfesta, fullyrða
affirmative adj. jákvæður
affliction böl f., hörmung f., sorg f.
affluence allsnægtir f.pl., auðlegð f.
afford v. (grant) veita, (money) hafa efni á
affront v. móðga, smána
afraid hræddur
afresh adv. aftur, á ný
African Afríkubúi m., adj. afrískur
after adv. & prp. eftir, síðar
afternoon eftirmiðdagur m.; **this a**. síðdegis í dag
afterwards adv. seinna
again aftur
against prp. á móti, gegn
age aldur m. (period) öld f.
aged adj. aldurhniginn, gamall
agency umboð n., umboðsskrifstofa f.
agenda dagskrá f.
agent umboðsmaður m., erindreki m.
aggregate heildarupphæð f., samansafn n.

aggression árás f., árásarhneigð f.
aggressive árásargjarn, áleitinn
agile adj. lipur, fimur
agitate v. trufla ; **a. for** berjast fyrir
ago fyrir; **3 years ago** fyrir þremur árum
agony angist f., kvöl f.
agrarian adj. landbúnaðar-, bænda-
agree to v. samþykkja
agreeable þægilegur, geðfelldur
agreement samkomulag n. , samningur m.
agriculture landbúnaður m., jarðyrkja f.
aground v. **run a**. stranda
ahead adv. á undan, framundan, áfram
aid hjálp f.; v. hjálpa
ailment lasleiki m., sjúkdómur m.
aim takmark n., markmið n.; v. miða (**at** = á)
air loft n.; **by a.** loftleiðis, fljúgandi
air force flugher m.
air hostess flugfreyja f.
air-conditioned loftræstur, loftkældur
air-conditioning loftræsting f.
air-filter loftsía f.
air-sickness loftveiki f.
aircraft flugtæki n. pl., flugfarartæki n.pl.
airfield flugvöllur m.
airlift loftbrú f.
airline flugfélag n.
airmail flugpóstur m.
airman flugmaður m.
airplane (Am.) flugvél f.

airport flughöfn f.
airtight loftþéttur
airy loftgóður, loftkenndur, léttur, hár
aisle gangur m. (milli bekkjaraða), hliðarskip (í kirkju) n.
alarm v. hræða, vara við hættu
alarm-clock vekjaraklukka f.
alas því miður, vei!
album albúm n.
alcoholic adj. áfengur, drykkjusjúkur
ale öl n.
alert hættumerki n.; adj. árvakur
algebra algebra f., bókstafareikningur m.
Algerian Alsírbúi m; adj. alsírskur
algorithm reiknisögn f., algrím n.
alias falskt nafn n.; adv. að öðru nafni
alibi fjarvistarsönnun f.
alien útlendingur m; adj. útlendur
Alien's Office útlendingaeftirlit n.
alight v. stíga niður
alight adj. (on fire) logandi
alike líkur; adv. eins
alimony framfærslueyrir m. (eftir skilnað hjóna)
alive lifandi, á lífi
all allur
all right allt í lagi
all-round adj. fjölhæfur
allegation ásökun f.
allegory líkingasaga f.

allergy ofnæmi n.
alley þröngstræti n.
alliance bandalag n., samband n.
Allies Bandamenn m.pl.
allot v. úthluta
allow v. leyfa; **a. for** taka tillit til
allowance fjárstyrkur m., vasapeningar m.pl.
alloy málmblanda f.
allusion óbein tilvitnun f.
ally bandamaður m.
almond mandla f.
almost næstum
alone adj. einn sér, aleinn
along adv. & prp.áfram, fram með, eftir
aloud adv. upphátt
alphabet stafróf n.
already nú þegar
also einnig, líka
altar altari n.
alter v. breyta
alteration breyting f.
alternate v. skiptast á
alternating current (A.C.) riðstraumur m.
alternative val n., kostur m.
although þó að, þótt
altitude hæð f. (yfir sjávarmáli), stjörnuhæð f.
alto alt m. (f.)
altogether alveg; samtals
always alltaf
am v. (pr. **be**)

amateur áhugamaður m.
amaze v. vekja furðu
amazement undrun f.
amazing furðulegur
ambassador ambassador m., sendiherra m.
amber raf n.; adj. gulur, gulbrúnn
ambiguous tvíræður, vafasamur
ambitious metorðagjarn, ágjarn
ambulance sjúkrabifreið f.
ambush fyrirsát f.
amend vt. bæta, breyta
amendment lagabreyting f.,
stjórnarskrárbreyting f.
America Ameríka
American Ameríkumaður m; adj. amerískur
amethyst ametyst n., blákvars n.
amiable vingjarnlegur
amid prp. innan um, á meðal
ammonia ammóníak n.
ammunition skotfæri n.pl.
amnesty sakaruppgjöf f.
among prp. meðal
amount upphæð f.; v. **a. to** nema
amphibious adj. láðs- og lagar-
ample nógur, ríflegur
amplifier magnari m.
amuse v. skemmta
amusement skemmtun f., ánægja f.
amusing adj. skemmtilegur
anaemia blóðleysi n.

anaesthesia tilfinningaleysi n., deyfing f.
anaesthetic svæfingarmeðal n.; **local a.** staðdeyfing f.
anaesthetize v. svæfa, deyfa
analog computer myndræn tölva f.
analysis (pl. **analyses**) athugun f., greining f.
analyst rannsóknarmaður m., sálkönnuður m.
analyze v. sundurgreina
anarchist stjórnleysingi m.
anarchy stjórnleysi n., óstjórn f.
anatomy líffærafræði f.
ancestor forfaðir m.
anchor akkeri n.
anchorage skipalægi n.
anchovy ansjósa f., kryddsíld f.
ancient forn
and conj. og
anecdote gamansaga f.
angel engill m.
anger reiði f.
angle horn n; v. veiða á öngul
Anglican meðlimur biskupakirkjunnar m.
angry reiður
animal dýr n.
animate v. lífga, hreyfa
animosity fjandskapur m.
ankle ökkli m.
annals árbækur f. pl.
annex viðbótarbygging f., útkirkja f.; v. tengja, innlima

annihilate v. gereyða
anniversary afmæli n., árleg hátíð f., ártíð f.
annotate v. skýra texta
announce v. tilkynna, birta
announcement tilkynning f.
announcer (radio) þulur m.
annoy v. ónáða, skaprauna
annoyance gremja f., skapraun f.
annoying adj. gremjulegur, ónæðissamur
annual árbók f.; adj. árlegur
annul v. ógilda
annum; per a. á ári
anonymous ónafngreindur
another annar
answer svar n.; v. svara
ant maur m.
antagonist andstæðingur m., fjandmaður m.
anthem sálmur m.
anthology sýnisbók f., úrvalsrit n.
anthrax miltisbrandur m.
anthropology mannfræði f.
antibiotic fúkalyf n.
antibody mótefni (gegn sýklum) n.
anticipate v. búast við, sjá fyrir
antidote mótefni (gegn eitri) n.
antifreeze frostlögur m.
antipathy andúð f.
antique fornmunur m.; adj. gamaldags, forn
antiquities fornminjar f.pl.
antiquity fornöld f.

antiseptic sóttvarnarlyf n.
antithesis andstæða f.
antler hjartarhorn n.
antonym andheiti n.
anvil steðji m
anxiety kvíði m., áhyggja f.
anxious kvíðafullur, áhyggjufullur; **be a. to**, vilja gjarnan
any nokkur, neinn (in negative sentences)
anybody nokkur, hver sem er
anyhow adv. á einhvern hátt, að minnsta kosti, samt, þó
anyone nokkur, neinn, sérhver
anything nokkuð
anyway adv. engu að síður, þrátt fyrir, samt, þó
anywhere nokkurs staðar, (in negative sentences) neins staðar
apart adj. aðskilinn; adv. afsíðis; **apart from** fyrir utan
apartheid kynþáttaaðskilnaður m.
apartment íbúð f.
apathy sinnuleysi n., deyfð f.
aperitif fordrykkur m.
apologize v. biðja afsökunar
apology afsökun f.; vörn f.
apoplexy heilablóðfall n.
apostrophe úrfellingarmerki n.
appalling hræðilegur
apparatus tæki n., vélbúnaður m.

apparent greinilegur
apparently greinilega
apparition fyrirbrigði n., vofa f.
appeal v. áfrýja
appear v. koma í ljós, sýnast
appearance útlit n. (coming) koma f.
appendicitis botnlangabólga f.
appendix (pl. **appendices**) viðbót f., botnlangi m.
appetite matarlyst f.
appetizer lystauki m., fordrykkur m.
appetizing adj. lystaukandi, girnilegur
applause lófatak n.
apple epli n.
appliance tæki n.
applicant umsækjandi m.
application notkun f., umsókn f.
application program(me) vinnsluforrit n.
apply for v. sækja um
appoint v. skipa í embætti, útnefna
appointment (to office) skipun f., (to meet) stefnumót n.
appreciate v. virða, kunna að meta
appreciation mat n., þakklæti n.
apprentice lærisveinn m.
approach v. nálgast
appropriate adj. viðeigandi
approval samþykki n.
approve v. samþykkja, fallast á
approximate næstum því, um það bil

approximately hér um bil
apricot apríkósa f., eiraldin n.
April apríl
apron svunta f.
apt hæfur, hentugur ; **I am a. to** mér er hætt við
aquarium fiskabúr n., sædýrasafn n.
Arab Arabi m.; adj. arabískur
arbitrary geðþóttalegur, gerræðislegur, valinn af handahófi
arcade bogagöng f.pl.
arch bogi m., hvelfing f.
archaeologist fornleifafræðingur m.
archaeology fornleifafræði f.
archbishop erkibiskup m.
arched boginn, hvelfdur
architect arkitekt m., húsameistari m.
architecture húsagerðarlist f.
archives skjalasafn n.
ardent ákafur, eldheitur
are v. (pr. **be**)
area flatarmál n. (region) svæði n.
Argentinian Argentínumaður m.; adj. argentínskur
argue v. deila, þræta; **a. for** reyna að sanna
argument (dispute) deila f.; sönnun f., rök n.pl.; breytistærð f., viðfang n.
arid þurr
arise v. rísa upp

aristocracy aðall m.
arithmetic stærðfræði f., reikningur m.
arithmetic function reiknifall n.
arithmetic operator reikniaðgerðartákn n.
arithmetic unit reikniverk n.
arm handleggur m.
armchair hægindastóll m.
armed adj. vopnaður; **a. forces** herafli m.
armour hertygi n.pl., herklæði n.pl.
arms vopn n. pl.
army her m.
aroma ilmur m.
around í kringum, umhverfis
arrange v. (prepare) undirbúa,
(in rows) raða
array fylki n.
arrest v. taka fastan
arrival koma f.
arrive v. koma (in = til)
arrogant adj. hrokafullur, drambsamur
arrow ör f.
arsenal vopnabúr f.
arson íkveikja (sem glæpur) f.
art list f.
art collection listasafn n.
art exhibition listsýning f.
art gallery listasalur m.
art history listasaga f.
art school listaskóli m.
artery slagæð f.

arthritis liðagigt f.
artichoke ætiþistill m., körfukál n.
article (thing) hlutur m., (item) atriði n., (essay) grein f.
artifice bragð n., kænska f.; hugvitssemi f.
artificial gervi-, tilgerðarlegur
artificial intelligence gervigreind f., tölvuvit n.
artillery stórskotalið n.
artisan handiðnaðarmaður m.
artist listamaður m.
artistic listrænn
arts and crafts (hand)listiðnaður m.
as adv. & conj. eins, eins og, sem; **as...as** eins... eins og
asbestos asbest n.
ascend v. fara upp, rísa
ascent uppganga f., uppferð f.
ascertain v. fá fullvissu um
ASCII bandarískur táknastaðall m.
ash aska f.
ashamed adj. sneyptur, skömmustulegur; **to be a**. skammast sín
ashore adv. á landi, að landi
ashtray öskubakki m.
Asian Asíu-, austurálfu-, austrænn
aside til hliðar, afsíðis
ask v. spyrja; a. for biðja um
asleep sofandi
asparagus spergill m.

aspect útlit n., sjónarmið n.
asphalt asfalt n., malbik n.
asphyxiate v. kafna
aspire v. keppast eftir, þrá
aspirin aspirín n., verkjalyf n.
ass asni m.
assail v. ráðast á, gera áhlaup á
assassination launmorð n.
assault árás f.; ráðast á
assemble vt. safna saman ; vi. koma saman
assembler smali m.
assembly samkoma f., samsetning f.
assembly language smalamál n.
assent samþykki n.; **a. to** samþykkja
assert v. fullyrða, halda fram
assiduous adj. iðinn, athafnasamur
assign to vt. úthluta, útnefna
assignment verkefni n.
assist v. hjálpa
assistance hjálp f., aðstoð f.
assistant aðstoðarmaður m.
associate félagi m.; v. sameina, umgangast
association félag n. samtök n.pl., samband n.
assorted margs konar, ýmis konar, flokkaður
assortment flokkun f., vöruval n.
assume v. gera ráð fyrir, (take up) taka að sér
assure v. fullvissa
asterisk stjarna (*)
asteroid smástirni n.
asthma asma n., andarteppa f.

astonish v. gera hissa
astonishing furðulegur
astonishment furða f., undrun f.
astray adv. afvega
astrology stjörnuspeki f.
astronaut geimfari m.
astronomer stjörnufræðingur m.
astronomy stjörnufræði f.
astute adj. kænn, séður
asylum hæli n., griðastaður m.
at prp. í, á, við, hjá
at last loksins
at least að minnsta kosti
at once undir eins
ate v. (p. **eat**)
atheist guðleysingi m., trúleysingi m.
athlete íþróttamaður m.
athletics íþróttir f.pl.
Atlantic Ocean Atlantshaf n.
atmosphere gufuhvolf n., andrúmsloft n.
atom atóm n., frumeind f.
atomic adj. atóm-, kjarnorku-
atomic energy kjarnorka f.
atomizer úðari m., úðasprauta f.
atone for v. bæta fyrir
atrocious grimmilegur, hryllilegur
attach v. festa við, tengja
attaché sendiráðsritari m.
attack árás f.; v. ráðast á
attain v. ná, öðlast, fá

attainable fáanlegur
attempt tilraun f.; v. reyna
attend v. (be present) vera viðstaddur, (an invalid) hjúkra; **a.to** annast
attendance nærvera f., aðsókn f., mæting f.
attendant aðstoðarmaður m., vörður m.
attention eftirtekt f., athygli f.
attentive eftirtektarsamur, kurteis
attic þakherbergi n.
attitude afstaða f., stelling f.
attorney umboðsmaður m., lögmaður m.
attract v. laða að sér, (attention) vekja
attraction aðdráttarafl n., aðlöðun f.
attractive aðlaðandi, laglegur
attribute einkenni n.; v. reka til, tileinka
auburn kastaníubrúnn, dökkrauðbrúnn
auction uppboð n.
audacious adj. djarfur, áræðinn
audible heyranlegur
audience (reception) áheyrn f., (people) áheyrendur m.pl.
audio hljómflutningur (með tækjum) m.
audition áheyrnarpróf n.
auditor endurskoðandi m.
auditorium áheyrandasalur m.
augment v. auka, stækka
aunt föðursystir f., móðursystir f.
auspicious adj. hagstæður
austere adj. strangur, skrautlaus
Australian Ástralíubúi m.; adj. ástralskur

Austria Austurríki
Austrian Austurríkismaður m.; adj. austurrískur
authentic áreiðanlegur, ósvikinn
author rithöfundur m.
authoritarian adj. ráðgjarn, ráðríkur; valdboðs-
authority vald n., heimild f.; **authorities** vald., heimild f. ; **authorities** yfirvöld n. pl.
authorization leyfisveiting f., löggilding f.
autograph eiginhandaráritun f.
automatic sjálfvirkur
automatic formatting sjálfvirk textauppsetning f.
automation sjálfvirkni f.
automobile (Am.) bíll m., bifreið f.
autonomous sjálfráður, óháður
autopsy líkskoðun f., krufning f.
autumn haust n.
auxiliary aðstoðar-, hjálpar-
auxiliary slot aukabás m.
available adj. tiltækur, fáanlegur, á boðstólum
avalanche snjóflóð n., snjóskriða f.
avarice ágirnd f.
avaricious ágjarn, fégjarn
avenge v. hefna
avenue breiðstræti n.
average meðaltal n.; **on the a.** að meðaltali; adj. meðal-
averse fráhverfur, móttfallinn

aversion óbeit f., andúð f.
avert v. afstýra, snúa undan
avoid v. forðast, komast hjá
await v. bíða eftir
awake vi. vakna; vt.vekja ; adj. vakandi
awaken vt. vekja ; vi. vakna
award vt. úthluta, veita
aware var; **be a. of** vita um, vita
away adv. burt, í burtu
awe ótti m., lotning f.
awful ógurlegur, hræðilegur
awkward klaufalegur, (situation) óþægilegur
awning sóltjald n.
axe öxi f.
axle öxull m.

B

babble v. babla, hjala
baby ungbarn n.
babysitter barnfóstra f.
bachelor piparsveinn m.
back bak n.; adv. aftur, til baka
backache bakverkur m.
backbone hryggur m.; uppistaða f.
backdoor bakdyr f.pl
background bakgrunnur m., baksvið n.
backspace key hoplykill m.
backstroke baksund n.

backup copy varaeintak n.
backward adv. aftur á bak; adj. seinþroska; óframfærinn
bacon (saltað eða reykt) svínsflesk
bacteria bakteríur f.pl., gerlar m.pl.
bad slæmur, vondur
bad-tempered geðvondur
badge merki n., barmmerki n.
bag (sack) poki m. (leather) taska f.
baggage (Am.) farangur m.; **b. room** farangursgeymsla f.
baggy adj. víður, gúlpandi
bail sektartrygging f.
bailiff fógeti m.
bait beita f.; v. beita
bake v. baka
baker bakari m.
bakery bakarí n., brauðgerðarhús n.
balance (scales) vog f., (difference) mismunur m.
balance sheet efnahagsreikningur m.
balcony svalir f.pl.
bald sköllóttur
baleful adj. illur, skaðlegur
ball (play) bolti m., (dance) dansleikur m.
ball-point pen kúlupenni m.
ballad þjóðkvæði n., sagnadans m.
ballet ballett m., leikdans m.
balloon loftbelgur m., blaðra f.
ballot atkvæðaseðill m.

ballroom danssalur m.
bamboo (pl. **bamboos**) bambusreyr m.
ban v. banna
banana banani m., bjúgaldin n.
band reim f., ól f., hljómsveit f.
bandage sáraumbúðir f.pl.
bandit stigamaður m.
bangle armband n.
banish v. dæma í útlegð
banisters handrið n., stigarið n.
bank banki m., (river) bakki m.
bank account bankareikningur m.
bank note bankaseðill m., peningaseðill m.
bankrate bankavextir m.pl., afföll n.pl.
bankrupt gjaldþrota
banner merki n., hermerki n.
banquet stórveisla f., hóf n.
baptism skírn f.
baptize v. skíra
bar (Am.) krá f.; stöng f., slá f., (law) dómgrindur f.pl.
bar v. loka, banna
bar of soap sápustykki n.
barbecue útigrill n.
barbed wire gaddavír m.
barber rakari m., hárskeri m.
barber's shop rakarastofa f.
bare ber, nakinn
bare-footed berfættur
barely adv. naumlega, varla

bargain kjarakaup f.pl., reyfarakaup f.pl.; **get a b.** kaupa með góðum kjörum; v. semja um e-ð, prútta
barge prammi m., húsbátur m.
baritone baríton m.
bark v. gelta
barley bygg n.
barmaid barþerna f.
barman (pl. **-men**) barþjónn m.
barn hlaða f.
barometer loftvog f.
baroque n. barokkstíll m., hlaðstíll m.
barracks hermannaskáli m., braggi m.
barrel tunna f.
barrier hindrun f.; skil n.pl., mörk n.pl.
bartender barþjónn m.
barter vöruskipti n.pl.
base herstöð; **naval b.** flotastöð f.
baseball hornabolti m
basement íbúðarkjallari m.
BASIC skammstafað heiti á „Beginner's All-purpose Symbolic Instruction Code"
basic adj. undirstöðu-
basilica skrauthýsi n., höfuðkirkja f.
basin skál f., dalur m., vatnasvæði n.
basis (pl. **bases**) undirstaða, grunnur m.
basket karfa f.
basketball körfuknattleikur m.
bassoon fagott n.
bastard kynblendingur m., lausaleiksbarn n.

bat leðurblaka f., knattleikskylfa f.
batch hópur m., slatti m.
bath bað n.
bathe v. baða sig
bathing-cap baðhetta f., sundhetta f.
bathing-suit baðföt n.pl., sundföt n.pl.
bathrobe baðsloppur m.
bathroom baðherbergi n.
batsman kylfir m.
batter (þunnt) deig n.; v. slá, beygla, skemma
batter (Am) kylfir m.
battery rafhlaða f., líkamsárás f., barsmíð f.
battle orrusta f., bardagi m.
baud baut n., bitatíðni f.
bawdy adj. klæminn, klúryrtur
bay flói m., fjörður m.
bayonet byssustingur m.
be v. vera
beach strönd f.
beacon viti m., radíóviti m.
bead perla f.; **beads** perlufesti f., talnaband
beak fuglsgoggur m.
beam bjálki m., geisli m.
bean baun f.
bear björn m., bjarndýr n.
bear v. bera, (endure) þola; **b. in mind** hafa í huga
beard skegg n.
beast dýr n., skepna f.
beat v. berja, lemja,(win) sigra

2

beautiful fallegur
beauty fegurð f.
beauty parlour snyrtistofa f.
beauty salon snyrtistofa f.
beaver bifur m., bjórdýr n.
because af því að
become v. verða (um), sæma, fara vel
bed rúm n.
bedding rúmföt n.pl.
bedridden rúmfastur
bedrock berggrunnur m.
bedroom svefnherbergi n.
bedspread rúmteppi n.
bee býfluga f.
beech beykitré n.
beef nautakjöt n.
beehive býflugnabú n.
beer bjór m.
beet rófa f. (jarðávöxtur)
beetle bjalla f. (skordýr)
beetroot rauðrófa f.
before prp. fyrir framan ; adv. áður, fyrr; conj. áður en
beg v. biðja, sníkja
beget v. geta afkvæmi
beggar betlari m.
begin v. byrja
beginner byrjandi m.
beginning byrjun f.
beguile v. tæla, blekkja

behalf; on b. of fyrir hönd e-s, af e-s hálfu
behave v. haga sér
behaviour hegðun f., framkoma f.
behind prp. bak við, á eftir; eftir, aftur
beige adj. ljósbrúnn, grábrúnn
being vera f.
belch v. ropa
belfry klukkuturn m.
Belgian Belgi m.; adj. belgískur
Belgium Belgía
belief trú f.
believe v. trúa
bell bjalla f.
bellboy vikapiltur m.
belligerent adj. herskár, ófriðsamur
bellow v. baula, öskra
belly kviður m., magi m., bumba f.
belong to v. tilheyra, vera eign (e-s)
belongings eignir f.pl., munir m.pl.
beloved adj. ástkær
below prp. undir, fyrir neðan; adv. niðri
belt belti n., reim f.
bench bekkur m.
bend v. beygja
beneath prp. undir, neðan undir
beneficial adj. gagnlegur, heillavænlegur
benefit from v. hafa gagn af
benevolent adj. góðviljaður, góðfús
bent boginn
bequeath v. ánafna, láta í arf

beret alpahúfa f.
berry ber n.
berth (ship) skipalægi n.; v. leggja (skipi) að
beseech v. grátbæna
beside prp. hjá
beside oneself (with fear) frá sér (af hræðslu)
besides adv. & prp. þar að auki, auk
best bestur; adv. best
bet v. veðja
betray v. svíkja
betrayal svik n. pl.
better betri; adv. betur, betra
between prp. á milli
beverages drykkjarföng n.pl.
beware v. vara sig á
bewildered ruglaður, ráðþrota
bewitch vt. töfra, heilla
beyond adv. & prp. handan, umfram
bias hlutdrægni f.; skálína f.; forspenna f.
Bible biblía f.
bicycle reiðhjól n.; v. hjóla
bid v. bjóða, (order) skipa
big stór
bigamy tvíkvæni n.
bilateral adj. tvíhliða
bile gall n.
bilingual adj. tvítyngdur
bill v. senda reikning
bill reikningur m., peningaseðill m.; frumvarp n.; víxill m.

billiards knattborðsleikur m., ballskák f.
billion milljón millj.(Br.), þúsund millj. (Am.)
binary adj. tvírýnn, tvíundar-
binary code tvítölukerfi n.
binary search leitunaraðferð f., helmingaleit f.
bind v. binda
binding (bók)band n., binding f.
binoculars sjónauki m., kíkir m.
biochemistry lífefnafræði f.
biography ævisaga f.
biology líffræði f.
birch birkitré n.
bird fugl m.
birth fæðing f.
birthday afmæli n.
birthplace fæðingarstaður m.
biscuit kex n., smákaka f.
bisect v. skipta í tvennt, helminga
bishop biskup m.
bit biti m.; tvíundartala f. ; **bit by bit** smámsaman
bitch tík f.
bite bit n.; v. bíta
bitter adj. beiskur, sár
bizarre adj. undarlegur, sérviskulegur
black svartur ; **b. eye** glóðarauga n.
black-currant sólber n.
blackberry brómber n.
blackbird svartþröstur m.
blackboard skólatafla f.

blacking (skó)sverta f.
blackmail fjárkúgun f.; v. kúga fé af
blacksmith járnsmiður m.
bladder (þvag)blaðra f.
blade blað n., grasstrá n.
blame v. álasa, kenna um
blank auður, tómur
blanket teppi n.
blarney blaður n., mas n.
blast sprenging f.; v. sprengja
blatant adj. óskammfeilinn
blaze logi m., bál n.
blazer léttur jakki m., treyja f.
bleach v. bleikja
bleak hráslagalegur, óvistlegur; gleðisnauður
bleat v. jarma
bleed v. blæða
blemish lýti n., galli m.
bless vt. blessa
blessing blessun f.
blight gróðurplága .f
blind blindur; v. blinda
blindfold v. blinda, binda fyrir augun á
blink v. depla auga
bliss alsæla f., himnasæla f.
blister (vessa)bóla f., blaðra f.
blizzard blindbylur m.
block drumbur m., íbúðarblokk f.; bálkur m.; vt. loka, stífla
blockade hafnbann n., herkví f.

blonde ljóska f.; adj. ljóshærður
blood blóð n.
blood poisoning blóðeitrun f.
blood vessel æð f.
bloodshed blóðbað n.
blossom blóm n.; v. blómstra
blot blettur m., klessa f.
blotch flekkur m.
blotting paper þerripappír m.
blouse blússa f.
blow högg n.
blow v. blása
blowlamp lóðlampi m.
blubber hvalspik n., hvalrengi n.
bludgeon kylfa f., barefli n
blue blár
blueprint teikning f., áætlun f.
blunder axarskaft f., skyssa f.
blunt bitlaus; hreinn og beinn, afdráttarlaus
blush v. roðna
boar göltur m.
board borð n., fjöl f., (committee) nefnd f.; **on b.** on borð
board and lodging fæði og húsnæði
boarding house matsöluhús n.
boarding school heimavistarskóli m.
boast v. gorta, monta
boast uppörvun f., hvatning f.
boat bátur m., skip n.
bobby lögga f.

body líkami m., skrokkur m.
bodyguard lífvörður m.
bodywork yfirbygging f. (á bíl)
bog fen n., mýri f.
bogus adj. falskur
boil v. sjóða
boisterous adj. fyrirgangssamur
bold djarfur; frekur
boldface type feitletur n.
Bolivian Bólivíumaður m.; adj. bólivískur
bolt bolti m., járnslá f., hurðaloka f.
bomb sprengja f.; vt. sprengja
bond (sam)band n., skuldbindingarskjal n.
bondage ánauð f.
bone bein n.; vt. úrbeina
bonfire brenna f.
bonnet hattur m.; vélarhús n.
boobytrap sprengjugildra f.
book bók f.
booking bókun f., pöntun f.
bookkeeping bókhald n.
bookmaker veðmangari m.
bookseller bóksali m.
bookshop bókabúð f., bókaverslun f.
bookstand útstillingarborð n. (fyrir bækur)
bookstore bókabúð f.
Boolean operation rökaðgerð f.
boot v. ræsa
boot stígvél n.
booth skýli n., klefi m., söluturn m.

bootlace skóreim f.
booze áfengi n
border rönd f., brún f., landamæri n.pl.
bore v. (p. bear)
bore v. (hole) bora, (weary) gera leiðan
boring leiðinlegur
born fæddur
borrow v. fá lánað
bosom barmur m.
boss yfirmaður m.
botany grasafræði f.
both báðir; **both...and** bæði...og
bother v. ónáða
bottle flaska f.
bottleneck flöskustútur m., flöskuháls m., tafvaldur m.
bottom botn m.
bough trjágrein f.
bought vt. (p., pp. **buy**)
boulder hnullungur m., grjót n.
bounce v. hossast, endurkastast
bound takmörk n.pl., landamæri n.pl.; **be b. to** hljóta
bound for vera á leið til
boundary takmörk n.pl., landamæri n.pl.
bouquet blómvöndur m.
bourgeois adj. (smá)borgaralegur
boutique kventískubúð f.
bow bogi m., stafn n.
bow v. hneigja sig, beygja

bowel þarmur m., görn f.
bowl skál f.
bowler hat harðkúluhattur m.
bowling keiluleikur m., bóling n.
bowling alley keiluvöllur m.
box kassi m.
box v. boxa, keppa í hnefaleikum
box office aðgöngumiðasala f.
Boxing Day (Br.) annar dagur jóla
boy drengur m., strákur m.
boycott viðskiptabann n.
bra brjóstahaldari m.
bracelet armband n.
braces axlabönd n.pl.
bracket festing f.; hilla f.; hornklofi m.
braid v. flétta
brain heili m.
brain wave innblástur m., hugdetta f.
brainstorm hugdetta f.
brake bremsa f., hemill m.
branch grein f., (business) útibú n.
brand (vöru)merki n., (vöru)tegund f.
brand-new spánnýr
brandy koníak n.
brass messing n., látún n.; málmblásarar m.pl. (í hljómsveit)
brassiere brjóstahaldari m.
brassware látúnvara f., messingvara f.
brave hugaður
bravery hugrekki n.

brawl áflog n. pl.
brawny adj. kraftalegur
bray v. hrína
Brazil Brasilía
Brazilian Brasilíumaður m.; adj. brasilískur
breach brot n., rof n.
bread brauð n.
breadth breidd f.
break vt. brjóta; vi. brotna; **b. down**, bila
breakable brothættur
breakdown bilun f.
breakfast morgunverður m.
bream leirslabbi m., vatnakarfi m.
breast brjóst n., bringa f.
breaststroke bringusund n.
breath andadráttur m.
breathe v. anda
breathing andardráttur m., öndun f.
breathtaking adj. hrífandi
breed kyn n.
breed vt. ala, fæða
breeze gola f.
brew v. brugga, laga
brewery ölgerð f.
bribe múta f.; v. múta
bribery mútugjöf f.
brick múrsteinn m.
bricklayer múrari m.
bride brúður f.
bridegroom brúðgumi m.

bridge brú f.
bridle beisli n.
brief adj. stuttur, stuttorður
briefcase skjalataska f.
briefs stuttar nærbuxur f.pl.
brigade stórfylki (í her) n.
bright bjartur
brighten up v. verða bjartur, gleðja, hýrga
brightness control birtustillir m.
brilliant ljómandi, afburðasnjall
brim barmur m.,(hat) hattbarð n.
brine saltvatn n.
bring v. koma með, færa, flytja
bring off v. leiða farsællega til lykta
bring up v. ala upp
brisk röskur, hvatlegur, snarpur
brisk adj. röskur, svalur
Britain Bretland (England, Skotland og Wales)
British breskur
broad breiður, víðáttumikill
broadcast v. útvarpa
broccoli spergilkál n., brokkólí n.
brochure (kynningar)bæklingur m., pési m.
broken adj. brotinn, slitinn, bilaður
broker miðlari m., verðbréfasali m.
brooch brjóstnál f.
brook lækur m.
broom sópur m.
brothel vændishús n., pútnahús n.

brother bróðir m.
brother(s) and sister (s) systkin n.pl.
brother-in-law (pl. **brother-in-law**)
mágur m.
brought v. (p., pp. **bring**)
brown brúnn
browse v. vera á beit; blaða í bók
bruise mar n.
bruised marinn
brunette dökkhærð kona f.
brush bursti m.; bursta
brutal dýrslegur, hrottalegur
brute ruddi m.
bubble bóla f., loftbóla f.
bubble memory bóluminni n.
buccaneer sjóræningi m.
buck dollari m.
bucket fata f.
buckle sylgja f.
bud brum n., blómhnappur m.
budge v. bifa, hreyfa
budget fjárhagsáætlun f.
buffer biðminni n.
buffet veitingaborð n., (kaldar) veitingar f.pl.
bug (Am.) skordýr n., veggjalús f.;
hlerunartæki n.pl.; agnúi m.
build v. byggja, smíða
building bygging f.
bulb (light) pera f., (flower) blómlaukur m.
bulge bunga f., bumba f.

bulk fyrirferð f., meginhluti m.
bulky fyrirferðarmikill, óhandhægur
bull naut n.; karldýr n.; páfabréf n.; rugl n.
bulldozer jarðýta f.
bullet byssukúla f.
bulletin fréttabréf n.
bullfight nautaat n.
bullring nautaatsvöllur m.
bully yfirgangsseggur m., hrekkjusvín n.
bulwark virkisgarður m.
bump högg n., dynkur m.; v. slá, rekast á
bumper höggdeyfir m., stuðari m.
bumpy ósléttur
bun bolla f., brauðsnúður m.
bunch vöndur m., kippa f.
bundle knippi n., böggull m.
bunk koja f.
bunker skotbyrgi n., sandgryfja f.
buoy bauja f., dufl n.
buoyancy flotkraftur m.
burden byrði f.; vt. íþyngja
bureau skatthol n., kommóða f.; stjórnardeild f.
  tourist b. ferðaskrifstofa f.
bureaucracy skrifstofuveldi n.; skriffinnska f.
burglar innbrotsþjófur m.
burgle v. brjótast inn
burial jarðarför f., greftrun f.
burn v. brenna
burp v. ropa
burrow v. grafa göng

burst vi. springa
bury v. jarða, grafa
bus strætisvagn m., áætlunarbíll m.
bush runni m., kjarr n.
business starf n., (trade) viðskipti n.pl., (errand) erindi n.
businessman (pl. **-men**) kaupsýslumaður m.
bust brjóstlíkan n.
bustle umstang n., gauragangur m.
busy adj. önnum kafinn, upptekinn, annasamur, fjölfarinn
but conj. en
butcher slátrari m., kjötkaupmaður m.
butcher's shop kjötbúð f.
butler bryti m., yfirþjónn (á heimili) m.
butter smjör n.; v. smyrja
buttercup sóley f.
butterfly fiðrildi n.; **b. stroke** flugsund n.
buttermilk súrmjólk f., áfir n.pl.
buttock rasskinn f.; **buttocks** sitjandi m., rass m.
button hnappur m.; v. hneppa
buttonhole hnappagat n.
buy v. kaupa
buyer kaupandi m.
by adv. & prp. hjá, á, af, framhjá, með
by-pass hliðarbraut f.; v. fara á svig við, sneiða hjá
byte tölvustafur m.

C

cab (Am.) leigubíll m.
cabbage hvítkál n.
cabdriver (Am.) leigubílsstjóri m.
cabin (ship's) klefi m., káeta f.; kofi m.
cabinet skápur m.; ráðuneyti n.
cabinetmaker húsgagnasmiður m.
cable (rope) kaðall m., (telegram) símskeyti n.; v. senda símskeyti
cackle v. gagga, klaka
caddie burðarmaður golfleikara m.
caffeine koffeín n.
café veitingahús n., kaffihús n.
cage búr n.
cairn steindys f., varða f.
cake kaka f., (of soap) sápustykki n.
calamity ógæfa f., (hörmulegt) slys n.
calculate v. reikna (út)
calculation útreikningur m.
calculator vasatölva f., reiknivél f., reiknir m.
calendar almanak n., dagatal n.
calf (pl. **calves**) kálfur m., (of leg) kálfi m.
call (visit) heimsókn f.; v. kalla, (name) nefna
callous adj. harðgeðja, sigggróinn
callous adj. harðbrjósta
callus sigg n.
calm rólegur
cameo (pl **cameos**) (upphleyptur) gimsteinn m.

camera myndavél f.
camouflage dulbúningur m.; v. dulbúa
camp tjaldbúð f., tjaldstaður m.; sumarbúðir f.pl.
campaign herferð f., (skipuleg) barátta f.
campus háskólalóð f.
camshaft kambás m.
can n. (niðursuðu)dós f., brúsi m.
can v. (ég) get
canal skurður m., farvegur m.
cancel v. afpanta, ógilda, strika út
cancel command ógildingarskipun f., frestunarskipun f.
cancellation aflýsing f., afpöntun f.
cancer krabbamein n.
candid adj. einlægur, heiðarlegur
candidate umsækjandi m., frambjóðandi m.
candle kerti n.
candy (Am.) brjóstsykur m., sælgæti n.; **c. store** sælgætisbúð f.
cane göngustafur m., (reyr)prik n.
canine hundur m.; adj. hund-, hunda-
canister dós f., hylki n.
canned goods niðursuðuvörur f.pl.
cannibal mannæta f.
cannon fallbyssa f.
cannot, can't v. (ég) get ekki
canoe eintrjáningur m., eikja f., barkarbátur m.
canopy tjaldhiminn m.
canteen matsalur m.

canter v. valhoppa
canvas strigi m., segldúkur m.
cap húfa f., hetta f.
capable fær (**of** = um)
capacity rúmtak n., rými n.; (afkasta)geta f., hæfileiki m.
cape höfði m.
capital (city) höfuðborg f.; adj. höfuð-, ágætur; (crime) dauðasakar-
capitalist auðjöfur m., auðvaldssinni m.
capitulation uppgjöf f.
caprice duttlungar m.pl.
capricious adj. duttlungafullur, mislyndur
capsule hylki n., hýði n.
captain kapteinn m., fyrirliði m., foringi m., skipstjóri m., flugstjóri
caption yfirskrift f., myndatexti m.
capture v. handtaka, fanga
car bíll m., vagn m.
car hire bílaleiga f.
car park bílastæði n.
car rental (Am.) bílaleiga f.
carafe vínkanna f.
caravan úlfaldalest f., hjólhýsi n.
carbon kolefni n.
carbon paper kalkipappír m.
carburettor blöndungur m.
carcass hræ n., skrokkur m.
card (nafn)spjald n., (**playing c-s**) spil n.pl.
card feed spjaldahólf n.

card punch vélgatari m.
cardboard pappi m.
cardigan hneppt ullartreyja f.
cardinal kardináli m.; adj. helstur, aðal-
care (accuracy) nákvæmni f.; (supervision) umsjón f.
care v. **c. for/about** kæra sig um, **c. for** (= like) þykja vænt um
career lífsstarf n., starfsferill m.
carefree áhyggjulaus
careful varkár, gætinn
careless kærulaus, hirðulaus
caret innskotsmerki n.
caretaker umsjónarmaður m.
cargo (skips)farmur m.
caricature skopmynd f.
carnage blóðbað n.
carnivore rándýr n., kjötæta f.
carp vatnakarfi m.
carpenter trésmiður m.
carpet gólfteppi n.
carriage (hest)vagn m., flutningur m., (payment) flutningsgjald n.
carriage return vending f.
carriage return character greinaskilsmerki n., vendistafur m.
carriageway akrein f.
carrot gulrót f.
carry v. bera
carry on v. (continue) halda áfram

carry weight v. vera mikilvægur, vera þungur á metunum
cart kerra f., vagn m.
cartilage brjósk n.
carton pappakassi m.
cartoon skopmynd f., teiknimynd f.
cartridge (skot)hylki n., plötuspilarahaus m.
carve vt. skera, meitla
carving útskurður m.
cascade vatnsfall n., foss m.
case (circumstance) tilfelli n., (affair) málefni n., (box) kassi m.
cash; ready c. reiðufé
cashier gjaldkeri m.
casino (pl. **casinos**) spilavíti n.
cask tunna f.
casserole skaftpottur m., pottréttur m.
cast afsteypa f.; leikendur m.pl.
cast v. kasta, steypa í móti
castaway skipbrotsmaður m.
castle kastali m.
castrate v. gelda
casual ófyrirhugaður, frjálslegur
casualty slys n., missir m.
cat köttur m.
catacomb katakomba f., grafhvelfing f.
catalogue (efnis)skrá f.; v. skrásetja
catastrophe stórslys m., hamfarir f.pl., hörmung f.
catch (of fish) afli m.; v. grípa, (fish) veiða;

c. hold of ná í; **c. cold** v. fá kvef
category flokkur m., tegund f.; tegundarflokkur m.
caterpillar fiðrildislirfa f., tólffótungur m.
cathedral dómkirkja f.
catholic kaþólskur
cattle nautgripir m.pl.
caught v. (p., pp. **caught**)
cauldron suðupottur m.
cauliflower blómkál n.
cause orsök f., **good c.** góður málstaður; v. orsaka
caution viðvörun f., (care) varúð f.; v. **c. against** vara við
cautious varkár, gætinn
cave hellir m.
cavern (stór) hellir m.
caviar styrjuhrogn n.pl., kavíar m.
cavity hola f., holrúm n.
cease v. hætta, enda
ceiling loft (í herbergi) n.
celebrate v. halda hátíðlegt
celebration hátíðahald n.
celebrity orðstír m., nafntogaður maður m.
celery selja f., seljurót f.
celestial adj. himneskur
celibacy einlífi n.
cell klefi m., hólf n., fruma f.
cellar kjallari m.
cellophane sellófan n.

cement sement n., steinlím n.
cemetery kirkjugarður m., grafreitur m.
censorship ritskoðun f.
cent 1/100 úr dollar; **per c.** af hundraði
center justifying miðjun f.
central mið-, aðal-, höfuð-
central heating miðstöðvarhitun f.
central processing unit miðverk n., miðstöðvareining f.
centralize vt. setja eða safna á miðju, miðstýra
centre miðja f., miðdepill m., miðstöð f.
century öld f.
cereal kornmeti n., kornflögur f.pl.
cerebral adj. heila-, andlegur
ceremony viðhöfn f.
certain viss, ákveðinn
certainly vissulega, áreiðanlega
certainty vissa f.
certificate vottorð n., skírteini n.
certify v. votta, staðfesta; veita (starfs)réttindi
chagrin gremja f., skapraun f.
chain keðja f.
chair stóll m.
chairman formaður m., (of meeting) fundarstjóri m.
chalet fjallakofi m.
chalk krít f.
challenge áskorun f.; v. skora á hólm
chambermaid herbergisþerna f.

chameleon kameljón n.
champagne kampavín n.
champion meistari m., forvígismaður m.
chance tækifæri n.; tilviljun f.; möguleiki m.
chancellor kanslari m.
change breyting f., (money); skiptimynt f.; v. breyta, skipta
channel sund m., áll m.; **English C.** Ermarsund; rás f.
chant (einradda) söngur m., söngl n.
chaos ringulreið f., óstjórn f.
chaotic skipulagslaus, á tjá og tundri
chap náungi m.
chapel kapella f., bænhús n.
chaplain kapelluprestur m., herprestur m.
chapter kapítuli m.
character eðli n., skapgerð f.; persóna f.; rittákn n., stafur m.
character set táknróf n.
characteristic eiginleiki m., einkenni n.
characterize vt. einkenna
charcoal viðarkol n pl.
charge (attack) árás, f, (cost) verð n., gjald n; **free of c.** ókeypis, að kostnaðarlausu; **in c. of** vera ábyrgur fyrir; **take c. of** taka að sér, annast; v. setja upp (þóknun); ráðast á, (legal) ákæra
charisma persónutöfrar m.pl., náðargáfa f.
charity góðgjörðasemi f., mannkærleikur m.
charlatan svikahrappur m.

charm yndisþokki m., töfrar m.pl.
charming yndislegur
chart sjókort n., línurit n.
charter stofnskrá f., sérleyfi n.; v. veita sérréttindi, taka á leigu
charwoman ræstingakona f.
chase eftirför f.; v. veita eftirför, elta
chasm jarðsprunga f., gjá f., djúp n.
chassis (pl. **chassis**) undirvagn m., (bíl)grind f.
chaste adj. hreinlífur, siðlátur, látlaus
chastity hreinlífi n., siðlæti n., látleysi n.
chat spjall n., hjal n.; v. rabba saman, spjalla
chatterbox skrafskjóða f.
chauffeur bílstjóri m.
chauvinist þjóðskrumari m., rembingsmaður m.
cheap ódýr, ómerkilegur
cheat v. svíkja, svindla
check (in, out) v. skrá sig (inn, út)
check v. (stop) stöðva, hindra, (test) prófa
checkbook (Am.) ávísanahefti
checkerboard (Am.) skákborð n., dammborð n.
checkmate skák og mát f.
checkroom (Am.) fatageymsla f.
checkup athugun f., könnun f.
cheek kinn f.
cheekbone kinnbein n.
cheer vt. gleðja, kæta

cheerful glaður, kátur
cheese ostur m.
cheesecake ostkaka f.
chef (yfir)matsveinn m.
chemical adj. efnafræðilegur
chemist efnafræðingur m.
chemist's shop apótek n., lyfjabúð f.
chemistry efnafræði f.
cheque ávísun f.
chequebook ávísanahefti n.
chequered köflóttur, mislitur
cherish v. þykja vænt um, hlúa að.
cherry kirsuber n.
chess skák f.
chest bringa f., (box) kista f.
chest of drawers kommóða f.
chestnut kastanía f.; adj. rauðbrúnn
chew v. tyggja
chewing gum tyggigúmmí n.
chicken kjúklingur m., hænsni n., hænsnakjöt n.
chickenpox hlaupabóla f.
chief foringi m., höfðingi m.; adj. fremstur, aðal-
chieftain höfðingi m. (ættflokks), leiðtogi m.
chilblain kuldabólga f.
child (pl. **children**) barn n.
childbirth barnsburður m.
childhood æska f.
childish adj. barnslegur

chill kuldi m., kuldahrollur m., nepja f.
chilli rauður sterkur pipar m.
chilly kuldalegur, napur
chimes klukknahljómur m., klukknaspil n.
chimney reykháfur m., skorsteinn m.; **c. pot** reykháfspípa f.
chin haka f.
china postulín n., leirtau n.
chink rifa f., sprunga f.
chip flís f., spónn m.; **chips** flísaðar kartöflur f.pl.; tölvukubbur m.; vt. flísa
chiropodist fótasnyrtir m.
chisel meitill m.
chivalry riddaramennska f.
chive graslaukur m.
chlorine klór n.
chock-full troðfullur
chocolate súkkulaði n.
choice val n. ; adj. úrvals-, fyrsta flokks
choir kór m.
choke innsog n.
choke vt. kæfa, kyrkja
choose v. velja, kjósa
chop v. höggva, brytja smátt
chopstick matprjónn m.
chord (sam)hljómur m.
choreography ballettgerð f.
chorus söng-eða talkór m., viðlag kvæðis n.
Christ Kristur m.
christen v. skíra, gefa nafn

christening skírn f.
Christian kristinn, kristilegur
Christian name skírnarnafn n.
Christmas jól n.pl.
Christmas present jólagjöf f.
chromium króm n.
chronic langvinnur, þrálátur, ólæknandi
chronological tímatalslegur, í tímaröð
chubby adj. bústinn, þybbinn
chuck v. henda
chuckle v. hlæja góðlátlega, hlakka yfir
chum félagi m., kunningi m.
chunk stórt stykki n., klumpur m.
church kirkja f.
churchyard kirkjugarður m.
churn strokkur m.
chutney kryddað ávaxtamauk n.
cigar vindill m.
cigarette sígaretta f.
cigarette lighter (sígarettu)kveikjari m.
cinema kvikmyndahús n., bíó n.
cinnamon kanill m.
cipher dulmál n
circle hringur m.
circuit hringrás f.; umferð f.; rafrás f.
circular dreifibréf n.; adj. hringlaga, kringlóttur
circulation hringrás f., blóðrás f., umferð f.
circumstances kringumstæður f.pl.
cistern vatnsgeymir m.
citadel borgarvirki n.

cite v. vitna til
citizen (ríkis) borgari m.
citizenship ríkisborgararéttur m.
city borg f.
civic borgaralegur, borgara-
civil borgaralegur, (polite) kurteis
civil servant opinber starfsmaður m., ríkisstarfsmaður m.
civilian óbreyttur borgari m.; adj. borgaralegur
civilization siðmenning f., þjóðmenning f.
civilized adj. siðmenntaður
claim krafa f.; v. krefjast, heimta
clairvoyance skyggni f., ófreskigáfa f.
clam skel f.
clamp klemma f., þvinga f., festarhald n.
clan ættflokkur m.
clap v. klappa, skella
clarify v. skýra, útskýra
clarinet klarínett n.
clash skellur m., ágreiningur m.
class tegund f., flokkur m., kennslustund f., (social) stétt f.
classic adj. klassískur, sígildur, meistaralegur, frábær
classical sígildur, gullaldar-
classify vt. flokka
classmate bekkjarfélagi m.
classroom kennslustofa f.
clause setning f., ákvæði n., grein f.
claustrophobia innilokunarkennd f.

claw (dýrs)kló f.
clay leir m.
clean hreinn; v. hreinsa
cleaning hreingerning f.; **c. fluid** hreinsilögur m.
cleanliness þrifnaður m., hreinlæti n.
clear bjartur, skýr, hreinn, augljós; óhindraður
clear v. hreinsa, ryðja, birta upp; **c. the table** taka burt af borði
clearing skógarrjóður n.; reikningsskil n.pl.
cleft klauf f., sprunga f., rifa f.
clemency mildi f., miskunn f.
clergyman prestur m.
clerk skrifstofumaður m., ritari m.
clever gáfaður, handlaginn, snjall
cliche tugga f., þvæld setning f.
client skjólstæðingur m., viðskiptavinur m.
cliff klettaveggur m., hamar m.
climate loftslag n., veðurfar n.
climax hápunktur m., hástig n.
climb v. klifra
cling v. festast við, halda fast við
clinic heilsugæslustöð f., lækningastofa f.
clip bréfaklemma f.
cloakroom fatageymsla f.
clock klukka f.
cloister klaustur n.
close v. loka, enda, ljúka, byrgja; adj. nálægur, náinn
closed lokaður

closet (Am.) klæðaskápur m., skápur m.
cloth dúkur m., fataefni n.
clothes föt n.pl.
clothes-brush fatabursti m.
clothing fatnaður m.
cloud ský n.
cloudburst skýfall n.
cloudy skýjaður, þungbúinn, dimmur, óljós
clove negull m.
clover smári m.
clown trúður m., skrípafífl m.
club kylfa f.; klúbbur m.
clubs (in cards) lauf n. pl.
clumsy klunnalegur, klaufalegur
cluster þyrping f., klasi m.
clutch grip n., tak n., kúpling f.
co-education blandað skólakerfi n.
coach (farþega)vagn m.; þjálfari m.
coagulate v. storkna, hlaupa saman
coal kol n.pl.
coalition bandalag n.
coarse stórgerður, grófur, grófyrtur
coast sjávarströnd f.
coastguard landhelgisgæsla f.
coat kápa f., jakki m.
coat-hanger herðatré n.
coaxial cable samása kapall m.
cobweb kóngulóarvefur m.
cocaine kókaín n.
cock hani m., bógur (á byssu) m.

cockpit stjórnklefi (í flugvél) f.
cockroach kakkalakki m.
cocoa kókó n.
coconut kókóshneta f.
cod þorskur m.
cod-liver oil þorskalýsi n.
code dulmálslykill m., lagasafn n.
coerce v. þvinga
coffee kaffi n.
coffin líkkista f.
cognate adj. samstofna
coherence samhengi n., samloðun f.
coin myntpeningur m.
coincide v. falla saman, verða samtímis
coincidence tilviljun f.
coke koks n.
cold kuldi m., (illness) kvef n.; adj. kaldur, kuldalegur
cold boot alræsing f.
collaborate v. vinna saman
collapse niðurbrot n., hrun n.; v. falla saman, hrynja
collar (shirt-) flibbi m., (coat-) kragi m.
collarbone viðbein n.
collateral veð n., ábyrgð f.; adj. auka-
colleague embættisbróðir m., starfsbróðir m.
collect v. safna, innheimta
collection safn n., (taxes) innheimta f.
collective adj. sameiginlegur, samansafnaður
collective samyrkjubú n.

collector safnari m., innheimtumaður m.
college framhaldsskóli m.
collide v. rekast á
collision árekstur m.
colloquial adj. talmáls-
colon tvípunktur m.; ristill m.
colonel ofursti m.
colonize v. nema land, stofna nýlendu
colony nýlenda f.
colossal adj. risastór
colour litur m.
colour-blind litblindur
colourant litefni n.
coloured adj. litaður
colourful litskrúðugur
column súla f., dálkur m., röð f.
coma svefndá n., dauðadá n.
comb greiða f.; **c. one's hair** greiða sér
combat bardagi m.; v. berjast
combination samsetning f., sameining f.
combine v. sameina
combustible adj. eldfimur
come v. koma
come about v. vilja til, bera við
come across v. rekast á, hitta óvænt
come down v. (in price) lækka í verði
come round v. (revive) komast til
meðvitundar, ná sér, jafna sig
comedian gamanleikari m.
comedy gamanleikur m.

comet halastjarna f.
comfort huggun f., (ease) þægindi n.pl.; v. hugga
comfortable þægilegur
comic adj. fyndinn, skoplegur
comic book teiknimyndablað n.
comics skrípamyndir f. pl., skopmyndablað n.
coming koma f., tilkoma f.
command (leadership) stjórn f., (order) skipun f.; v. stjórna, skipa
commander yfirmaður m., sjóliðsforingi m.
commemoration minningarhátíð f., minning f.
commence v. byrja, hefja
comment athugasemd f.; v. gera athugasemd (**on** = við)
commentary skýring f., athugasemd f.
commerce verslun f., kaupsýsla f.
commercial adj. viðskipta-, verslunar-; **c. law** verslunarréttur
commercial sjónvarps- eða útvarpsauglýsing f.
commission umboðslaun n.pl., söluþóknun f.
commit v. fremja
committee nefnd f.
commodity verslunarvara f.
common sameiginlegur, almennur, algengur
common sense heilbrigð skynsemi f.
commonplace adj. hversdagslegur, algengur
commune bæjar- eða sveitarfélag n.

communicate with v. hafa samband við
communication boðskipti n.pl., samband n.
communications fjarskipti n.pl., samgöngur f.pl.
communiqué (opinber) fréttatilkynning f.
communism kommúnismi m., sameignarstefna f.
communist kommúnisti m.
community samfélag n.
commute v. ferðast til og frá vinnu
compact adj. þéttur, samanþjappaður, fyrirferðarlítill, stuttorður
companion félagi m., förunautur m.
company félag n., félagsskapur m.
comparatively adv. hlutfallslega, tiltölulega
compare v. bera saman, líkja (við = **to**)
comparison samanburður m., líking f.
compartment klefi m., hólf n.
compass áttaviti m., hringur m., ummál n.
compassion samúð f, meðaumkun f.
compatible adj. samrýmanlegur
compel v. neyða
compensate v. bæta, umbuna
compensation bætur f.pl., umbun f.
compete v. keppa
competent adj. hæfur, fær
competition (sam)keppni f.
competitor keppinautur m., keppandi m.
compile v. safna saman, taka saman
compiler þýðandi m.

complacent adj. sjálfsánægður
complain v. kvarta (**of** = um)
complaint kvörtun f., umkvörtunarefni n.
complete heill, fullkominn
completely adv. fullkomlega, algjörlega
complex samstæða f., heild f.; adj. samsettur, flókinn
complexion litarháttur m., yfirbragð n.
complicated flókinn, margslunginn
compliment hrós n., skjall n., gullhamrar m.pl.; vt. hrósa, skjalla
comply v. fylgja, fara eftir skipun
component eining f., efnisþáttur m.; rökrásabúnaður m.
compose v. setja saman, semja
composer tónskáld n.
composition samsetning f., samning f., uppbygging f., tónverk n., ritgerð f.
compound (efna)blanda f., samsett orð n.
comprehend v. skilja, fela í sér
comprehensive adj. yfirgripsmikill, heildar-
compress v. þrýsta, þjappa saman
comprise v. ná yfir, samanstanda af
compromise samkomulag n., málamiðlun f.; v. miðla málum
compulsion nauðung f., árátta f.
compulsory adj. þvingunar-, skyldubundinn
computer tölva f.
computer-assisted instruction (CAI) tölvustudd kennsla f.

comrade (flokks)félagi m.
concatenation hlekkjun f., samtenging f.
concave adj. íhvolfur
conceal v. fela, halda leyndu
concede v. játa, leyfa, gefast upp
conceited montinn
conceive v. hugsa upp, hugsa sér, fá
concentrate v. einbeita (sér), draga saman (á einn stað)
concentration einbeiting f., samdráttur m., samsöfnun f.
concept hugmynd f., hugtak n., skilningur m.
conception hugmynd f., skilningur m., sköpun f., getnaður m.
concern málefni n., áhyggja f., kvíði m., (business) verslunarfyrirtæki n., **it's no c. of yours** það kemur þér ekki við
concern v. varða, snerta
concerned adj. hlutaðeigandi, viðriðinn, áhyggjufullur
concerning prp. viðvíkjandi, varðandi, um
concert hljómleikar m.pl., samkomu-lag n., samráð n.
concert-hall hljómleikasalur m.
concession eftirgjöf f., tilslökun f., ívilnun f.
concierge dyravörður m., húsvörður m.
concise samanþjappaður, hnitmiðaður
conclude v. ljúka, enda; álykta
conclusion endir m., (outcome) niðurstaða f., úrslit n.pl.

concord samlyndi n., eindrægni f.
concrete steinsteypa f.; adj. áþreifanlegur, hlutstæður, steinsteyptur
concubine hjákona f.
concurrence samþykki n.
concussion skjálfti m., heilahristingur m.
condemn v. (for)dæma
condense v. þétta, stytta
condition (state) ástand n., (stipulation) skilyrði n.
conditional adj. skilorðsbundinn, skilyrtur
conditioner skilyrði n.; hárnæring f.
conduct hegðun f., stjórn f., stjórnun f.
conductor vagnstjóri m., hljómsveitarstjóri m.
confectionery sætindi n.pl.; sætindaverslun f., sælgætisbúð f.
confederation ríkjabandalag n.
conference fundur m., ráðstefna f.
confess v. játa, kannast við, skrifta
confession játning f., skriftir f.pl.
confidence traust n., trúnaður m.
confident öruggur, sjálfsöruggur
confidential trúnaðar-
confine v. takmarka, loka inni
confirm v. staðfesta, ferma
confirmation staðfesting f., ferming f.
confiscate v. gera upptækt
conflict árekstur m., viðureign f., bardagi m.
confound v. rugla, rugla saman
confront v. blasa við, horfast í augu við

confuse v. rugla
confusion ruglingur m., óreiða f.
congenial adj. viðkunnanlegur, skyldur
congested adj. yfirfylltur
congratulate v. óska til hamingju, samfagna
congratulations hamingjuóskir f.pl., samfögnuður m.
congregation söfnuður m.
congress löggjafarþing n., þjóðþing n., ráðstefna f.
conjecture ágiskun f.
conjugation sagnbeyging f.
conjunction samtenging f.
connect v. tengja saman
connection samtenging f., samband m., tengsl n.pl.
connector tengill m.
connoisseur kunnáttumaður m., þekkjari m.
connotation (auka)merking f.
conquer v. sigra
conqueror sigurvegari m.
conquest sigur m., hernám n.
conscience samviska f.
conscientious samviskusamur
conscious meðvitandi, meðvitaður
consciousness meðvitund f.
conscript herskyldur maður m.
conscription herkvaðning f.
consecutive adj. samfelldur, hver á fætur öðrum

consent samþykki n.; v. samþykkja
consequence afleiðing f.
consequently adv. þess vegna, þar af leiðandi
conservative íhaldsmaður m.; adj. íhaldssamur
conserve v. varðveita; sjóða niður
consider v. íhuga, hugleiða, álíta
considerable talsverður
considerate nærgætinn
consideration íhugun f., tillit n., nærgætni f.
considering prp. með tilliti til; adv. eftir atvikum
consignment vörusending f., flutningur m.
consist of v. vera samansettur af, vera fólginn í
consolation huggun f.
consommé kjötseyði n.
consonant samhljóði m.
conspiracy samsæri n.
conspire v. gera samsæri gegn
constable lögregluþjónn m.
constant talnafasti m.; adj. stöðugur
constellation stjörnumerki n.
constipation harðlífi n.
constituency kjördæmi n.
constitution samsetning f., líkamsbygging f., stjórnarskrá f.
construct vt. reisa, smíða
construction samsetning f., smíði n.pl., bygging f.

consul ræðismaður m., konsúll m.
consulate ræðismannsskrifstofa f.
consult v. leita ráða hjá; fletta upp í
consultation ráðaleitun f., viðræða f.
consumer neytandi m.
consumption neysla f.
contact samband n., snerting f.; v. hafa samband við, snerta
contagious adj. smitandi
contain v. innihalda
container ílát n., gámur m.
contaminate v. menga, óhreinka
contemplate v. íhuga , hugleiða
contemporary samtíðarmaður m.; adj. samtíða, nútíma-
contempt fyrirlitning f.
contemptuously adv. með fyrirlitningu
content ánægður, fús, reiðubúinn
contents innihald n.
contest keppni f., deila f.; v. keppa, deila
context samhengi n.
continent meginland n., heimsálfa f.
continental adj. meginlands-
contingent adj. óviss, háður skilyrðum
continual adj. tíður, iðulegur
continuation (á)framhald n.
continue v. halda áfram
continuous sífelldur, stanslaus
contour útlína f., umlína f.
contraband smyglgóss n.

contraceptive getnaðarvörn f., verja f.
contract samningur m.
contractor verktaki m., samingsaðili m.
contradict v. mótmæla, andmæla
contradictory adj. mótsagnakenndur, gagnstæður
contrary gagnstæður; **on the c.** þvert á móti
contrast mótsetning f., andstæða f.
contrast control skerpustillir m.
contribute v. leggja skerf til
contribution framlag n., skerfur m.
contrive v. leggja á ráðin
control stjórn f., vald n., takmörkun f.
control v. stjórna, ráða yfir, takmarka
control function stýriaðgerð f.
control(ler) character stýritákn n., stýristafur m.
controversial adj. umdeildur
convection flutningur m., varmaburður m.
convenience þægindi n., hentugleiki m.
convenient þægilegur, (fitting) hentugur
convent (nunnu)klaustur n.
conversation samtal n.
convert v. umbreyta, snúa við
convey v. flytja, bera, leiða
conveyor færiband n.
convict sakfelldur maður m., refsifangi m.
convict v. dæma sekan
conviction sakfelling f., sannfæring f.
convince v. sannfæra

convoy skipalest f.
convulsion krampi m., sinadráttur m., umbrot n.pl.
cook matreiðslumaður m., matreiðslukona f.; v. matreiða, elda
cooker eldavél f., eldunartæki n.
cookery book matreiðslubók f.
cookie (Am.) smákaka f.
cool svalur ; v. kæla
coolant kælivökvi m.
cooperate v. vinna saman
cooperation samvinna f.
cooperative samvinnufélag n., kaupfélag n.; adj. samvinnþýður, samvinnu-
coordination samhæfing f., samræming f.
cop lögga f.
cope v. bjargast, hafa af
copper kopar m., eir m., (coin) koparpeningur m.
copulate v. hafa samfarir
copy eftirlíking f., eftirrit n., (specimen) eintak n.; v. líkja eftir; afrita, fjölfalda
copy-protected adj. aðgangsverndaður, innsiglaður
copyright höfundarréttur m.
cord strengur m., snúra f.
cordial adj. hjartanlegur, alúðlegur
cordon varðhringur m., fylking lögreglumanna f.
corduroy rifflað flauel n.

core kjarni m., mergur m., meginatriði n.
cork korkur m., korktappi m.
corkscrew tappatogari m.
corn korn n., (Am.) maís, (Eng.) hveiti n., (Skot.) hafrar m.pl.
cornea hornhimna f.
corner (götu)horn n., skot n., krókur m.
cornfield kornakur m.
coronary adj. kransæða-
corporal undirliðþjálfi m.
corps flokkur m.; herdeild f.
corpse lík n.
corpulent holdugur, feitur
corral (hesta- eða nautgripa)rétt f.
correct réttur, viðeigandi; v. leiðrétta, laga
correction leiðrétting f., betrun f.
correctness nákvæmni f.
correspond v. vera í samræmi við, samsvara, skrifast á
correspondence samræmi n., samsvörun f., bréfaskriftir f.pl., bréf n.
correspondent bréfritari m., (news) fréttaritari m.; adj. samsvarandi
corridor gangur m.
corrugated adj. gáróttur
corrupt v. spilla
corruption spilling f.
corset lífstykki n.
cortex nýrnahetta f.
cosmetics snyrtivörur f.pl.

cost kostnaður m.; v. kosta
costly dýr, dýrmætur, kostnaðarsamur
costume búningur m., (lady's) dragt f.
cosy notalegur, þægilegur
cot barnarúm n., (Am.) beddi m.
cottage lítið íbúðarhús n. (til sveitar)
cotton baðmull f., (fabric) léreft n.
couch setbekkur m., legubekkur m., dívan m.
cough hósti m.; v. hósta
could v. (p. **can**) (ég) gat
council ráð n., ráðstefna f., þing n.
councillor ráðsmaður m.
counsel ráðagerð f., ráðlegging f., málaflutningsmaður m.
counsellor ráðgjafi m., ráðunautur m., málafærslumaður m.
count greifi m.
count v. telja, gilda, skipta máli
countenance andlit n., ásýnd f.
counter búðarborð n., afgreiðsluborð n.
counterfeit v. falsa
counterpane rúmábreiða f.
countess greifafrú f.
countless óteljandi
country land n., (opposed to town) sveit f.
countryman (pl. **-men**) samlandi m.; sveitamaður
countryside landsbyggð f., sveitahérað n.
county greifadæmi n., (Am.) sýsla f., hérað n.
coup valdarán n.

couple par n. (married) hjón n. pl.
coupon arðmiði m., afklippumiði m., skömmtunarmiði m.
courage hugrekki n.
courageous hugrakkur
course rás f., átt f., námskeið n., matarréttur m.
court (royal) hirð f., (yard) garður m., (law) dómstóll m.
courtesy kurteisi f.
courtship tilhugalíf n.
cousin (male) frændi m., (female) frænka f.
cover lok n., ábreiða f., (shelter) skjól n.
cover v. setja lok á , þekja, hylja
covert adj. dulinn, leynilegur
covet v. girnast
cow kýr f.
coward hugleysingi m., raggeit f.
cowardly huglaus, ragur
cowboy kúreki m.
cowhide kýrhúð n., nautsleður n.
cowshed fjós n.
coy adj. feiminn, óframfærinn
crab krabbadýr n.
crack (crevice) sprunga f., smellur m., brestur m.; v. brestur, springa
crack v. bresta, springa
cracker tekex n.; púðurkerling f., knall n.
cradle vagga f.
craftsman handverksmaður m.

craggy adj. hrjóstrugur
cramp (vöðva)krampi m.,
crane hegri m., krani m.
crankcase sveifarhús n.
crankshaft sveifarás m.
crash brak n., brotlending f., hrun n.; v. brjóta, brotna, skella
crash-land v. brotlenda
crate rimlakassi m.
crater eldgígur m.
crave v. þrá, sárþarfnast
crawl v. skríða, mjakast, mora
crayfish vatnakrabbi m.; leturhumar m.
crayon vaxlitur m.
craze della f., æði n.
crazy brjálaður, sturlaður
creak marr n., brak n.; v. marra, braka
cream rjómi m., (cosmetic) krem n.
creamy rjómakenndur, rjómalitaður, rjóma-
crease krumpa f., brot n.; v. gera brot í, krumpa(st)
create v. skapa, valda
creature skepna f.
credentials meðmælabréf n.
credible trúverðugur, trúlegur
credit (belief) trúnaður m., (money) lánstraust n., (honour) sómi m.;
credit v. (believe) trúa; treysta
credulous auðtrúa
creek vogur m., vík f., (Am.) lækur m.

creep v. skríða, mjakast áfram, læðast
creepy hrollvekjandi, silalegur
cremate v. brenna (lík)
cremation líkbrennsla f.
crescent hálfhringur m., mánasigð v.
crest kambur m., skjaldarmerki n.
crevasse jökulsprunga f.
crew áhöfn f., starfsmenn m.pl., mannafli m.
crib jata f.
crime glæpur m., lögbrot n.
criminal glæpamaður m.; adj. glæpsamlegur
crippled adj. bæklaður, örkumla
crisis (pl. **crises**) kreppa f., straumhvörf n.pl., tímamót n.pl.
crisp stökkur, ferskur, skýr, líflegur, hrokkinhærður
criss-cross krossgáta f.
criterion viðmiðun f., mælikvarði m.
critic gagnrýnandi m.
critical gagnrýninn, tvísýnn, úrslita-
criticism gagnrýni f.
criticize v. gagnrýna
croak v. krunka, kvakka
crochet hekl n.; v. hekla
crockery leirvörur f.pl.
crook bugða f., krókur m.; svikahrappur m., glæframaður m.
crooked adj. boginn, hlykkjóttur, svikull, óheiðarlegur
crop afurð f., uppskera f.

cross adj. þverlægur, reiður
cross kross m., krossmerki n.
cross v. krossa, setja þverstrik í, liggja þvert á, fara yfir
cross-bred adj. kynblandaður
cross-examine v. gagnspyrja (vitni)
cross-eyed rangeygður, tileygður
crossing skurðpunktur m.; brautamót n.pl.; gangbraut f.
crossroads gatnamót n.pl., vegamót n.pl., krossgötur f.pl.
crossword krossgáta f.
crouch v. hnipra sig saman
crouton ristaður brauðteningur m.
crow kráka f.
crowbar kúbein n., klaufjárn n.
crowd mannfjöldi m., hópur m.
crowded adj. mannmargur, troðfullur
crown kóróna f.; v. krýna, heiðra, tróna
crucial adj. áríðandi, erfiður
crucifix róðukross m.
crucifixion krossfesting f.
crucify vt. krossfesta
crude adj. óhreinsaður, grófur
cruel grimmur, miskunnarlaus
cruelty grimmd f., miskunnarleysi n.
cruise skemmtisigling f., krus n.
cruise v. sigla um, aka um, hringsóla, vakka, krusa
crumb moli m., brauðmylsna f.

crumble v. molna
crunch v. bryðja, mylja
crusade krossferð f.
crush v. kremja, mylja
crust (brauð)skorpa f., skel f.
crutch hækja f.
cry kall n., óp n.; v. kalla, (weep) gráta
cryptic adj. dularfullur, leynilegur
cub ylfingur m., húnn m.
cube teningur m., kúbiktala f., þríveldistala f.
cuckold kokkáll m.
cuckoo gaukur m.
cucumber gúrka f.
cuddle v. faðma, hjúfra sig
cue bending f., stikkorð n.
cuff skyrtulíning f., ermalín n.
cuff link ermahnappur m.
cul-de-sac blindgata f.
culprit sökudólgur m.
cult dýrkun f., trúarregla f.
cultivate v. rækta, þroska, þróa
cultivation ræktun f., þroskun f., þróun f.
culture menning f., siðfágun f., ræktun f.
cunning kænska f.; adj. slóttugur, kænn
cup bolli m., bikar m.
cupboard skápur m.
curable læknanlegur, læknandi
curate aðstoðarprestur m.
curb taumur m. kantsteinn m.; v. halda í skefjum, hafa taumhald á

cure lækning f., meðferð f.; v. lækna, græða, vinna bug á; verka (vöru)
curfew útgöngubann n.
curio (pl. **curios**) fágæti n.
curiosity forvitni f., fágæti n.
curious forvitinn, forvitnilegur
curl hárlokkur m.
curler krullupinni m.
curly hrokkinn, hrokkinhærður
currant kúrenna f., rifsber n.
currency gjaldeyrir m.; **foreign c.** erlendur gjaldeyrir
current straumur m.
curriculum námsskrá f.
curry karrí n.
curse bölvun f., ragn n.; v. bölva, ragna
cursor bendill m., depill m., trítill m., hlaupari m.
curt adj. stuttaralegur
curtain gluggatjald n., gardína f., forhengi n., fortjald n.
curve bugða f., sveigja f.; v. beygja (st)
curved bogadreginn, bugðóttur, hlykkjóttur
cushion sessa f., púði m.
custard vanillusósa f., eggjabakstur m.
custodian gæslumaður m., (safn)vörður m.
custody varðhald n., gæsla f.
custom vani m., siðvenja f.
customary venjulegur, almennur
customer viðskiptavinur m.

customs (innflutnings)tollur m.
customs duty tollgjald n.
customs house tollbúð f., tollstöð f.
customs officer tollþjónn m.
cut (wound) sár n., skurður m., (of clothes) snið n., niðurskurður m.; skera ; **have one's hair c.** láta klippa sig
cute adj. sætur, snotur
cutlery eggjárn n., hnífapör n.pl.
cutlet kóteletta f., lærisneið f.
cuttlefish smokkfiskur m.
cycle hringur m., reiðhjól n.; v. fara í hring, hjóla
cycle time tiftími m.
cyclist hjólreiðarmaður m.
cyclone hvirfilbylur m.
cylinder sívalningur m., strokkur (í vél) m.
cynicism vantraust n., napuryrði n.
cystitis blöðrubólga f.

D

dad(dy) pabbi m.
daffodil páskalilja f.
dagger rýtingur m.
daily daglegur ; adv. daglega
dairy mjólkurbú n., mjólkurbúð f.
daisy wheel printer leturkrónuprentari m.
dam stífla f.; v. stífla

damage skaði m., tjón n.; v. skaða, skemma
damnation bölvun f., útskúfun f.
damp raki m.; adj. rakur
dance dans m., dansleikur m.; v. dansa
dandelion fífill m.
dandruff flasa f.
Dane dani m.
danger hætta f.
dangerous hættulegur
Danish danska f.; adj. danskur
dare v. þora, mana
daredevil ofurhugi m.
daring djarfur
dark dimma f., myrkur n.; adj. dimmur, dökkur
darkness dimma f., myrkur n.
darling elska f., eftirlæti n.
darn v. stoppa, staga; blótsyrði (fjandinn)
dart kastpíla f.
dash skellur m., skvetta f.,sprettur m., ögn f.
þankastrik n.
dash v. berja, skvetta, þjóta, slengja
dashboard mælaborð n.
data gögn n.pl, upplýsingar f.pl.
data bank gagnabanki m.
data base gagnasafn n.
data base management gagnagrunnskerfi n.
data processing gagnavinnsla f.
date daðla f.; (time) tímasetning f.,
mánaðardagur m., stefnumót n.
date v. dagsetja, tímasetja

daughter dóttir f.
dawdle v. drolla
dawn dögun f.; v. daga, renna upp
day dagur m., sólarhringur m.; **by d.** á daginn, að degi til
daybreak dögun f.
daylight dagsbirta f., dögun f.
dazzle ofbirta f.
dazzle v. blinda, rugla
dead dauður, dáinn
deadline eindagi m., tímamörk n.
deadlock sjálfhelda f., þrátefli n.
deadly banvænn
deaf heyrnarlaus, heyrnarsljór
deal v. (business) versla, (cards) gefa, **d. with** snúast um, fást við
dealer miðlari m., dreifiaðili m., smásali m.
dealings viðskipti n.pl.
dean deildarforseti m., prófastur m.
dear kær, (expensive) dýr
dearth skortur m.
death dauði m.
debate umræða f.; v. ræða um
debit skuldfærsla f.
debris molar m.pl., rústir f.pl.
debt skuld f.
debtor skuldunautur m.
debug v. kemba, aflúsa, finna agnúa
debut frumraun f.
decadent adj. spilltur, úrkynjaður

decaffeinated adj. koffeínlaus
decathlon tugþraut f.
decay v. rotna, hrörna, hnigna
deceit blekking f., svik n.pl.; undirferli n.
deceive v. blekkja
decency velsæmi n., siðsemi f.
decent sæmandi, siðsamur, viðunandi
deception blekking f.
decide v. gera út um, ákveða
decimal tugastafur m., kommutala f.
decimal digit tugatölustafur m.
decimal numeral tugatala f.
decimal point tugabrotskomma f.
decipher v. ráða dulmál
decision ákvörðun f., úrskurður m.
deck þilfar n., (of cards) spilastokkur m.
declaration yfirlýsing f.
declare v. tilkynna, lýsa yfir, skýra frá
decline v. neita, hnigna, hafna.
decode v. aftákna, lesa úr
decompose v. rotna, sundrast
decorate v. skreyta, (paint) mála, sæma heiðursmerki
decoration skreyting f., heiðursmerki n.
decorator málari m.
decoy tálbeita f.
decrease minnkun f., rýrnun f.; v. minnka, lækka
dedicate v. vígja, helga, tileinka
deduce v. álykta beita afleiðslu

deduct v. draga frá
deduction frádráttur m., afleiðsla f.
deed verk n., dáð n., (document) skjal n.
deep djúpur; spakur
deep freeze (djúp)frystir m., frystikista f.
deepen v. dýpka
deer (pl. **deer**) dádýr n.
default vanskil n.pl., vanræksla f.;
adj. sjálfgefinn
defeat ósigur m.; v. sigra
defect galli f.
defective gallaður, ófullkominn
defence vörn f.
defend v. verja, vernda
defendant sakborningur m.
defer v. fresta
defiant ögrandi
deficiency skortur m., annmarki m.
deficit tekjuhalli m.
define v. (fix) ákveða, (explain) skýra, (limit)
takmarka
definite ákveðinn
definition skilgreining f., skýring f.
definitive adj. endanlegur, úrslita-
deformed adj. afmyndaður, vanskapaður
defrost v. affrysta
defy v. ögra, mana
degenerate v. úrkynjast
degree gráða f., stig n., háskólapróf n.
deity goð n.

delay töf f.; v. fresta, tefja (fyrir)
delegate fulltrúi m.
delegation sendinefnd f.
delete v. strika út, þurrka út
delete key stroklykill m.
deliberate v. íhuga, velta fyrir sér, rökræða
deliberately adv. viljandi, af ásettu ráði
deliberation umhugsun f., varfærni f., umræða f.
delicacy fínleiki m., nærgætni f.; sælgæti n.
delicate fínn, varfærinn, ljúffengur
delicatessen gómsætur matur m., sælgæti n., sælkeraverslun f.
delicious ljúffengur, yndislegur
delight gleði f., yndi n.; v. gleðja, hafa yndi af
delightful ánægjulegur, indæll
delimiter aðgreiningarmerki n.
delinquent afbrotamaður m., hinn seki m.
delirious adj. með óráði, frá sér numinn
deliver v. (hand over) afhenda, (free) frelsa
deliverance frelsun f.
delivery dreifing f., afhending f.
deluge flóð n.
demand krafa f., hvöð f., eftirspurn f.; v. krefjast, heimta
demean v. lítillækka
democracy lýðræði n.
democratic adj. lýðræðislegur
demolish v. rífa niður, brjóta niður
demolition niðurrif n., kollvörpun f.

demon illur andi m., fantur m.
demonstrate v. sýna, (prove) sanna, fara í kröfugöngu
demonstration sýning f., sönnun f., kröfuganga f.
demonstration programme sýniforrit n.
demoralize v. siðspilla; lama hugrekki
demote v. lækka í tign
den greni h., bæli n.
denial neitun f., synjun f.
denim khakiefni n.
denomination heiti n.; trúarbragðaflokkur m.; samnefnari m.
denominator nefnari m.
denote v. gefa til kynna, tákna, þýða
denounce v. fordæma, ákæra
dense þéttur, þykkur
dent beygla f.; v. beygla, gera skorur í
dentist tannlæknir m.
denture gervigómur m., falskar tennur f.pl
deny v. neita
deodorant svitalyktareyðir m.
depart v. leggja af stað, segja skilið við
department deild f.; **d. store** deildaskipt stórverslun f., vöruhús n.
departure burtför f., frávik n.
depend on v. vera undir (e-u) kominn, vera háður, (rely on) reiða sig á
dependent (on) adj. ósjálfstæður, háður
deplorable adj. hörmulegur

deposit innborgun f.; botnfall n., set n.; v. leggja inn fé
depot geymslustaður m., vörugeymsluhús n., (Am.) járnbrautarstöð f.
depreciate (in value) v. falla í verði
depreciation verðlækkun f., afskriftir n.pl.
depress v. þrýsta niður, þjaka, gera þungt í skapi
depressing adj. niðurdrepandi, þjakandi, þunglyndur
depression (lág)þrýsingur m., dapurleiki m., þunglyndi n.
deprive v. svipta
depth dýpi f.
deputation sendinefnd f.
deputy fulltrúi m.
derail v. fara af spori
derange v. raska, firra viti
derelict adj. yfirgefinn, í eyði
derision háð n., spott n.
derive v. eiga rætur að rekja til, vera dregið af
descend v. fara niður, halla niður
descendant afkomandi m.
descent niðurför f., niðurganga f.; uppruni m., ætterni n.
describe v. lýsa
description lýsing f.
desert eyðimörk f.
desert v. yfirgefa hlaupast á brott, gerast liðhlaupi

deserve v. verðskulda
design hönnun f., mynstur n., áætlun f.; vt. hanna
designate v. tákna, tilnefna, benda á
desirable æskilegur, girnilegur
desire löngun f., ósk f.; v. girnast, óska sér
desk skrifborð n.
desolate adj. eyðilegur, mannlaus
despair örvænting f: v. örvænta
desperate örvæntingarfullur, vonlaus
despicable adj. fyrirlitlegur
despise v. fyrirlíta
despite prp. þrátt fyrir
despot harðstjóri m.
dessert eftirréttur m.
destination (place of) ákvörðunarstaður m.
destiny örlög n.pl., hlutskipti n.
destitute adj. blásnauður
destroy v. eyðileggja
destruction eyðilegging f.
detach v. slíta í sundur, skilja frá
detail smáatriði n.; **in d.** adv. nákvæmlega
detailed adj. nákvæmur, ítarlegur
detain v. tefja, hafa í haldi
detect v. koma upp um, uppgötva, verða var við
detective leynilögreglumaður m.
detective story leynilögreglusaga f.
detente slökunarstefna stórveldanna f.
deter v. hindra, aftra, koma í veg fyrir

detergent þvottaefni n.
deteriorate v. hraka, versna
determine v. ákveða
determined adj. ákveðinn, staðfastur
detest v. hafa ógeð á
detour krókaleið f.
detrimental adj. skaðlegur
devaluation gengisfelling f.
devalue v. fella gengi
develop v. þróast, þroskast, (photo) framkalla
development þróun f., þroski m., framvinda f.
deviate v. víkja frá, bregða út af
device tæki n., útbúnaður m.
devil djöfull m., fjandi m.
devious adj. undirförull, útsmoginn
devise v. hugsa upp, finna úrræði, koma með ráðagerð
devoted trúr, hollur
devotion tryggð f., hollusta f.
devour v. gleypa, éta upp til agna
devout guðhræddur
dew dögg f.
dexterity fingrafimi f., handlagni f.
diabetes sykursýki f.
diabetic sykursjúklingur m.; adj. sykursjúkur
diabolical adj. djöfullegur
diagnose v. sjúkdómsgreina
diagnosis (pl. **diagnoses**) sjúkdómsgreining f.
diagonal skálína f.; adj. skáhallur

diagram.skýringarmynd f.; v. teikna skýringarmynd
dial skífa f.
dialect mállýska f.
dialogue samtal n.
diameter þvermál n.
diamond demantur m.
diaper (Am.) barnableia f.
diaphragm þind f., himna f.
diarrhoea niðurgangur m.
diary dagbók f.
dice spilateningur m.
dictaphone upptökutæki n., talriti m.
dictate v. (order) fyrirskipa , (read) lesa fyrir
dictation upplestur m., fyrirlestur m.
dictator einræðisherra m., einvaldur m.
dictatorship einræði n.
diction framsögn f., málfar n.
dictionary orðabók f.
did v. (p. **do**)
didactics kennslufræði n. pl.
die mót til afsteypu n.; spilateningur m.
die v. deyja
diet mataræði n., matarkúr m.
differ v. vera frábrugðinn
difference mismunur m., skoðanamunur m.
different ólíkur
differentiate v. greina sundur
difficult erfiður
difficulty erfiðleiki m.

dig v. grafa
digest v. melta
digestible meltanlegur
digestion melting f.
digit tölustafur m., fingur m., tá f.
digital adj. stafrænn
digitize v. stafsetja
dignified adj. virðulegur
dignity virðuleiki m., reisn f., sæmd f.
digress v. fara út fyrir efnið
dike flóðgarður m., síki n., skurður m.,
dilapidated adj. niðurníddur, hrörlegur
dilemma klípa f., valkreppa f.
diligence kostgæfni f., iðni f.
diligent iðinn
dilute v. þynna (með vökva)
dim óljós , (colour) daufur
dime (Am.) 10 cent
dimension stærð f., vídd f.
diminish v. minnka
dimple spékoppur m.
din hávaði m.
dine v. borða miðdegisverð
dinghy skipsbátur m.; **rubber d.** gúmmíbátur
dining car veitingavagn m.
dining room borðstofa f.
dinner miðdegisverður m., kvöldverður m.
dinner jacket smókingjakki m.
dinosaur risaeðla f.
diphtheria barnaveiki f.

diphthong tvíhljóð n.
diploma (próf)skírteini n.
diplomat stjórnarerindreki m., ráðkænn maður m.
dire adj. skelfilegur
direct adj. beinn ; v. stjórna, leiðbeina
direction stjórn f., átt f.; **d-s** leiðbeiningar f.pl.
directive tilskipun f., reglugerð f.
directly adv. beina leið, beinlínis
director forstjóri m.
directory (telephone) símaskrá f.; efnisyfirlit n.
dirge útfararlag n., útfararsálmur m.
dirt óhreinindi n.pl.
dirty óhreinn, sóðalegur
disabled óverkfær, fatlaður
disadvantage ókostur m., óhagræði n.
disagree v. vera ósammála, stangast á
disagreeable óþægilegur, ógeðfelldur
disagreement ágreiningur m.
disappear v. hverfa
disappoint v. valda vonbrigðum, bregðast
disappointment vonbrigði n.pl.
disapprove v. andmæla, mislíka
disarmament afvopnun f.
disaster ógæfa f., (accident) stórslys n.
disastrous hörmulegur, skaðvænlegur
disbelief vantrú f.
disc diskur m., skífa f., brjósk n.; **slipped d.** brjósklos n.
discard v. fleygja, hafna, reka

discharge v. (cargo) afferma , (gun) hleypa af; leysa frá störfum, útskrifa
discipline agi m.
disclose v. afhjúpa, leið í ljós
discolour v. upplita
discomfort óþægindi n.pl.
discontent óánægja f.
discontented adj. óánægður
discontinue v. hætta við, leggja niður
discord ágreiningur m., ósamlyndi n., ómstríða f.
discotheque diskótek n.
discount afsláttur m.
discover v. uppgötva, finna
discovery uppgötvun f., fundur m.
discreet orðvar, tillitsamur
discrepancy ósamræmi n.
discretion þagmælska f., athafnafrelsi n.
discriminate v. greina á milli
discus kastkringla f.
discuss v. ræða
discussion umræða f.
disdain v. lítilsvirða
disease sjúkdómur m., lasleiki m.
disembark v. fara frá borði (í skipi, flugvél)
disengage v. aftengja
disfigure v. afmynda
disgrace skömm f., svívirða f.; v. óvirða, smána
disguise dulbúningur m.; v. dulbúa

disgust viðbjóður m.
disgusting viðbjóðslegur
dish fat n., matarréttur m.
dishonest óheiðarlegur
disinfect v. sótthreinsa
disinfectant sótthreinsunarefni n.
disinherit v. gera arflausan
disintegrate v. sundra, mola sundur
disk diskur m.
disk drive diskadrif n.
diskette disklingur m., skífa f.
dislike óbeit f.; v. mislíka
dislocate v. færa úr lagi, fara úr liði
dismay kvíði m., ótti m.
dismiss (from post) v. reka (úr starfi); vísa á bug
disobedient óhlýðinn
disorder óregla f., ringulreið f., kvilli m.
dispatch v. senda, afgreiða, ljúka við
dispenser sjálfsali m.
disperse v. dreifa, tvístra
display sýning f.; v. sýna
display device skjár m.
displease v. misbjóða, skaprauna
disposable adj. einnota, handbær
disposal losun f., ráðstöfun f., umráð n.pl.
dispose of v. losa sig við
disposition eðlisfar n., tilhneiging f.
dispute v. deila, þræta, rengja
disqualify v. dæma úr leik

disrespect virðingarleysi n.
disrupt v. rjúfa, trufla
dissatisfaction óánægja f.
dissatisfied óánægður
dissect v. kryfja
dissident andófsmaður m.
dissolve vt. leysa upp, bræða, binda enda á
dissuade from v. telja af, ráða frá
distance fjarlægð f.
distant fjarlægur; kuldalegur
distillation eiming f.
distinct adj. einstakur, ólíkur, skýr
distinction auðkenni n., aðgreining f., sómi m.
distinctly greinilega
distinguish v. greina í sundur; **d. oneself,** skara fram úr
distinguished adj. frægur, ágætur
distort v. bjaga, afskræma
distraction röskun f., afþreying f.
distress böl f., neyð f.; **d. signal** neyðarkall n.
distribute v. úthluta, dreifa
distributor dreifingaraðili m., kveikja f.
district (country) hérað n., sveit f., (town) hverfi n.
disturbance truflun f., ónæði n.
ditch skurður m.
divan dívan m., legubekkur m.
dive köfun f., dýfing f.; v. kafa, stinga sér
diver kafari m.
diversion vegalykkja f., afþreying f.

divide v. deila, skipta
dividend arður m.
divine adj. guðdómlegur, himneskur
division uppskipting f., deild f., deiling f.
divorce hjónaskilnaður m.; skilja við
dizziness svimi m.
dizzy adj. svimandi, svimagjarn
do v. gera
do away with v. afnema, útrýma
do without v. vera án, bjargast án
dock bryggja f., skipakví f.; v. leggjast að bryggju
dockworker hafnarverkamaður m.
doctor læknir m.
doctrine kenning f.
document skjal n.
dodge v. víkja undan
dog hundur m.
dogged adj. þrár
dogma trúarkenning f.
dole atvinnuleysisstyrkur m.
doll brúða f., dúkka f.
dollar dollari m., dalur m.
dolphin höfrungur m.
dome hvolfþak n.
domestic heimilis-, innlendur
domicile heimilisfang n., lögheimili n.
dominant adj. ríkjandi
domination yfirdrottnun f.
dominion yfirráð n.pl, (sjálfs)stjórnarsvæði n.
donate v. gefa

donation framlag n., gjöf f.
done v. (pp. **do**)
donkey asni m.
donor gefandi m.
doomsday dómsdagur m.
door hurð f.
doorbell dyrabjalla f.
doorkeeper dyravörður m.
doorman (pl. **doormen**) dyravörður m.
dormant adj. sofandi, í dvala
dormitory heimavist f., svefnsalur m.
dose (lyfja)skammtur m.
dot punktur m., depill m.
dot matrix impact printer punktaprentari m.
double adj. tvöfaldur
double density tvíþétta f.
doubt efi m.; **without d.** vafalaust; v. efast um
doubtful efins, vafasamur
dough deig n.
doughnut kleinuhringur m.
down prp. niður; adv. niður, niðri
down-to-earth adj. raunsær, jarðbundinn
downcast adj. dapur, niðurlútur
downpour úrhelli n.
downstairs adv. niður stiga, niðri
downstream adv. niður með straum
downwards adv. niður, niður á við
doze v. blunda, móka
dozen tylft f.
draft uppkast n.; v. gera uppkast að

drag v. draga, drattast
dragon dreki m.
drain ræsi n.; v. ræsa fram, tæma
drama sjónleikur m., áhrifamikill atburður m.
dramatic adj. leikrænn, átakanlegur
dramatist leikritaskáld n.
drank v. (p. **drink**)
draper vefnaðarvörusali m.
drapery vefnaðarvara f., veggtjöld n.pl.
draught dráttur m., súgur m.; **draughts** drammspil n.
draw v. draga, (picture) teikna
draw (in sport) jafntefli n.
drawbridge vindubrú f.
drawer skúffa f.
drawing teikning f.
drawing pin teiknibóla f.
drawing room viðhafnarstofa f.
dread ótti m.; v. óttast
dreadful kvíðvænlegur, ógnþrunginn
dream draumur m.; v. dreyma
drench v. rennbleyta, gera holdvotan
dress kjóll m.; v. klæða (sig)
dressing salatsósa f.
dressing gown morgunsloppur m.
dressing room búningsklefi m.
dressing table snyrtiborð n.
dressmaker kjólasaumari m.
dribble v. drjúpa, slefa
drift v. reka, hrekja, feykja, skafa

drill bor m., æfing f.; v. bora, æfa
drink drykkur m.; v. drekka
drinking water drykkjarvatn n.
drip-dry adj. straufrír
drive v. (car) aka, keyra, (sheep) reka
driver (of car) bílstjóri m.
drizzle úði m.
drop (of liquid) dropi m., (fall) fall n.; v. láta falla, missa niður
drop in v. (visit) líta inn
drop off v. fara, móka, minnka
drop out v. hætta (í skóla)
drought þurrkur m.
drown v. drukkna, drekkja
drug (eitur)lyf n.
drugstore (Am.) lyfjabúð n., apótek n.
drum tromma f., tunna f.
drunk drukkinn
drunkard fyllibytta f.
dry þurr; vt. þurrka, vi. þorna
dry cleaning þurrhreinsun f.
dryer þurrkari m.
dual adj. tvöfaldur
dubious adj. vafasamur
duchess hertogaynja f.
duck önd f., kolla f.
due (proper) skyldugur, (expected) væntanlegur, maklegur
duel einvígi n.
dues gjöld n.pl, afgjald n.

duet tvísöngur m.
dug v. (p., pp. **dig**)
duke hertogi m.
dull bitlaus, (of sound or colour) daufur, (stupid) heimskur
dumb mállaus
dump v. demba
dune sandalda f.
dung mykja f.
dungeon díflyssa
dunghill mykjuhaugur m.
duplex adj. tvöfaldur, tvíátta
duplicate v. endurtaka, tvöfalda, afrita
duplicator fjölritari m.
duration gildistími m., tímalengd f.
during meðan, um, í
dusk rökkur n.
dust ryk n.
dustbin ruslatunna f.
dustman öskukarl m.
dusty rykugur
Dutch hollenska f.; adj. hollenskur
duty skylda f., (customs) tollur m.
duty-free adj. tollfrjáls
dwarf dvergur m.
dwell v. dveljast, eiga heima
dye litur m.; v. lita
dynamics hreyfifræði f.
dynamo rafall m.
dysentery blóðkreppusótt f.

E

each prn. hver, sérhver
eager kappgjarn, ákafur
eagle örn m.
ear eyra n.
earache hlustarverkur m.
eardrum hljóðhimna f.
earl jarl m.
early adv. snemma
earn v. vinna fyrir, afla
earnest alvara f.; adj. einlægur; einbeittur
earnings tekjur f.pl.
earring eyrnalokkur m.
earth jörð f., (soil) jarðvegur m., mold f.
earthenware leirvörur f.pl.
earthquake jarðskjálfti m.
ease næði n.; v. létta
easily auðveldlega
east austur
Easter páskar m. pl.
easterly adj. austlægur
eastern adj. austrænn, austur-
easy léttur, auðveldur
easygoing skapgóður
eat v. borða, éta
eatable ætur
eatables matvæli n.pl.
eavesdrop v. liggja á hleri

ebb útfall n., fjara f.; v. fjara út
ebony íbenholt n., svartviður m.
eccentric adj. sérvitur
ecclesiastical adj. kirkjulegur
echo bergmál n.; v. bergmála
eclipse (sól)myrkvi m.
ecology vistfræði f.
economical hagsýnn, sparsamur
economics hagfræði f.
economist hagfræðingur m.
economize v. spara
economy sparsemi f., efnahagur m.
ecstasy ofsagleði f., algleymingur m.
eczema eksem n., útbrot n.pl.
edge rönd f., barmur m., (border) jaðar m., (of knife) egg f.
edible adj. ætur
edit v. gefa út, ritstýra
edition útgáfa f.
editor ritstjóri m., ritþór m.
educate v. mennta
education menntun f.
eel áll m.
eerie adj. draugalegur, dularfullur
effect áhrif n.pl., (result) afleiðing f.
effective adj. áhrifamikill, árangursríkur
effeminate adj. kvenlegur
efficient adj. dugandi, mikilvirkur, hagkvæmur
effort áreynsla f., (attempt) tilraun f.

e.g. til dæmis (lat. **exempli gratia**)
egg egg n.
egg cup eggjabikar m.
egocentric adj. sjálfselskur, eigingjarn
egoism eigingirni f., sjálfselska f..
egoistic adj. eigingjarn
eiderdown æðardúnn m.
eiderduck æðarkolla f., æðarfugl m.
eight átta
eighteen átján
eighteenth átjándi
eighth áttundi
eighty áttatíu
either annar hvor, hvort tveggja;
adv. heldur
ejaculation sáðlát n.
elaborate v. vinna vandlega, skýra ítarlega
elastic adj. teygjanlegur; **e. band,** teygjuband
elasticity teygjanleiki m., þanþol n.
elbow olnbogi m.
elder eldri
elderly adj. aldraður, roskinn
eldest elstur
elect v. kjósa
election kosning f.
electric rafmagnaður, rafknúinn
electric razor rafmagnsrakvél
electrician rafvirki m.
electricity rafmagn n.
electrolyte raflausn f.

electromagnet rafsegull m.
electron rafeind f.
electronic adj. raftæknilegur, rafeinda-
electronics rafeindatækni f.
elegance glæsimennska f.
elegant glæsilegur
element frumefni n., frumatriði n.
elementary school grunnskóli m.
elephant fíll m.
elevate v. lyfta, hefja til metorða
elevation upphækkun f., hæð yfir sjávarmáli f.
elevator (Am.) lyfta f.
eleven ellefu
eleventh ellefti
elf (pl. **elves**) álfur m.
eligible adj. hæfur, kjörgengur
eliminate vt. útrýma, eyða
elite úrval n., heldra fólk n.
elm álmviður m.
elope v. laumast á brott, flýja að heiman
eloquence mælska f.
eloquent mælskur
else annars
elsewhere annars staðar
elucidate v. upplýsa, skýra út
elusive adj. viðsjáll, bragðvís
emancipation lausn f., frelsi n.
embankment upphlaðinn vegarkantur m.; flóðgarður m.

embargo (pl. **embargoes**) hafnbann n.
embark v. ganga um borð (í skip, flugvél)
embarrassed vandræðalegur, (shy) feiminn
embassy sendiráð n.
embellish v. skreyta, fegra
embezzle v. draga sér fé
emblem tákn n., ímynd f.
embrace v. faðma
embroidery útsaumur m.
embryo fóstur n.
emerald smaragður m.
emergency neyðartilvik n,;
e. exit neyðarútgangur m.;
e. landing nauðlending f.
emigrant útflytjandi m.
emigrate v. flytjast úr landi
emigration fólksútflutningur m.
eminent adj. framúrskarandi, frábær
emotion geðshræring f., (feeling) tilfinning f.
emphasis áhersla f.
emphasize v. leggja áherslu á
empire heimsveldi n., keisaradæmi n.
employ v. ráða til starfa, hafa í vinnu , (use) nota
employee starfsmaður m., launþegi m.
employer vinnuveitandi m.
employment vinna f., (use) notkun f.
empress keisaraynja f.

empty tómur; v. tæma
emulate v. líkja eftir
enable v. gera kleift
enamel glerungur m., lakkmálning f.
enamelled adj. smelltur, glerungshúðaður
enchanting adj. hrífandi, töfrandi
encircle v. umkringja, ganga í hring um
enclose v. umlykja, (with fence) girða, (in a letter) láta fylgja
enclosure girðing f., fylgigögn n.pl
encore framkall n. ,aukalag n.
encounter v. hitta, rekast á
encourage v. hvetja, örva
encyclopaedia alfræðibók f.
end endir m.; v. enda
endanger v. stofna í hættu
endeavour v. kappkosta
ending endir m.
endless endalaus
endorse v. (cheque) rita nafnið sitt aftan á, (opinion) fallast á
endure v. þola
enemy óvinur m.
energetic adj. ötull, kröftugur
energy kraftur m., þrek n.
enforce v. framfylgja, neyða, knýja fram
engaged (betrothed) trúlofaður, (phone) upptekinn
engagement skuldbinding f., stefnumót n., trúlofun f.

engine vél f.
engineer vélstjóri m., verkfræðingur m.
English (language) enska f.; adj. enskur
engrave v. (letur)grafa, rista
engraving leturgröftur m.; málmristumynd f.
enigma ráðgáta f.
enjoy v. njóta; **e. oneself** skemmta sér
enjoyable adj. ánægjulegur, skemmtilegur
enjoyment skemmtun f., nautn f.
enlarge v. stækka
enlargement stækkun f.
enlighten v. fræða, upplýsa
enmity fjandskapur m.
enormous adj. gífurlegur, óskaplegur
enough nógur ; adv. nógu
enquire v. spyrjast fyrir um
enquiry fyrirspurn f.
enrich v. auðga, efnabæta
ensemble hljóðfæraflokkur m.
ensure v. tryggja
entangle v. flækja
enter v. ganga inn, fara inn, skrá, færa inn
enterprise framtak n., fyrirtæki n.
entertain v. skemmta, hafa boð inni
entertainer skemmtikraftur m.
entertaining adj. skemmtilegur
entertainment skemmtun f.
enthusiasm ákafi m., eldmóður m.
enthusiastic adj. ákafur, ofsafenginn

entice v. tæla, lokka
entire allur, heill
entirely adv. fullkomlega, algjörlega
entirety heild f.
entourage fylgdarlið n.
entrance inngangur m.; **e. fee** aðgangs-eyrir m.
entrust v. fela, trúa fyrir
entry innganga f., innfærsla f.; **no entry** aðgangur bannaður
entrée (Br.) milliréttur, (Am.) aðalréttur
envelop v. sveipa, hjúpa
envelope umslag n.
envious öfundsjúkur
environment umhverfi n., aðstæður f.pl.
envoy erindreki m., sendifulltrúi m.
envy öfund f.; v. öfunda
epic söguljóð n.; adj. ljóðsögulegur
epidemic farsótt f., faraldur m.
epilepsy flogaveiki f.
epilogue eftirmáli m.
episode innskot m., (sérstakur) atburður m.
epitaph grafskrift f., eftirmæli n.
equal jafn
equality jafnrétti n.
equalize v. jafna
equalizer jöfnunarmark n., tónjafnari m.
equator miðbaugur m.
equilateral adj. jafnhliða
equilibrium jafnvægi n.

equinox jafndægur n.pl.
equip v. útbúa
equipment útbúnaður m.
equivalent jafngildur, samsvarandi
era tímabil n.
erase vt. þurrka út
eraser strokleður
erect uppréttur ; v. reisa, byggja
erode v. veðra(st), eyða(st)
erosion (of land) landeyðing f., uppblástur m.; veðrun
erotic adj. kynæsandi
err v. villast, skjátlast
errand erindi n., sendiferð f.
errand boy sendill m.
erroneous rangur
error villa f., yfirsjón f.
error message villuboð n.
erupt v. gjósa
eruption eldgos n.
escalator rúllustigi m., stigalyfta f.
escape undankoma f.; v. komast undan
escape command hleypiskipun f.
escape key hleypilykill m.
escort fylgd f.; v. fylgja
especially adv. einkum, sérstaklega
espionage njósnir f.pl.
essay ritgerð f.
essence kjarni m., undirstaða f.
essential eðlislægur, ómissandi

essentially adv. fyrst og fremst
establish v. stofnsetja, koma á fót
estate landareign f.
esteem virðing f.; v. virða, meta mikils
estimate mat n., áætlun f.; v. meta, áætla
estuary árós m.
etc (**et cetera**) og svo framvegis
etching æting f., ætimynd f.
eternal eilífur
eternity eilífð f.
ether eter m., ljósvaki m.
ethical adj. siðfræðilegur
ethnology þjóðfræði f.
etymology orðsifjafræði f.
euthanasia líknarmorð n.
evacuate v. tæma, flytja á brott
evade v. komast hjá
evaluate v. meta, reikna út
evaporate v. gufa upp, hverfa
even adv. jafnvel; adj. flatur, jafn
evening kvöld n.; **this e.** í kvöld
evening dress samkvæmisföt n.pl.
event atburður m.
eventually adv. loksins, um síðir
ever (at any time) nokkurn tíma, **for e.** alltaf
every hver, sérhver
everybody allir
everyday daglegur, hversdagslegur
everyone sérhver, allir
everything allt

everywhere alls staðar
evidence sönnunargagn n., verksummerki n., vitnisburður m.
evident augljós
evil vondur, illur, siðspilltur
evolution framþróun f.
ewe ær f.
exact nákvæmur
exactly adv. nákvæmlega, einmitt
exaggerate v. ýkja
exalt v. upphefja
examination (investigation) rannsókn f. , (school) próf n.
examine v. rannsaka, prófa, (look at) skoða
example dæmi n.
exasperate v. reita til reiði, angra
excavation uppgröftur m.
exceed v. vera meiri en, fara út fyrir
exceedingly adv. ákaflega, geysilega
excel v. skara fram úr
excellent framúrskarandi, frábær
except conj. nema, að frátöldum; v. undanskilja
exception undantekning f.
exceptional adj. óvenjulegur, afbrigðilegur
excerpt útdráttur m., ágrip n.pl.
excess óhóf n.
excessive adj. óhóflegur
exchange skipti n.pl.; v. skipta á
exchequer fjármálaráðuneyti n.

excite v. espa, æsa
excitement æsingur m., örvun f.
exciting adj. æsandi, spennandi
exclaim v. hrópa, kalla upp
exclamation upphrópun f., kall n.
exclude v. útiloka, undanskilja
exclusive einangraður, einskorðaður, einka-, dýr, vandaður
exclusively adv. eingöngu, aðeins
excursion (stutt) skemmtiferð f., skoðunarferð f.
excuse afsökun, f.; v. afsaka
execute (work) framkvæma, (kill) lífláta
execution framkvæmd f., aftaka f.
executioner böðull m.
executive framkvæmdastjóri m., yfirmaður m.; adj. framkvæmda-
exempt v. veita undanþágu frá; adj. undanþeginn
exemption undanþága f.
exercise æfing f.; v. æfa, (use) nota
exertion áreynsla f.
exhale v. anda frá sér, gufa út
exhaust útblástur m., púströr n.; v. (use up) eyða, tæma, gera örþreyttan
exhausted búinn, uppurinn, örmagna, uppgefinn
exhibit sýningargripur m.; v. sýna
exhibition sýning f.
exile útlegð f., (person) útlagi m.; v. reka í útlegð

exist v. vera til, lifa
existence tilvera f.
exit útganga f., útgönguleið f.
exorbitant adj. hóflaus, gegndarlaus
exorcise v. særa burt illa anda
exotic adj. útlendur, framandi, heillandi
expand v. víkka út, stækka
expect v. búast við, vænta
expectation von f., eftirvænting f.
expedition leiðangur m., (speed) flýtir m., hraði m.
expel v. reka brott
expenditure útgjöld n.pl., tilkostnaður m.
expense kostnaður m.
expensive dýr , kostnaðarsamur
experience reynsla f.
experienced reyndur
experiment tilraun f.: v. gera tilraun
expert sérfræðingur m.; adj. reyndur, sérfróður, snjall
expertise sérfræðiþekking f.
expiration gildislok n.pl, útöndun f.
expire v. falla úr gildi, renna út, (die) andast
expiry gildislok n.pl., andlát n.
explain v. útskýra
explanation útskýring f.
explicit adj. skýr, afdráttarlaus, berorður
explode vi. springa, vt. sprengja
exploit v. hagnýta, arðræna
explore v. kanna, rannsaka

explosion sprenging f.
explosive sprengiefni n.;
adj.sprengihættur
exponent veldisvísir m.
export útflutningur m.; v. flytja út
exportation útflutningsstarfsemi f.,
útflutningur m.
exposition (vöru)sýning f., útlistun f.,
greinargerð f.
exposure skjólleysi n., vosbúð f., afhjúpun f.,
lýsing (filmu) f.
expound v. útlista, túlka.
express v. tjá, láta í ljósi
express train hraðlest f.
expression tjáning f., framsetning f.,
orðatiltæki n.; (look) svipur m.; reikni-
þáttur m.
expression conditioner reikniskilyrði n.
exquisite adj. frábær, undurfagur
extend v. (fram)lengja, teygja úr, rétta fram
extension framlenging f., útvíkkun f.,
viðbygging f.; **e. cord** framlengingarsnúra
extensive adj. víðtækur, yfirgripsmikill
extent umfang n., stærð f., mark n.
exterior ytra útlit n.; adj. utanverður
exterminate v. gjöreyða
external ytri; **e. equipment** ytri búnaður m.,
jaðartæki n.pl.
extinct adj. útdauður
extinguish v. slökkva

extortion (fjár)kúgun f.
extra adj. (in addition) í viðbót, auka-; adv. (unusually) óvenjulega
extract útdráttur m.
extradite v. framselja
extraordinary óvenjulegur
extravagant eyðslusamur, óhóflegur
extreme ystur, feikilegur, öfgakenndur
extrovert adj. úthverfur, opinskár
exuberant adj. ríkulegur, gróskumikill, upprifinn
eye auga n.
eyebrow augabrún f.
eyelash augnhár n.
eyelid augnalok n.
eyewitness sjónarvottur m.

F

fable dæmisaga f., goðsaga f.
fabric vefnaður m., uppistaða f.
fabulous adj. ótrúlegur, stórkostlegur
facade framhlið f.
face andlit n.; v. snúa að, standa frammi fyrir
face powder andlitspúður m.
facilitate v. greiða fyrir, auðvelda
fact staðreynd f., veruleiki m.
factor þáttur m., stuðull m., verslunarstjóri m.

factory verksmiðja f.
factual adj. raunverulegur, sannur
faculty hæfileiki m., háskóladeild f.
fad tískufaraldur m., tískusérviska f.
fade v. upplitast, fölna, visna, hjaðna
faded (garments) upplitaður
fail v. bregðast, mistakast, bila, skorta, láta hjá líða
failing galli m., veikleiki m.
failure bilun f., brot n., óhapp n.
faint máttfarinn , (sound) daufur
fair markaður m.; adj. bjartur, ljóshærður, sanngjarn, heiðarlegur
fairly adv. sæmilega, réttilega, heiðarlega
fairy álfur m.
fairytale álfasaga f., ævintýri n., skröksaga f.
faith trú f.
faithful dyggur, trúr, áreiðanlegur
faithless ótrúr, óáreiðanlegur
fake eftirlíking f., fölsun f.
falcon fálki m.
fall n., v. falla, detta; **f. in love** verða ástfanginn af; **f. ili** veikjast
fallacy misskilningur m., villa f.
false falskur, ósannur
falsehood ósannindi n.pl., fals n.
falter v. hrasa, stama, hika
fame frægð f.
familiar kunnuglegur, tamur, venjulegur; f. with, vel heima í, vel kunnugur

family fjölskylda f.; **f. name** eftirnafn n.
famine hallæri n., hungursneyð f.
famous frægur
fan blævængur m., vifta f.; **f. belt,** viftureim f.
fanatical ofstækisfullur, stækur
fancy ímyndun f.; v. ímynda sér
fanfare lúðraþytur m., fagnaðarlæti n.pl.
fantastic fjarstæður, stórkostlegur
fantasy ímyndun f., hugarburður m.
far fjarlægur ; adv. langt
faraway adj. fjarlægur, fjarrænn
farce farsi m., skrípaleikur m.
fare fargjald n.
farewell vertu sæll
farm bær m., bóndabær m.
farmer bóndi m.
farming búskapur m., landbúnaður m.
far-off adj. fjarlægur
farther fjarlægari ; adv. lengra
farthest fjarlægastur ; adv. lengst í burtu
fascinate v. töfra, heilla
fascism fasismi m.,
fashion tíska f.
fashion show tískusýning f.
fashionable adj. í tísku, nýtískulegur
fast (firm) fastur, (quick) fljótur ; adv. fljótt
fasten v. festa, binda
fastener festing f., festitæki n.
fat fita f.; adj. feitur
fatal banvænn, örlagaríkur

fate örlög n.pl.
father faðir m.
father-in-law (pl. **fathers-in-law**) tengdafaðir m.
fatherland föðurland n.
fathom faðmur m.
fatigue þreyta f.
fatness fita f.
fatty adj. fitugur
faucet (Am.) krani m.
fault galli m., (mistake) villa f.; v. **find f. with,** finna að, gagnrýna
faultless gallalaus, óaðfinnalegur
faulty gallaður, ámælisverður
favour góðvild f., greiði m.; v. styðja, efla, vera meðmæltur
favourable vinsamlegur, hagstæður
favourite uppáhald n., eftirlætisgoð n.; adj. uppáhalds-
fear ótti m.; v. óttast
fearless óhræddur
feasible adj. mögulegur, framkvæmanlegur
feast veisla f., hátíð f.
feat afrek n.
feather fjöður f.
feature lögun f., svipur m., megineinkenni n.
fed up (with) dauðleiður (á)
federal adj. sambands-, alríkis-
federation ríkjasamband n., bandalag n.
fee gjald n., þóknun f.

feed v. fæða, (animals) fóðra
feed hole gripgat n.
feed pitch gatabil n.
feed track gripröð f.
feel v. finna, (pain) finna til, (touch) þreifa á ; **f. as if** mér finnst sem; **f. cold** mér er kalt; **how do you f.** hvernig líður þér; **f. sorry for** kenna í brjósti um
feeling tilfinning f.
feign v. látast
fell vt. fella, slá niður
fellow félagi m., náungi m.
fellow-countryman landi m.
felony glæpur n.
felt v. (p., pp. **feel**)
felt flóki m.
female kvenmaður m.; adj. kven-
feminine adj. kvenlegur, kvenkyns-
feminist kvenréttindasinni m.
fence girðing f.; v. girða
fender hlífðargrind f., aurbretti n., stuðari m.
ferment v. gerja(st), ólga
ferocious adj. grimmur
ferry ferja f.; v. ferja
fertile frjósamur
fertilizer áburður m.
festival hátíð f., hátíðisdagur m.
festive adj. hátíðlegur, gleðilegur
fetch v. ná í, sækja
feudal adj. léns-, lénsskipulags-

fever hiti m., hitasótt f.
feverish adj. sóttheitur, ofsalegur
few fáir
fiancé unnusti m.
fiancée unnusta f.
fibre trefjaefni n., þráður m.
fiction skáldskapur m.; tilbúningur m.
fidelity tryggð f., trúmennska f.
fidget v. vera eirðarlaus, iða
field völlur m., (arable) akur m.; svæði n., svið n., flekkur m.
field glasses sjónauki m., kíkir m.
fierce grimmur, æðislegur
fiery adj. brennandi, leiftrandi
fifteen fimmtán
fifteenth fimmtándi
fifth fimmti
fifty fimmtíu
fig (grá)fíkja f.
fight bardagi m.; v. berjast
figure mynd f.; lögun f.,(human) vöxtur m., (number) tala f.
file þjöl f., (spjald)skrá; **in single f.** í halarófu; v. sverfa, vista skjöl
file layout skráarsnið n.
filing skjalavistun f.
fill v. fylla; **f. up** (a car) taka bensín
fill justifying útjöfnun f.
fillet lundir f.pl., fiskflak n.
filling station (Am.) bensínstöð f.

film (camera) filma f., (cinema) kvikmynd f.
film star fiimstjarna f.
filter sía f.
filthy óhreinn, soralegur
fin uggi m.
final (sport) úrslitakeppni f.; adj. síðastur
finally loksins
finance fjármálavísindi n.pl., fjármálastjórn f.; v. fjármagna
finances fjárhagur m., fjármál n.pl.
financial adj. fjárhagslegur, fjármála-
finch finka f. (spörfugl)
find v. finna
fine adj. góður, ágætur, fínn
fine fésekt f.; v. sekta
finger fingur m.
fingernail (fingur)nögl f.
fingerprint fingrafar n.
finish endir m.; v. ljúka við, enda, klára
fiord fjörður m.
fir fura f., þinur m.
fire eldur m., (conflagration) bruni m.; **set f. to** kveikja í; v. brenna, kveikja í, (a gun) hleypa af, skjóta
fire alarm brunakall n., brunaboði m.
fire brigade slökkvilið n.
fire escape brunastigi m.
fire extinguisher (hand)slökkvitæki n.
fire station slökkvistöð f.
firearm skotvopn n.

fireman slökkviliðsmaður m.
fireplace eldstæði n.
fireproof eldtraustur
firewood eldiviður m.
firm adj. fastur, traustur, ákveðinn
firm firma f., fyrirtæki n.
firmware fastaminni n.
first adj. fyrstur
first aid skyndihjálp f., hjálp í viðlögum
first-aid kit sjúkrakassi m.
first and foremost fyrst og fremst
first class fyrsta flokks, (on ship) fyrsta farrými
first-rate fyrsta flokks, frábær
firstly í fyrsta lagi
firtree fura f., barrtré n.
fish fiskur ; v. fiska, veiða
fisherman fiskimaður m.
fishhook öngull m.
fishing gear veiðarfæri n.pl.
fishing grounds fiskimið n.pl.
fishing industry fiskiðnaður m.
fishing licence veiðileyfi n.
fishing line færi n., fiskilína f.
fishing net fiskveiðinet n.
fishing rod veiðistöng f.
fishing tackle veiðarfæri n.pl.
fishing-boat fiskibátur m.
fishmeal fiskimjöl n.
fishmonger fisksali m.

fission klofningur m., kjarnaklofnun f.
fist hnefi m.
fit kast n., hviða f., yfirlið n.;
v. fara vel, passa
fitness (líkams)hreysti f.; hæfileiki m., hæfni f.
fitting room mátunarherbergi n.
five fimm
fix v. festa, ákveða
fixed adj. fastur, ákveðinn, stöðugur
fixed-point part tölustofn m.
fizz hviss n., freyðandi drykkur m.
flabby adj. slappur, skvapholda
flag flagg n., fáni m.
flagellate svipudýr n.
flamboyant adj. íburðarmikill, ljómandi,
áberandi
flame logi m., bál n.; v. loga, blossa
flash glampi m., leiftur n.; v. glampa, leiftra
flashback endurlit n.
flashbulb flasspera f.
flashlight leifturljós n., vasaljós n.
flask flaska f., peli m.; **thermos f.** hita-
brúsi m.
flat (dwelling) íbúð f.; adj. flatur, (smooth)
sléttur
flatiron straujárn n.
flatten v. fletja, jafna, slétta
flatter v. skjalla, smjaðra
flattery smjaður n.
flavour bragð n., keimur m.

flea fló f.
flee v. flýja
fleet floti m.
flesh hold n., (meat) kjöt n.
flexible adj. beygjanlegur; **f. disk** disklingur m., mjúkur diskur m.
flight flótti m., (air) flug n.;
charter f. leiguflug
flimsy adj. veigalítill, efnislítill
fling v. varpa, sveifla
flint tinnusteinn m.
flip v. fletta, slá, varpa
flirt v. daðra
float v. fljóta
floating-point base veldisstofn m.
floating-point language kommutölumál n.
flock flokkur m. hópur m.
flog v. hýða
flood flóð n.; v. flæða (yfir)
floor gólf n., (storey) hæð f.
flop mistök n.pl.
floppy disk disklingur m., mjúkur diskur m.
florist blómasali m.
florist's (shop) blómabúð f.
flounder flyðra f.
flour hveiti n.
flourish skrautflúr n.; v. blómstra, dafna.
flow v. flæða, streyma, renna
flowchart flæðirit n., leiðamynd f.
flower blóm n.; v. blómgast

flower-shop blómaverslun f.
flowerbed blómabeð n.
flown v. (pp. **fly**)
flu flensa f.
fluctuate v. sveiflast, ganga í bylgjum
fluent adj. reiprennandi, liðugur, mælskur
fluff ló f., kusk n., fis n.
fluid straumefni n., vökvi n.; adj. fljótandi, (situation) óstöðugur
flunk (Am.) v. falla á prófi
flush v. roðna, fossa, sturta niður, skola
flute (þver)flauta f.
flutter óróleiki m., blak n.; v. titra, flökta
fly fluga f.
fly v. fljúga
foal folald n.
foam froða f.; v. freyða
foam rubber svampgúmmí n.
focus brennidepill m.
foetus fóstur n.
fog þoka f., mistur n.
foggy adj. þokufullur, óskýr, óljós
foil himna f., málmpappír m.
fold v. brjóta saman, leggja saman
folder mappa f.
foliage laufskrúð n.
folk fólk n.; adj. þjóð-
folkdance þjóðdans m.
folklore þjóðfræði f., munnmæli n.
folksong þjóðlag n.

follow v. fylgja, fara á eftir
folly vitleysa f., heimska f.
fond adj. (heimskulega) hrifinn; v. **be f. of** þykja vænt um
fondle v. kjassa
font skírnarfontur m., leturgerð f.
font change character leturbreytistafur m.
food fæða f., matur m.
foodstuff matvæli n.pl., næringarefni n.
fool bjáni m.; v. fífla(st), blekkja
foolish heimskulegur, kjánalegur
foolproof adj. fíflheldur, pottþéttur
foot (pl. **feet**) fótur m., (measure) fet n.
football (game) knattspyrna f.,(ball) fótbolti m.
football match knattspyrnuleikur m.
footbrake fótbremsa f.
footpath göngustígur m.
footprint fótspor n.
footsore sárfættur
for prp. fyrir, vegna, handa
for example til dæmis
for sale til sölu
forage fóður n.; v. leita ætis
forbid v. banna
force kraftur m., vald n.; v. neyða
forced landing nauðlending f.; **make a f. l.** nauðlenda
ford vað n.; v. fara yfir á vaði
forearm framhandleggur m.

forecast v. spá
foreclose v. ganga að veði
forefinger vísifingur m.
foreground forgrunnur m.
forehead enni n.
foreign útlendur, framandi
foreigner útlendingur m.
foreman verkstjóri m.
foremost adj. fremstur, leiðandi
foresail framsegl n., fokka f.
foresight framsýni f., forspá f.
forest skógur m.
forester skógarvörður m., skógræktarmaður m.
forever alltaf
forfeit sekt f.; v. fyrirgera, missa
forge v. smíða, (cheque) falsa
forgery fölsun f.
forget v. gleyma
forgetful gleyminn
forgive v. fyrirgefa
fork gaffall m., kvísl f.
form lögun f., mynd f.; v. stofna, mynda
form feed síðuskipti n.pl.
form feed character síðuskiptastafur m.
formal formlegur, viðhafnarlegur
formality viðhöfn f., formsatriði n.
formally formlega
format vt. móta, forsníða
former fyrri, fyrrnefndur

formerly áður fyrr, forðum
formula (pl. **formulas, formulae**) formúla f., forskrift f.
fort virki n.
fortify v. víggirða
fortnight tvær vikur f.pl., hálfur mánuður m.
fortress vígi n., virki n.
fortunate heppinn, heppilegur
fortune örlög n.pl., auður m., hamingja f.
forty fjörtíu
forward (s) adv. áfram
fossil steingervingur m.
foster v. fóstra, ala upp
fought v. (p., pp. **fight**)
foul adj. óhreinn, viðbjóðslegur
found v. stofna
foundation undirstaða f., stofnun f.
founder v. (ship) farast, sökkva
fountain uppspretta f., gosbrunnur m.
fountain pen lindarpenni m., sjálfblekungur m.
four fjórir
fourteen fjórtán
fourteenth fjórtándi
fourth fjórði
fowl (ali)fugl m.
fox tófa f.,refur m.
foyer anddyri n.
fraction (tuga)brot n.
fracture brot n., beinbrot n.
fragile brothættur

fragment brot n., slitur n.
fragrance ilmur m., angan f.
frame umgjörð f., rammi m., grind f., mynd (í myndaröð) f.
framework burðargrind f., frumdrög n.pl.
franchise einkaréttur m., (Am.) einkaumboð n.
frankfurter vínarpylsa f.
frankly hreinskilnislega
frantic óður, hamstola
fraternity bróðerni n., bræðralag n.
fraud svik n.pl.
freak dyntur m., vanskapnaður m.
freckle frekna f.
free frjáls, (without payment) ókeypis; v. frelsa
freedom frelsi n.
freeze vi. frjósa. vt. frysta
freezing frysting f.
freezing point frostmark n.
freight farmur m., fragt f., farmgjald n.
freight train (Am.) vöruflutningalest
French (language) franska f.; adj. franskur
Frenchman Frakki m.
frequency tíðni f.
frequent tíður
frequently oft, iðulega
fresh nýr, ferskur
friction núningur m., ágreiningur m.
fridge kæliskápur m.

friend vinur m.
friendly vingjarnlegur
friendship vinátta f.
fright ótti m., hræðsla f.
frighten v. hræða, skelfa
frightened hræddur, óttasleginn
frightful hræðilegur, skelfilegur
frigid adj. kaldur, kynkaldur
fringe kögur n., jaðar m.
frivolous adj. léttúðugur, lítilvægur
frock kjóll m., kufl m., hempa f.
frog froskur m.
from prp. frá, af
front framhlið f.; adj. fram-
frontier landamæri n.pl.
frost frost n., kuldi m.
frostbitten kalinn
froth froða f., fánýti n.
frown v. hleypa brúnum, yggla sig
frozen adj. frosinn
frugal adj. sparsamur
fruit ávöxtur m.
fruitful frjósamur
fruitless (without success) árangurslaus
frustrate v. hindra, ónýta, ergja
fry v. steikja
frying pan steikarpanna f.
fuel eldsneyti n.
fugitive flóttamaður m.
fulfil v. uppfylla, efna

full fullur, allur, mikill
fun gaman n.
function starfsemi f., tilgangur m., innbyggt fall n.
function v. starfa, vinna, vera í gangi
function key aðgerðarhnappur m.
fund sjóður m.
fundamental adj. grundvallar-,
funeral jarðarför f.
fungus sveppur m.
funnel trekt f., reykháfur m.
funny hlægilegur, skrítinn
fur loðskinn n.
furious ofsalegur, fokreiður
furnace (bræðslu)ofn m.
furnish v. veita, útvega, búa húsgögnum
furniture húsgögn n.pl.
furrier (loð)skinnasali m., feldskeri m.
furrow plógfar n.
furthermore adv. enn fremur, þar að auki
furthest adj. fjarlægastur; adv. fjarlægast, frekast
furtive adj. flóttalegur, lævís
fury ofsabræði f.
fuse (electricity) rafmagnsöryggi n.; v. bræða saman
fuselage flugvélarskrokkur m.
fuss hávaði m., læti n.pl.; v. gera veður út af, fuma
futile gagnslaus
future framtíð f.

G

gable gafl m.
gadget tæki n., tilfæring f.
gag v. múlbinda, kefla
gaiety glaðværð f., kæti f.
gaily glaðlega
gain gróði m.; v. fá, ná, græða
gait gangur m., göngulag n.
galaxy stjörnuþoka f., Vetrarbrautin f.
gale hvassviðri n.
gall gall n.; **g. bladder** gallblaðra f.
gallery myndlistarsalur m., svalir f.pl.
gallon Am. = 3.78 l., Br. = 4.57 l.
gallop valhopp n., stökk n.; v. valhoppa, stökkva
gallows gálgi m.
gallstone gallsteinn m.
galoshes skóhlífar f.pl
gamble áhætta f., áhættuspil n.; v. veðja á, leggja undir
game leikur m.
gang (óaldar)flokkur m.
gangrene drep n.
gangway landgöngubrú f. sætagangur m.
gannet súla f.
gaol fangelsi m.
gap skarð n., op n., gat n., sprunga f.
gape v. gapa, góna

garage bílskúr m., (for petrol) bensínsala f., (for repairs) bílaverkstæði n.
garbage rusl n., úrgangur m.
garden garður m.
gardener garðyrkjumaður m.
gargle v. skola kverkarnar
garlic hvítlaukur m.
garment flík f., fat n.
garret þakherbergi n., risíbúð f.
garrison setulið n.
garter sokkaband n.
gas gas n.
gasket þétting f., pakkning f.
gasoline (Am.) bensín
gasp v. taka andköf, mása
gastric adj. maga-; **g. ulcer** magasár n.
gastronomy matargerðarlist f.
gate hlið n.
gather vt. tína, safna saman, vi. safnast saman
gaudy adj. glyskenndur
gauge mælitæki n., mælieining f.; v. mæla, meta
gauntlet hanski m.
gauze grisja f., slæða f.
gave v. (p. **give**)
gay kátur; kynhverfur
gaze v. stara
gazette lögbirtingablað n.
gear (motor) gangskipting f., gír m.; **change g.** skipta um gír

gear lever gírstöng f.
gearbox gírkassi m.
gem gimsteinn m., dýrgripur m.
gender kyn n.
genealogy ættfræði f.
general adj. almennur
generalize v. alhæfa
generally almennt, venjulega
generate v. geta af sér, framleiða, valda
generation framleiðsla f., kynslóð f.
generator framleiðandi m., rafall m.
generosity göfuglyndi n., örlæti n.
generous göfuglyndur, örlátur
genetics erfðafræði f.
genital adj. kynfæra-
genius snilligáfa f., snillingur m.
gentle blíður
gentleman (pl. **gentlemen**) heiðursmaður m., maður m., herra m.
gently blíðlega, varlega
gentry lágaðall m., heldra fólk n.
genuine ósvikinn, ekta
geography landafræði f.
geology jarðfræði f.
geometry rúmfræði f., flatarmálsfræði f.
geriatrics öldrunarlækningar f.pl.
germ frjóangi m., sýkill m.
German (language) þýska f.; adj. þýskur
Germans Þjóðverjar m.pl.
gerund sagnarnafnorð n., lh.nt. sem nafnorð

gesticulate v. pata, baða út höndunum
get v. fá, ná í
get away v. komast undan, flýja
get back at v. ná sér niðri á
get in (election) v. vera kosinn, ná kosningu
get on v. komast áfram, ganga (vel eða illa), semja
get out of (difficulty) v. komast undan, sleppa
get out of bed v. fara á fætur
get over v. komast yfir, ná sér
get the better of v. sigra
get through (examination) v. standast (próf); fá samband
get tired of v. verða þreyttur á
get up v. fara á fætur
geyser geysir m., hver m.
ghastly skelfilegur
ghetto borgarhverfi minnihlutahópa n., gyðingahverfi n.
ghost draugur m., vofa f.
giant risi m.
gibberish bull n., hrognamál n.
giddiness svimi m., staðfestuleysi n.
giddy adj. svimandi, óstöðugur, léttúðugur
gift gjöf f.
gifted adj. hæfileikaríkur
gigantic adj. risastór
giggle v. flissa
gill tálkn n.pl.
gilt adj. gylltur

gimlet nafar m.
gimmick brella f.
gin einberjabrennivín n.
ginger engifer n.; adj. ljósrauðhærður
gipsy sígauni m., flakkari m.
girdle belti n., magabelti n.
girl stúlka f., (lass) stelpa f.
give v. gefa
give in v. gefast upp
give one's notice (in) v. segja af sér stöðu
give one's regards (love) to v. biðja að heilsa
give up for lost v. telja af
glacier (skrið)jökull m.
glad glaður, ánægður
gladiator skylmingamaður m.
gladness gleði f., ánægja
glamorous adj. töfrandi, heillandi
glamour töfraljómi m., töfrar m.pl.
glance snöggt tillit n.; v. líta snöggvast (**at**=á)
gland kirtill m.
glare v. glápa (at = á)
glaring adj. blindskær, auðsær
glass gler n., (tumbler) glas n., (mirror) spegill m.
glasses (for eyes) gleraugu n.pl.
glaze v. glerhúða, glerja
gleam v. leiftra, skína
glen þröngur dalur m., glúfur n.
glide v. renna, (in air) svífa
glider svifflugа f.

gliding svifflug n.
glimpse leiftursýn f.; v. sjá í svip, sjá bregða fyrir
glisten v. glitra, glóa
glitter v. glitra, glóa
global adj. hnattlaga, víðtækur, alheims-
globe hnöttur m.
gloom dimma f., (of mind) drungi m.
gloomy myrkur, hnugginn, niðurdrepandi
glorious adj. dýrlegur, dásamlegur
glory dýrð f.
gloss gljái m., glans n.
glossy adj. gljáandi, skínandi
glove hanski m.
glow v. glóa, skína
glue lím n.; v. líma
glum dimmur, dapurlegur, ólundarlegur
glutton mathákur m.
gnat mýfluga f.
gnaw v. naga
gnome dvergur m.
go v. fara
go in for v. leggja stund á, beita sér fyrir
go to bed v. (fara að) hátta
go without v. vera án
go wrong v. bila, mistakast
goal takmark n., markmið n., (football) mark n.
goalkeeper markvörður m.
goat geit f.
goblet bikar m.

goblin svartálfur m.
God guð m.
goddess gyðja f.
godfather guðfaðir m., skírnarvottur m.
goggles hlífðargleraugu n.pl.
going (I am) **going to** (ég) ætla að
gold gull n.
golden adj. gullinn, gylltur, gullvægur
goldmine gullnáma f.
goldsmith gullsmiður m.
golf course golfvöllur m.
gone v. (pp. **go**)
good gagn n., hagur m.; adj. góður
Good Friday föstudagurinn langi m.
good-humoured adj. glaðlyndur
good-looking adj. myndarlegur, aðlaðandi, fallegur
good-natured adj. góðlyndur, gæfur, meinhægur
good-tempered adj. skapgóður
goods vörur f.pl., farmur m.; **g. train** vöruflutningalest
goodwill velvild f.
goose (pl. **geese**) gæs f.
gooseberry garðaber n.
gooseflesh gæsahúð f.
gorge (ár)gljúfur n., kok n.; v. háma í sig, gleypa
gorgeous skrautlegur, glæsilegur
gospel guðspjall n.

gossip þvaður n., slúður n.; v. masa, slúðra
gourd grasker n.
gourmet sælkeri m.
gout þvagsýrugigt f.
govern v. stjórna
governess (einka)kennslukona f.
government stjórn f.
governor landstjóri m., höfðingi m.
gown kvöldkjóll m, sloppur m., hempa f.
grab v. hrifsa
grace yndisleiki m., þokki m., (at meals) borðbæn f.
graceful adj. þokkafullur, yndislegur
gracious adj. vinsamlegur, lítillátur, kurteis
grade röð f., flokkur m., tign f.; v. flokka, raða
gradient halli m.
gradual adj. stigvaxandi, hægfara
gradually smám saman
graduate útskriftarnemi m., framhaldsnemi m.; v. útskrifast
graft ágræðingur m.; misferli n.
grain (fræ)korn n.
grammar málfræði f.
grammatical adj. málfræðilegur
gramme gramm n.
gramophone plötuspilari m.
gramophone record hljómplata f.
grand mikilfenglegur, stórbrotinn
grandchild barnabarn n.
granddaugther sonar- eða dótturdóttir f.

grandfather afi m.
grandmother amma f.
grandson sonar- eða dóttursonur m.
grant veiting f., styrkur m.; v. gefa, veita, heimila
grape vínber n.
grapefruit greipaldin n.
graphic (symbol) letur n., leturtákn n.
graphic printer teikniprentari m.
grasp v. grípa (**at** = í)
grass gras n.
grasshopper engispretta f.
grassy grösugur
grate málmgrind f., rist f.; v. marra, ískra, raspa
grateful þakklátur
grater raspur m.
gratifying ánægjulegur, seðjandi
gratis ókeypis
gratitude þakklæti n.
gratuity þóknun f., gjöf f.
grave gröf f.; adj. alvarlegur, alvöruþrunginn
gravel möl f., malarsandur m.
gravely alvarlega
gravestone legsteinn m.
graveyard grafreitur m.
gravity þyngdarafl n., alvörugefni f., mikilvægi n.
gravy kjötsósa f., kjötsafi m.
graze skeina f.; v. strjúkast við, skráma

graze v. (of cattle) halda á beit, vera á beit
grease feiti f.; v. smyrja
greasy adj. fitugur, óþrifalegur
great mikill
great grandfather langafi m.
greed ágrind f.
greediness græðgi f.
green grænn
greengrocer grænmetis- og ávaxtasali m.
greenhouse gróðurhús n.
greens grænmeti n.
greet v. fagna, heilsa
greeting kveðja f.
gregarious adj. hópsækinn, félagslyndur
grenade handsprengja f.
grey grár
grey-haired gráhærður
greyhound mjóhundur m.
grid net n.; rúðunet hnitakerfis n.
grief sorg f.
grieve vt. hryggja, vi. syrgja
grill v. steikja á rist, glóða
grilled glóðaður
grillroom glóðarsteikingarstaður m., grill n.
grim vægðarlaus, óbilgjarn, viðbjóðslegur
grimace gretta f.; v. gretta sig
grin glott n.; v. glotta, skælbrosa
grind v. mala, mylja
grindstone hverfisteinn m.
groan stuna f.; stynja, andvarpa

grocer matvörukaupmaður m, nýlenduvörusali m.
groceries matvörur f.pl., heimilisvörur f.pl.
groin nári m.
groom hestasveinn m.; brúðgumi m.
groove gróp f., rás f., spor n.
grope v. fálma
gross heildarupphæð f.; adj. digur, feitur, afleitur
grotto hellir m., steinhvelfing f.
ground jörð f., grund f.
ground floor fyrsta hæð f.
grounds (reason) ástæða f.
group hópur m.; v. flokka
grove trjálundur m.
grow vi. vaxa, (become) verða; vt. rækta
growl v. urra, nöldra
grown-up fullorðinn
growth vöxtur m.
grub lirfa f.; matur m.
grudge v. öfunda, telja eftir, horfa í
grumble v. nöldra
grunt v. rymja
guarantee ábyrgðarhafi m., ábyrgð f.; v.ábyrgjast
guarantor ábyrgðarmaður m.
guard vörður m.; v. vernda, gæta, **g. against** vara sig á
guardian verndari m., fjárhaldsmaður m.
guerilla skæruliði m.

guess ágiskun f.; v. giska á, geta upp á
guest gestur m.
guest-room gestaherbergi n.
guesthouse gestahús n.
guidance leiðsögn f., handleiðsla f.
guide fylgdarmaður m., leiðsögumaður m.; v. fylgja, leiðbeina
guide dog leiðsöguhundur m., fylgdarhundur m.
guidebook leiðsöguhandbók f., ferðahandbók f.
guillotine fallöxi f.
guilt sekt f., afbrot n.
guilty sekur
guinea 1 pund og 5 pence
guinea pig marsvín n.; tilraunadýr n.
guitar gítar m.
gulf flói m., hyldýpi n.
gull máfur m.
gulp v. gleypa
gum gómur m., tannhold n.; gúmmí n.
gun byssa f.
gunboat fallbyssubátur m.
gunman byssubófi m.
gunpowder (byssu)púður n.
gush v. fossa, gusast, buna
gust gustur m., vindhviða f.
gusty adj. stormasamur, byljóttur
gut görn f., þarmur m.; **guts** þarmar m.pl.; hugrekki n.

gutter renna f., ræsi n.
guy gæi m., náungi m.
guzzle v. svolgra, háma
gymnasium íþróttahús n., leikfimisalur m.
gymnastics leikfimi f., fimleikar m.pl.
gynaecologist kvensjúkdómafræðingur m.
gynaecology kvensjúkdómafræði f.
gypsy sígauni m.
gyrate v. hringsnúast

H

habit venja f., vani m.
habitable byggilegur
habitual adj. venjulegur, vanabundinn
hacksaw járnsög f.
had v. (p., pp. **have**)
haddock ýsa f.
haemorroids gyllinæð f.
hail hagl n.
hair hár n.
hairbrush hárbursti m.
haircut hárklipping f.
hairdo hárgreiðsla f.
hairdresser hárgreiðslumaður m.
hairdryer hárþurrka f.
hairpin hárnál f.
hairspray hárlakk n.
hairy adj. hárugur, loðinn

hake lýsa f.
half (pl. **halves**) helmingur m.; adj. hálfur
half time leikhlé n., hálfleikur m.
half-breed kynblendingur m.
half-mast í hálfa stöng
half-wit hálfviti m.
halfway adv. á miðri leið, hálfvegis
halibut lúða f.
hall forstofa f., salur m.
Halloween hrekkjavaka, 31. október
hallucination ofskynjun f.
halo geislabaugur m.
halt v. (stop) nema staðar, stansa
halve v. helminga,
ham (saltað) svínslæri n., skinka f.
hamlet smáþorp n.
hammer hamar m.; v. hamra, negla
hammock hengirúm n.
hamper karfa f.
hand hönd f.; v. rétta
handbag handtaska f.
handbook handbók f.
handbrake handbremsa f.
handcuff handjárn n.pl.
handful handfylli n.
handicap fötlun f., forgjöf f.
handicraft handiðn f.
handkerchief vasaklútur m.
handle handfang n., skaft n.
handmade adj. handunninn

handrail handrið n.
handshake handaband n.
handsome myndarlegur, álitlegur
handwork handavinna f.
handwriting rithönd f.
handy (skilled) lagvirkur, (convenient) hentugur
hang vt. hengja, vi. hanga
hang-gliding svifdrekaflug n.
hangar flugskýli n.
hanger snagi m., herðatré n.
hangover timburmenn m.pl.
happen v. gerast, bera við, vilja til
happiness gleði f.
happy glaður
harass v. hrjá, ónáða
harbour höfn f.
hard harður, (difficult) erfiður
hard-boiled harðsoðinn, harðskeyttur
harden vt. herða, vi. harðna
hardly adv. varla, naumast
hardship erfiðleikar m.pl., þrautir f.pl., harðrétti n.
hardware járnvara f, vélbúnaður m.
hare héri m.
harlot vændiskona f.
harm skaði m.; v. skaða
harmful skaðlegur
harmless meinlaus, skaðlaus
harmonica munnharpa f.

harmonium stofuorgel n.
harmony samræmi n., samhljómur m.
harness aktygi n.pl.
harp harpa f.
harpoon skutull m.
harpsichord semball m.
harsh adj. harður, hastur, hrjúfur
harvest uppskera f., uppskerutími m.
has v. (pr. **have**)
hash kjötkássa f.
hashish hass n.
haste flýtir m.
hasten v. flýta, reka á eftir
hasty adj. skyndilegur, fljótfærnislegur
hat hattur m.
hatch lúga m., hleri m.; v. unga út, klekjast
hatchet smáöxi f.
hate hatur n.; v. hata
hateful andstyggilegur, hatursfullur
hatred hatur m.
haughtiness dramb n.
haughty adj. hrokafullur, drambsamur
haul v. draga, flytja
haunt v. sækja að, heimsækja oft, ásækja
have v. hafa, (possess) eiga
have on (clothes) v. vera í
have to v. verða að
haversack ferðapoki m., malur m.
hawk haukur m., fálki m.
hay hey n.

haystack heysáta f.
hazard áhætta f.
haze móða f., mistur n.
hazelnut heslihneta f.
hazy adj. þokukenndur
he prn. hann
head höfuð n.; **per h.** á mann; (from) **h. to foot** frá hvirfli til ilja
head of state þjóðhöfðingi m.
headache höfuðverkur m.
heading yfirskrift f., haus m.
headlamp framljós n.
headland höfði m.
headlight framljós n.
headline fyrirsögn f.
headmaster skólastjóri m.
headmistress skólastýra f.
headquarters höfuðstöðvar f.pl., aðalskrifstofa f.
headstrong adj. þrjóskur, staðfastur, ákafur
headwaiter yfirþjónn
headword uppflettiorð n.
heal v. lækna, græða, vi. gróa
health heilsa f., heilbrigði n.
health centre heilsugæslustöð f.
health certificate læknisvottorð n.
healthy adj. heilsugóður, heilnæmur
heap hrúga f.
hear v. heyra
hearing heyrn f., heyrnarmál n.

heart hjarta n.; **by h.** utanbókar
heart attack hjartaslag n.
heartburn brjóstsviði m.
hearth arinn m., eldstæði n.
heartless adj. miskunnarlaus, harðbrjósta
hearty adj. hjartanlegur, hressilegur
heat hiti m.; v. hita
heater hitari m.
heath (lyng)heiði f.
heathen heiðingi m.; adj. heiðinn
heather lyng n.
heating hitun f.
heaven himinn m.
heavy þungur
hedge limgerði n.
hedgehog broddgöltur m.
heed v. gefa gaum að, sinna
heel hæll m.
heifer kvíga f.
height hæð f.
heir erfingi m.
heirloom erfðagripur m.
helicopter þyrla f.
hell helvíti n.
helm stýri n.
helmet hjálmur m.
helmsman (pl. **helmsmen**) stýrismaður m.
help hjálp f.; v. hjálpa
help menu hjálparvalmynd f.
helper hjálparmaður m.

helpful hjálpsamur, gagnlegur
helping matarskammtur m.
hem (klæða)faldur m.
hemisphere hvel jarðar n.
hemorrhage blæðing f.
hemorrhoids gyllinæð f.
hemp hampur m.
hen hæna f.
hence héðan (í frá), þess vegna
henceforth adv. upp frá þessu, eftirleiðis
her prn. hana, henni, (possessive) hennar
herb jurt n.
herbivore grasbítur m.
herd hjörð f.
here hér, (to here) hingað
hereditary adj. arfgengur
heresy trúvilla f.
heritage arfleifð f.
hermit einsetumaður m.
hernia kviðslit n.
hero hetja f.
heroine kvenhetja f.
heroism hetjuskapur m.
heron hegri m.
herring síld f.
hers prn. hennar
herself prn. hún sjálf, sig, sér
hesitate v. hika (við)
heterosexual adj. kynvís
hexadecimal adj. sextánskur

hibernation vetrardvali m.
hiccup hiksti m.
hide v. fela
hide húð f., skinn n.
hide and seek feluleikur m.
hideous herfilegur
hierarchy klerkaveldi n., stigskipt félags-
kerfi n., stigveldi n.
high hár
high water háflæði n.
high-flown háfleygur, óraunsær
high-level language æðra forritunarmál n.,
háþróað tölvumál n.
highlight lýstur flötur m., hápunktur m.; v.
varpa skæru ljósi á
highway þjóðvegur m.
hijack v. ræna (flutningatæki)
hijacker ræningi m.
hike v. ferðast gangandi, þramma
hill hæð f., hóll m.
hillbilly fjallabúi m., sveitamaður m.
hillock hóll m.
hillside brekka f.
hilltop hæðarbrún f.
hilly hæðóttur
him prn. hann, honum
himself prn. hann sjálfur, sig , sér
hind adj. aftur - (as prefix)
hinder v. hindra
hinge löm f., hjara f., liður m.

hint vísbending f.; vottur m., ögn f.
hip mjöðm f., lend f.
hippopotamus flóðhestur m.
hire v. taka á leigu, leigja, ráða
hire leiga f.; **f. hire** til leigu
hire-purchase afborgunarkaup n.pl.
his prn. hans
histogram súlurit n., stöplarit n.
historian sagnfræðingur m.
historic sögufrægur
historical adj. sögulegur, sagnfræðilegur
history saga f.
hit v. hitta, hæfa
hitch v. kippa, festa með krók
hitchhike v. ferðast á puttanum
hitchhiker puttaferðamaður m.
hoard v. sanka að sér
hoarse hás, rámur
hoax gabb n.; v. gabba
hobby áhugamál n., tómstundastarf n.
hobbyhorse rugguhestur m.; helsta
áhugamál n.
hoe hlújárn n.
hoist v. hífa, lyfta
hold v. halda, (contain) taka
hold (in ship) lest f.
hole gat n.
holiday helgidagur m., frí(dagur) m.
holiday camp orlofsbúð f.
holiday resort orlofsstaður m.

hollow holur
holocaust fjöldamorð n.pl., gereyðing f.
holy heilagur
homage virðing f., hollustueiður m.
home heimili n.; adv. (at home) heima,(to home) heim, (from home) heiman
home computer heimilistölva f.
homemade adj. heimaunninn
homesickness heimþrá f.
homicide manndráp n.
homosexual adj. kynhverfur
honesty ráðvendni f.
honey hunang n.
honeymoon hveitibrauðsdagar m. pl.
honk (Am.) v. flauta, þeyta (bíl)lúður
honour heiður m., (esteem) virðing f.
honourable heiðarlegur, virðingarverður
hood hetta f., vélarhlíf f.
hoodlum bófi m., þorpari m.
hoof hófur m.
hook krókur m.,(fish-) öngull m.
hooping cough kíghósti m.
hoot v. flauta, þeyta (bíl)lúður
hoover ryksuga f.; v. ryksuga
hop hopp n., skopp n.; v. hoppa, skoppa
hop humall m.
hope von f.; v. vona
hopeful vongóður, (promising) efnilegur
hopeless vonlaus
horizon sjóndeildarhringur m.

horizontal adj. láréttur
horizontal coordinate láhnit n., x-ás m.
horn horn n., lúður m., bifreiðarflauta f.
horoscope stjörnuspá f.
horrible hryllilegur
horror skelfing f., viðbjóður m.
hors-d'æuvre forréttur m.
horse hestur m., hross n.
horse-races kappreiðar f.pl.
horseback hestbak n.
horseman hestamaður m., reiðmaður m.
horsemanship hestamennska f.
horsepower hestafl n.
horseradish piparrót f.
horseshoe skeifa f.
horticulture garðyrkja f., garðyrkjufræði f.
hose-pipe vatnsslanga f.
hosiery prjónles n., sokkavörur f.pl.
hospitable gestrisinn
hospital spítali m., sjúkrahús n.
hospitality gestrisni f.
host gestgjafi m., veitingamaður m.
hostage gísl m.
hostel farfuglaheimili n., stúdentagarður m.
hostess gestgjafi m., veitingakona f.
hostile fjandsamlegur
hot heitur; (taste) bragðsterkur
hot-tempered adj. bráðlyndur, uppstökkur
hotel gistihús n.
hour klukkustund f., tími m.

hourglass stundaglas n.
hourly adv. á hverri klukkustund
house hús n.; v. hýsa
household heimilishald n., heimili n.
housekeeper ráðskona f., húsfreyja f.
housekeeping heimilishald n., bústjórn f.
housemaid þjónustustúlka f., vinnukona f.
housewife húsmóðir f.
housework heimilisverk n.
hovercraft svifnökkvi m.
how hvernig, hversu
however (no matter how) hversu sem, (nevertheless) samt sem áður
hub hjólnöf f., þungamiðja f.
hug faðmlag n.; v. faðma, þrýsta að sér
huge gríðarstór, feikilegur
hum v. suða, raula
human adj. mannlegur, mennskur; **h. being** mannvera
humane mannúðlegur
humanity mannkyn(ið) n., manngæska f.
humble auðmjúkur, fábrotinn
humid rakur (um loft)
humidity raki k.
humiliate v. niðurlægja
humorous gamansamur, fyndinn
humour skap n., kímni f.
hunch óljós hugmynd f.
hundred hundrað

hundredweight vætt f.; 50,8 kg. (Br.), (Am.) 45,3 kg.
hunger hungur n.
hungry hungraður
hunt veiði f., (search) leit f.; v. veiða (dýr), **h. for** leita eftir
hurdle hindrun f., grind f.
hurl v. þeyta, varpa
hurricane fellibylur m., fárviðri n.
hurry v. flýta sér
hurt v. meiða, skaða, kenna til
hurtful adj. skaðlegur, hættulegur
husband eiginmaður m.
hut kofi m.
hybrid kynblendingur m.
hydrant brunahani m.
hydrofoil spaðabátur m.
hydrogen vetni n.
hygiene heilsufræði f., hollusta f.
hygienic adj. heilsufræðilegur, heilnæmur
hymn sálmur m.
hyphen bandstrik n.
hypnosis dáleiðsla f.
hypnotize v. dáleiða
hypochondria ímyndurnarveiki f.
hypocrisy hræsni f.
hypocrite hræsnari m.
hypotenuse langhlið þríhyrnings f.
hypothesis tilgáta f.
hysterics móðursýkiskast n.

I

I ég
ice ís m.
ice cream rjómaís m.
iceberg hafís m., borgarísjaki m.
Icelander Íslendingur
Icelandic (language) íslenska f.; adj. íslenskur
Iceland spar silfurberg n.
icon helgimynd f.,
icy ískaldur, háll, svellaður
idea hugmynd f.
ideal hugsjón f.; adj. fullkominn, fyrirmyndar-
idealist hugsjónamaður m.
identical adj. samur, nákvæmlega eins
identification (persónu)sönnun f.
identify v. bera kennsl á, sannprófa
identity einleiki m, samsemd f.; **i. card** nafnskírteini n.
ideology hugmyndafræði f.
idiom orðtak n., málfar n.
idiomatic adj. samkvæmur málvenju
idiot fábjáni m.
idiotic adj. fábjánalegur
idle iðjulaus, latur
idleness iðjuleysi n.
idol skurðgoð n., átrúnaðargoð n.
i.e. það er að segja (lat. **id est**)
if conj. ef, hvort , þótt

ignition kveiking f.; **i. coil** háspennukefli n.
ignorance fáfræði f.
ignorant fáfróður
ignore v. hunsa, gefa engan gaum að, virða að vettugi
ill veikur
illegal ólöglegur
illegible ólæsilegur
illegitimate óskilgetinn
illicit óleyfilegur
illiterate adj. ólæs og óskrifandi, ómenntaður
illness sjúkdómur m.
illuminate v. lýsa, varpa ljóma á
illumination lýsing f., uppljómun f.
illusion tálmynd f., hugarburður m.
illustrate v. (make clear) skýra, (picture) skreyta með myndum
illustration skýring f., mynd f.
illustrious adj. frægur, nafntogaður
image mynd f., ímynd f.
imaginable hugsanlegur
imaginary adj. ímyndaður
imagination ímyndun f., ímyndunarafl n.
imagine v. ímynda sér
imbecile fáráðlingur m., heimskingi m.
imitate v. líkja eftir, stæla
imitation eftirlíking f., stæling f.
immaculate óaðfinnanlegur,flekklaus, hreinn
immediate adj. tafarlaus, milliliðalaus, næstur, náinn

immediate instruction millilíðalaus skipun f.
immediately þegar í stað, strax
immense adj. gríðarstór, fjarskalegur
immerse v. dýfa í, kaffæra
immigrant innflytjandi m.
immigrate v. flytja til (lands)
immigration innflutningur (fólks) m.
imminent adj. yfirvofandi
immodest óhæverskur, frakkur
immoral ósiðlegur, siðlaus
immortal ódauðlegur, eilífur
immovable óhreyfanlegur, fastur
immune ónæmur (**to** = fyrir), undanþeginn (**from** = frá)
immunity ónæmi n., undanþága f.
immunize v. gera ónæman
impact árekstur m., högg n.
impact printer höggprentari m., punkta- eða nálaprentari m.
impartial óhlutdrægur, hlutlaus
impassable ófær, torfær
impatience óþolinmæði f.
impatient óþolinmóður
impede v. hindra, tálma
impediment hindrun f., tálmun f.
imperceptible adj. óskynjanlegur
imperfect adj. ófullkominn, ófullgerður
imperial adj. keisaralegur, heimsveldis-
impersonal ópersónulegur
impertinence ósvífni f.,

impertinent ósvífinn
implant ígræðsla f.
implement áhald n., tæki n.; v. framkvæma
imply v. benda til, gefa í skyn, þýða
impolite ókurteis
import innflutningur (vara) m.; v. flytja inn
import licence innflutningsleyfi n.
importance mikilvægi n.
important mikilvægur
importer (vöru)innflytjandi m.
impose v. leggja á, (deceive) blekkja
imposing adj. tígulegur, mikilfenglegur
impossible ómögulegur
impostor svikari m.
impotence vanmáttur m., getuleysi n.
impotent adj. vanmáttugur, getulaus
impracticable óframkvæmanlegur, ónothæfur
impress v. þrýsta, gera far í, koma fyrir sjónir
impression far n., mark n., áhrif n.pl.,
impressive adj. áhrifamikill, mikilfenglegur
imprison v. fangelsa
imprisonment fangelsisvist f.
improbable ólíklegur
improper rangur, ósæmilegur
improve v. bæta, vi. batna
improvement endurbót f., framför f.
improvise v. spinna, gera undirbúningslaust
imprudence hugunarleysi n., fyrirhyggjuleysi n.

imprudent óhyggilegur, fákænn
impudent adj. ósvífinn
impulse hvöt f., skyndihugmynd f.
impulsive fljótfærinn
in í, á; adv. inni
inaccessible óaðgengilegur
inaccurate ónákvæmur
inadequate ónógur
inadmissible adj. óleyfilegur, óhæfur, ótækur
inappropriate óhentugur, óviðeigandi
inaugurate v. vígja í embætti
inborn meðfæddur
incandescent adj. glóandi, skínandi
incapable óhæfur, ófær (**of** = til)
incendiary adj. íkveikju-
incense reykelsi n.
incentive frumkvæði n.
incessant sífelldur, stöðugur
inch þumlungur m., tomma f. (2,54 sm.)
incident atvik n. tilvik n.
incidental adj. tilviljunarkenndur, tilfallandi
incinerate v. brenna til ösku
incisor framtönn f.
incite v. hvetja, æsa
inclination tilhneiging f. (**to** = til); halli m., skái m.
incline v. hafa löngun til, halla(st)
inclined adj. hneigður, skáhallur
include v. fela í sér, ná yfir
inclusive meðtalinn, innifalinn

incognito sá sem fer huldu höfði
income tekjur f.pl.
income tax tekjuskattur m.
incompetent ófær, ekki starfi sínu vaxinn
incomplete ófullkominn, ófullgerður
incomprehensible óskiljanlegur
inconceivable óhugsandi, ótrúlegur
incongruous adj. ósamkvæmur, óviðeigandi
inconsolable óhuggandi
inconspicuous óálitlegur, lítt áberandi
inconvenience óþægindi n.pl., ónæði n.; v. valda óþægindum, ónáða
inconvenient óþægilegur
incorporate v. innlima, sameinast
incorrect rangur
increase aukning f.; v. auka(st)
incredible ótrúlegur
increment vöxtur m., hækkun f., gildisbreyting f.
incurable ólæknanlegur
indecent ósæmilegur
indeed adv. sannarlega, að vísu, raunar
indefensible óverjanlegur
indefinite óákveðinn
indemnity trygging f., skaðabætur f.pl.
independence sjálfstæði n.
independent adj. sjálfstæður, óháður
index (atriða)skrá f. vísitala f., registur n.; **i. finger** vísifingur m.
indicate v. benda á, láta í ljós, gefa til kynna

indication vísbending f., merki n.
indicator vísir m., stefnuljós n. gaumljós n.
indifferent skeytingarlaus, óvilhallur
indigenous adj. innfæddur, eðlislægur
indigestion meltingartruflun f.
indignant reiður, gramur
indignation reiði f., gremja
indirect óbeinn
indispensable ómissandi
indistinct óljós
individual einstaklingur m.; adj. einstaklingsbundinn
indoors adj. innanhúss, inn
induction span n., aðleiðsla f.
indulge v. veita sér, vera eftirlátur við
industrial iðnvæddur, iðnaðar- ; **i. area** iðnaðarsvæði
industrious iðinn
industry iðnaður m., (activity) vinnusemi f.
inedible óætur
inefficient afkastalítill, óhagkvæmur
inertia tregða f., aðgerðaleysi n.
inestimable ómetanlegur
inevitable óhjákvæmilegur
inexcusable óafsakanlegur
inexhaustible óþrjótandi
inexpensive ódýr
inexperienced óreyndur, reynslulaus
inexplicable óskýranlegur
infallible óskeikull

infamous illræmdur, svívirðilegur
infamy smán f., níðingsskapur m., níðingsverk n.
infancy bernska f.
infant ungbarn n.
infantile paralysis mænuveiki f., lömunarveiki f.
infantry fótgöngulið n.
infect v. smita, sýkja
infection smitun f., smit n., sýking f.
infectious smitnæmur, smitandi
infer v. álykta, draga ályktun
inferior lægri, lakari, óæðri
infiltrate v. smjúga, síast inn í
infinite óendanlegur, takmarkalus
infinitive nafnháttur m.
infirmary sjúkrahús n., sjúkrastofa f.
inflammable eldfimur
inflammation bólga f.; kveiking f., íkveikja f.
inflatable uppblásanlegur
inflate v. blása upp, belgjast út
inflation uppblástur m., verðbólga f.
inflection beyging f., sveigja f.
inflict v. valda sársauka, þjáningu
influence áhrif n.pl.; v. hafa áhrif á
influential áhrifamikill
influenza inflúensa f.
inform v. upplýsa, láta vita
informal óformlegur, látlaus
information upplýsingar f.pl.; **i. bureau** upplýsingamiðstöð

infrared innrauður
infrequent fátíður
infuriate v. æsa upp
ingratitude vanþakklæti n.
ingredient efnispartur m., þáttur m.
inhabit v. búa í, lifa í
inhabitable byggilegur
inhale v. anda að sér
inherit v. erfa
inheritance arfur m.
inhibition hömlur f.pl., bæling f.
initial fangamark n., upphafsstafur m; adj. fyrstur, upphafs-
initialization frumstilling f.
initialize vt. frumstilla
initiative frumkvæði n., framtakssemi f.
inject v. sprauta, dæla
injection innspýting f.; stunguskammtur m.
injure v. skaða, meiða
injurious skaðlegur
injury mein n., (damage) skaði m.
injustice ranglæti n.
ink blek n.
Inland Revenue skattayfirvöld n.pl.
inlet vogur m.; innrennsli n.
inmost innstur, dýpstur, leyndastur
inn gistihús n., veitingahús n.
inner adj. innri; **i. tube** hjólbarðaslanga f.
innkeeper gistihúseigandi m., kráareigandi m.
innocence sakleysi n.

innocent saklaus
innumerable óteljandi
inoculate v. bólusetja
inoculation bólusetning f.
inoffensive meinlaus
inorganic adj. ólífrænn
input inntak n.
input device inntakstæki n.
input-output channel boðrás f.
inquire v. spyrja um, grennslast fyrir um
inquiry fyrirspurn f., eftirgrennslan f.
inquisitive forvitinn
insane geðveikur
insanity geðveiki f.
inscription áletrun f., áritun f.
insect skordýr n.
insecticide skordýraeitur n.
insensitive ónæmur, tilfinningalaus
inseparable óaðskiljanlegur
insert innlegg n., viðbætir m.; v. stinga inn í, bæta inn í
inside innhverfa f.; adv. & prp. fyrir innan
insight innsýn f., skilningur m.
insignificant ómerkilegur, smávægilegur
insincere óeinlægur
insist v. vilja endilega, halda ákveðið fram, (demand) heimta
insolence ósvífni f.
insolent ósvífinn
insomnia svefnleysi n.

inspect v. rannsaka, skoða
inspection skoðun f., eftirlit n.
inspector eftirlitsmaður m., lögregluvarð-
stjóri m.
inspire v. blása í brjóst, hrífa, fá innblástur
install v. setja upp, koma fyrir
installation uppsetning f., innsetning f
instalment afborgun f., greiðsla f.
instance dæmi n.; **for i.** til dæmis
instant augnablik n.
instantly adv. þegar í stað, strax
instead í staðinn (**of**=fyrir)
instil v. innræta, glæða
instinct eðlishvöt f.
instinctive ósjálfráður, meðfæddur
institute stofnun f.; v. stofnsetja, innleiða,
hefja
institution stofnun f.
instruct v. kenna, fræða, (order) fyrirskipa
instruction kennsla f., fræðsla f., tilsögn f.
instructions fyrirmæli n.pl., (for use)
notkunarreglur f.pl., leiðbeiningar f.pl.
instructive fróðlegur
instructor leiðbeinandi m., kennari m.
instrument verkfæri n., tæki, (musical)
hljóðfæri n.
insufficient ófullnægjandi
insulate v. einangra
insulation einangrun f., (material)
einangrunarefni n.

insulator einangrari m., einangrunarefni n.
insult móðgun f.; v. móðga
insurance ábyrgð f., (vá)trygging f.; **i. policy** vátryggingarskírteini
insure v. (vá)tryggja
intact ósnortinn, heill
integer (number) heiltala f.
integral adj. óaðskiljanlegur, heill
integrate v. samlaga, fella saman, samþætta
integrated circuit samrás f., kubbur m.
integration sameining f., samlögun f., samþætting f.
intellect vitsmunir m.pl., gáfur f.pl.
intellectual adj. vitsmunalegur, gáfaður
intelligence greind f., gáfur f.pl.
intelligent greindur, gáfaður, skynlegur
intelligible skiljanlegur
intend v. ætla, hafa í hyggju (**to**=að)
intense adj. ákafur
intention ætlun f., áform n.
intentional adj. viljandi, tilætlaður
intercept v. stöðva, hindra, tálma
intercom kallkerfi n.
intercourse samskipti n., samgöngur f.pl., (dealings) viðskipti n.pl.; **sexual i.** kynmök m.pl.
interest áhugi m., (per cent) vextir m. pl.; v. vekja áhuga
interesting adj. áhugaverður, skemmtilegur
interface tengi n., tengirás f., rafeindamiðill m.

interface card tengibretti n.
interfere v. trufla, skipta sér af
interference truflun f., ónæði n.
interim millibil n.; **in the i.** á meðan
interior innhverfa f., iður n.pl.
interlude hlé n., millispil n.
intermediary milligöngumaður m., sáttasemjari m.
intermediate millistig n.; adj. milli-
intermezzo milliþáttur m.
intermission hlé n.
internal adj. innri, innvortis
international alþjóða-, milliríkja-
interpretation túlkun f., tjáning f.
interpreter túlkur m.
interrogate v. spyrja, (witness) yfirheyra
interrogation yfirheyrsla f.
interrogative adj. spurnar-, spurningar-
interrupt v. trufla, ónáða, stöðva, grípa fram í
interruption truflun f., ónæði n., stöðvun f., hlé n.
intersection skurðpunktur m., gatnamót n.pl.
interval millibil n., (at theatre) hlé n.
intervene v. koma á milli, ganga á milli
interview viðtal n.
intestine þarmur m., görn f.; **intestines** innyfli n.pl.
intimate náinn, innilegur
intimidate v. hræða
into prp. inn í, í

intolerable óþolandi
intoxicated adj. ölvaður, í vímu
intravenous adj. í (blá)æð
intrigue bragð n., undirferli n.
introduce v. kynna, innleiða
introduction kynning f., inngangur m.
intuition innsæi n.
inundate v. flæða yfir, kaffæra
invade v. ráðast inn í
invalid adj. ógildur
invaluable ómetanlegur
invariable óbreytanlegur
invasion innrás f.
invent v. finna upp
invention uppfinning f.
inventive hugvitsamur
inventor uppfinningamaður m.
inventory birgðir f.pl., (birgða)skrá f.; v. skrá, telja birgðir
invert v. hvolfa, snúa
inverted commas gæsalappir f.pl.
invest v. fjárfesta
investigate v. rannsaka
investigation rannsókn f.
investment fjárfesting f., fjármunir m.pl.
investor fjárfestandi m.
invigorate v. hressa
invisible ósýnilegur
invitation boð n.
invite v. bjóða

invoice vörureikningur m.
involve v. hafa í för með sér, fela í sér, snerta, flækja
involved adj. viðriðinn, flæktur (**in** = í)
inwards adv. inn á við
iodine joð n.
IOU (I owe you) skuldarviðurkenning f.
irascible skapbráður, uppstökkur
iron járn n.; v. (clothes) strauja
ironmonger járnvörukaupmaður m.
irony háð n., kaldhæðni f.
irregular óreglulegur
irreparable óbætanlegur
irresistible adj. ómótstæðilegur
irresolute hikandi
irresponsible ábyrgðarlaus, óábyrgur
irreverent adj. virðingarlaus
irrevocable óafturkallanlegur, óafturkræfur
irritable bráðlyndur, fyrtinn, viðkvæmur
irritate v. pirra, erta
is v. (pr. **be**)
island ey. f., eyland n.
isolate v. einangra
isolation einangrun f.
issue v. koma út, gefa út, renna
issue útkoma f., útgáfa f., tölublað n., umræðuefni n.
isthmus eiði m., grandi m.
it prn. það
italic skáletur n.

itch kláði m.; v. klæja, sárlanga
item atriði n.
itinerant adj. farand-
itinerary ferðaleið f., ferðaáætlun f.
its prn. þess
ivory fílabein n.
ivy bergflétta f., vafningsviður m.

J

jack (in cards) gosi m.
jacket jakki m.
jackpot vinningur m., pottur m.
jade jaði m.
jagged adj. skörðóttur, tættur
jail fangelsi n.
jailer fangavörður m.
jam ávaxtasulta f., (traffic) umferðar-öngþveiti n.
janitor húsvörður m.
jar krukka f.
jargon hrognamál n., fagmál n.
jaundice gula f., guluveiki f.
javelin kastspjót n,.
jaw kjálki m.
jawbone kjálkabein n.
jealous afbrýðisamur
jealousy afbrýðisemi f.
jeans gallabuxur f.pl.

jeep jeppi m.
jeer v. hæða, spotta
jelly hlaup n.
jellyfish marglytta f.
jeopardize v. setja í hættu
jerk rykkur m., skíthæll m.
jersey peysa f.
jest spaug n., gaman n.; v. grínast, gera gys að
jet þota f., buna f.
jet-black kolsvartur, biksvartur
jetty hafnargarður m., bryggja f.
Jew Gyðingur m.
jewel gimsteinn m., dýrgripur m.
jeweller gimsteinasali m., skartgripasali m.
jewellery gimsteinar m.pl., skartgripir m.pl.
jigsaw laufsög f.
jigsaw puzzle púsluspil n.
job vinna f., verk n.
jockey knapi m.
jog v. skokka
join v. tengja saman, sameina, ganga í, slást í hóp með
joiner húsgagnasmiður m.
joint liður m., (meat) kjötstykki n.; **out of j.** úr liði; adj. sameiginlegur
jointly adv. sameiginlega
joke brandari m., fyndni f.; v. segja brandara, grínast, skopast að
jolly glaður, kátur

journal dagblað n., dagbók f., fundarbók f.
journalism blaðamennska f.
journalist blaðamður m.
journey ferð f., ferðalag n.
joust burtreiðar f.pl.
joy gleði f.
joyful glaður, glaðlegur, gleðilegur
jubilee minningarhátið f.
judge dómari m.; v. dæma
judgement dómur m., (opinion) skoðun f.
judicious vitur, skynsamlegur
jug kanna f.
juggler sjónhverfingamaður m., loddari m.
juice safi m.
jukebox glymskratti m.
jump stökk n.; v. stökkva
jumper golftreyja f.
junction (road) vegamót n.pl.
jungle frumskógur m.
junior yngri
junk skran n., drasl n.
junkie dópisti m., fíkill m.
jurisdiction valdsvið n., lögsaga f.
jury kviðdómur m.
just réttlátur, (fair) sanngjarn; adv. alveg,
aðeins; **j. now** rétt áðan
justice réttvísi f. réttlæti n.
justify v. réttlæta; sætistilla, jafna
justly réttlátlega, réttilega
juvenile unglingur m: adj. ungur, unglinga-

K

kangaroo kengúra f.
keel kjölur m.
keen (sharp) beittur, hvass, (eager) ákafur
keep v. halda, varðveita, geyma
keep away from v. halda sig fjarri, forðast
keep on v. halda áfram, halda sig við
keep quiet v. þegja
keep up v. halda uppi, halda áfram
keep up with v. halda í við
keeper gæslumaður m., vörður m.
keepsake minjagripur m.
keg kaggi m., kvartil n.
kelp þari m.
kennel hundabyrgi n.
kerb(stone) kantsteinn (í götu) m.
kernel kjarni m.
kerosene steinolía f.
kettle ketill m.
key lykill m.
keyboard lyklaborð n.
keyhole skráargat n.
keypunch götunarvél f., gatari m.
kick spark n.; v. sparka
kickoff upphafsspark n., byrjun f.
kid (young goat) kiðlingur m., (child) krakki m.
kidnap v. ræna manni
kidney nýra n.

kill v. drepa
kilogramme kílógramm n.
kilometre kílómetri m.
kilt skotapils n.
kin ættingjar m.pl., skyldleiki m.
kind tegund f.; adj. góður
kindergarten leikskóli m., forskóli m.
kindle v. kveikja, brenna, æsa upp
kindly adj. góðlegur, vingjanlegur, ljúfur
kindness góðvild f.
kindred skyldlið n.
king konungur m.
kingdom konungsríki n., veldi n,
kinsman frændi m.
kinswoman frændkona f., frænka f.
kiosk söluturn m.
kipper reykt síld f.
kiss koss m.; v. kyssa, kyssast
kitchen eldhús n.
kitchen garden matjurtagarður m.
kite flugdreki m.
kitten kettlingur m.
kleptomania stelsýki f.
knack handlagni f.
knapsack bakpoki m.
knave óþokki m., bragðarefur m.
knee hné n.
kneecap hnéskel f
kneel v. krjúpa
knew v. (p. **know**)

knickers (kven)nærbuxur f.pl.
knife (pl. **knives**) hnífur m.
knight riddari m.
knit v. prjóna
knob húnn m., hnúður m.
knock högg n.; v. berja (á dyr)
knock against v. rekast á
knock down v. slá um koll
knot hnútur m.
know v. vita, (person) þekkja
knowingly adv. af ásettu ráði, vitandi vits
knowledge þekking f., kunnátta f.
known þekktur, viðurkenndur
knuckle hnúi m.
koala pokabjörn m.

L

label merki n., merkimiði m., vörumerki n.; v. merkja
laboratory tilraunastofa f., rannsóknarstofa f.
labour (toil) erfiði n., (work) vinna f.; fæðingarhríðir f.pl.
labourer verkamaður m.
lace blúnda f., kniplingar m.pl., (ribbon) borði m., (shoe) reim f.
lack skortur m.; v. skorta , vanta
lacquer lakk n.
lad piltur m.

ladder stigi m.
ladle ausa f.
lady (hefðar)kona f., dama f.
lagoon lón n,.
lair híði n.
lake stöðuvatn n.
lamb lamb n.
lame haltur
lament v. harma, kveina
lamentable hörmulegur
lamp lampi m.
lamppost ljósastaur m.
lampshade lampaskermur m.
land land n., jörð f.; v. lenda, landa
landlady kvenhúsráðandi m., veitingakona f.
landlord húsráðandi m., veitingamaður m.
landmark landamerki n., kennileiti n., þátta-
skil n.pl.
landowner landeigandi m.
landscape landslag n., (picture)
landslagsmynd f.
landslide skriða f.
lane stígur m., slóð f., akrein f.
language tungumál n., tunga f., málfar n.
languish v. veslast upp, dvína
lantern ljósker n., lukt f.
lap kjölta f.; v. lepja
lapel kragahorn n.
lapse smávilla f., glappaskot n.
lard svínafeiti f.

larder matbúr n.
large stór, mikill
lark lævirki m.; grín n.
laryngitis barkabólga f.
lass stúlka f., telpa f.
last adj. síðastur; **at l.** að lokum
last v. vara, standa yfir, endast
lasting adj. endingargóður, langvarandi
latch klinka f., loka f.
latchkey klinkulykill m., útidyralykill m.
late seinn, (former) fyrrverandi
lately adv. upp á síðkastið, undanfarið
latent dulinn, leyndur
lathe rennibekkur m.
lather löður n., froða f.
latitude (hnatt)breidd f., breiddargráða f.
latter síðari, síðarnefndur
laugh hlátur m.; v. hlæja
laughable hlægilegur
laughter hlátur m.
launch v. hleypa af stokkunum, hefja, byrja
launching sjósetning f., uppskot n.
launderette almenningsþvottahús n.
laundry þvottahús n., (washing) þvottur m.
lava hraun n.
lavatory salerni n.
lavish adj. eyðslusamur, örlátur
law lög n.pl., (study) lögfræði f.
lawful löglegur
lawn grasflöt f.

lawyer lögfræðingur m.
laxative hægðalyf n.
lay v. leggja, setja, (eggs) verpa
layer (jarð)lag n.
layman leikmaður m.
layout character sniðstafur m.
laziness leti f.
lazy latur
lead blý n.
lead v. leiða
leader leiðtogi m., (in newspaper) forustu-grein f.
leadership forysta f.
leading adj. fremstur, leiðandi, aðal-
leaf (pl. **leaves**) blað n.
leaflet bæklingur m.
league bandalag n., samband n.
leak leki m.; v. leka
leaky lekur
lean adj. magur
lean v. halla(st), (against) halla sér upp að
leap v. stökkva
leapyear hlaupár n.
learn v. læra
learned adj. lærður, menntaður
learner nemandi m., byrjandi m.
lease (contract) leigumáli m.; v. taka eða selja á leigu
leash ól f., taumur m.
least minnstur; **at l.** að minnsta kosti

leather leður n.
leave (permission) leyfi n.
leave behind v. skilja eftir
lecture fyrirlestur m.
lecturer fyrirlesari m., háskólakennari m.
ledge sylla f.
lee hlé n., skjól n.
left vinstri
left luggage office farangursgeymsla f.
left-handed örvhentur, vinstrihandar-
left-justify vt. vinstristilla, vinstrijafna
leg (fót)leggur m.
legacy arfur m., dánargjöf f.
legal löglegur, lögmætur
legation sendiráð n.
legend þjóðsaga f., goðsögn f.; áletrun f.
legible læsilegur
legislation löggjöf f., lagasetning f.
legitimate (child) skilgetinn
leisure tómstund f., næði n.
lemon sítróna f.
lemonade límonaði n., sítrónudrykkur m.
lend v. lána
length lengd f.
lengthen v. lengja
lengthways adv. langsum, eftir endilöngu
lenient mildur, vægur
lens linsa f.; **zoom l.** (teygjanleg)
aðdráttarlinsa f., breytilinsa f.
Lent langafasta f.

leprosy holdsveiki f.
less minni
lessen v. minnka, rýra
lesson lexía f.
let v. (permit) láta, leyfa, (lease) leiga;
  to l. til leigu
let go v. sleppa
lethal banvænn
letter bréf n., (of alphabet) bókstafur m.
lettuce salat n.
leukaemia hvítblæði n.
level adj. jafnsléttur, flatur; v. slétta
lever lyftistöng f., handfang n.
leverage vogarafl n.
liability ábyrgð f., tilhneiging f.
liable adj. ábyrgur, hneigður fyrir
liar lygari m.
liberal frjálslyndur
liberate v. frelsa
liberation frelsun f.
liberty frelsi n.
librarian bókavörður m.
library bókasafn n.
licence leyfi n.; **driving l.** ökuskírteini n.
license v. veita leyfi, heimila
lichen flétta f.
lick v. sleikja
lid lok n.
lie lygi f.; v. **tell a l.** ljúga; (in bed) liggja
lieutenant liðsforingi m.

life (pl. **lives**) líf n., ævi f.
life belt björgunarbelti n.
lifeboat björgunarbátur m.
lifetime ævi f., ævidagar m.pl.
lift lyfta f.; v. lyfta , hefja
ligament liðband n.
light adj. léttur
light ljós n.; adj. (colour) ljós, (bright) bjartur, (weight) léttur
light v. kveikja, lýsa
light bulb ljósapera f.
lighter (sígarettu)kveikjari m.
lighthouse viti m.
lightning elding f.
like adj. líkur ; adv. eins og
like v. líka, þykja vænt um
like-minded adj. samsinnaður
likely adj. líklegur, sennilegur
likewise adv. eins, einnig, sömuleiðis
lily lilja f.
limb limur m., stór trjágrein f.
lime (óslökkt) kalk n., súraldin n.
limit takmark n.; v. takmarka
limited company hlutafélag n.
limp v. haltra, hökta
line feed character línuskiptastafur m.
line interval línubil n.
line spacing línubil n.
linen hörléreft n., lín n., tau n.
liner áætlunarskip n., áætlunarflugvél f.

ling (fish) langa f.
lingerie undirfatnaður m., náttföt n.pl. (kvenna)
linguistics málvísindi n.pl.
lining fóður n.
link hlekkur m.; vt. hlekkja saman
linoleum línóleumgólfdúkur m.
lion ljón n.
lioness ljónynja f.
lip vör f.
lip-salve varaáburður m.
lipstick varalitur m.
liqueur líkjör m.
liquid vökvi m.
liquidate v. gereyða; gera upp skuld
liquor (Am.) áfengi n.
liquorice lakkrís m.
lisp smámæli n.
list listi m., skrá f.
listen v. hlusta (**to** = á)
listen in v. hlera, hlusta á útvarp
listener hlustandi m., áheyrandi m.
listing listun f., útskrift f.
literal fasti m.
literally adv. orðrétt, bókstaflega
literary adj. bóklegur, bókmenntalegur
literature bókmenntir f.pl.
litre lítri m.
litter drasl n., rusl n.
little lítill, smár

live v. lifa, (dwell) búa, eiga heima
livelihood lífsviðurværi n., atvinna f.
lively adj. líflegur, fjörugur
liver lifur f.
livestock búfé n.
living líf n., líferni n., viðurværi n.
living room setustofa f., dagstofa f.
lizard eðla f.
load byrði f., álag n.; v. hlaða
load vt. vista, hlaða
loaf (pl. **loaves**) brauð n., (brauð)hleifur m.
loan lán n.; **on l.** að láni; v. lána
loathe v. hafa óbeit á, hata
lobby anddyri n., anddyrisgangur m.
lobe eyrnasnepill m.
lobster humar m.
local adj. staðarlegur, staðbundinn; **l. call** svæðisbundið símtal n.
locality staður m., umhverfi n., nágrenni n.
locate vt. staðsetja, finna (e-u) stað
location staðsetning f., staður m.
lock lás m.; v. læsa
lock up v. læsa, loka inni
locker læstur skápur m.
locomotive (járnbrautar)eimreið f.
lodge skógarhús n., veiðikofi m.; v. hýsa, dvelj(ast)
lodger leigjandi m.
lodging(s) leiguhúsnæði n.
loft loft n., ris n., þakherbergi n.

log trjábolur m.
logic rökfræði f., rök n.pl., rökfærsla f.
logic unit rökverk n.
logical adj. rökréttur, rökfastur, rökrænn
logical function rökrænt fall n.
logical operator rökrænt aðgerðatákn n.
loins lendar n.pl.
lollipop sleikibrjóstsykur m.
lonely adj. einmana, fáfarinn
long v. **I long for** mig langar í
long langur; adv. (time) lengi
longing löngun f., þrá f.
longitude (hnatt)lengd f.
look (appearance) útlit n., (expression) svipur m.
look v. sjá, líta, horfa (á)
look after v. passa, gæta
look for v. leita að
look out v. gæta sín
looking glass spegill m.
loop lykkja f.
loophole smuga f.
loose laus
loosen v. losa, slaka, lina
loquacious adj. málgefinn
lord drottinn m., (title) lávarður m.
lorry vörubíll m.
lose v. missa, týna, tapa
loss tap n., missir m.
lost adj. týndur, vegavilltur

lot hlutur m., **a lot** mikið (af einhverju), (**the lot**) allt
lotion smyrsl n., húðkrem n.; **aftershave l.** rakspíri m.
lottery happdrætti n.
loud hávær, hávaðasamur
loudspeaker hátalari m.
lounge setustofa f.
louse (pl. **lice**) lús
love ást f.; v. elska
love story ástarsaga f.
lovely fallegur, indæll
lover elskhugi m.
low lágur
low-level language óæðra forritunarmál n.
lowbrow adj. menningarsnauður
lower v. lækka, láta síga; adj. lægri, neðri
lowercase character lágstafur m.
lowland láglendi n.
loyal adj. drottinhollur, trúr
lubricant smurolía f., koppafeiti f.
lubricate v. smyrja
lubrication system smurningskerfi n.
luck heppni f.
lucky heppinn
lucrative adj. ábatasamur
ludicrous adj. hlægilegur, fáránlegur
luggage farangur m.; **left l. office** farangursgeymsla f.
luggage rack farangursgrind f.

luggage van farangursvagn m.
lukewarm adj. volgur, hálfvolgur
lullaby vögguvísa f.
lumbago lendaverkur m. þursabit n., bakverkur m.
lumber timbur n.
lump köggull m., moli m., stykki n.
lump sugar molasykur m., n.
lumpfish (pl. **lumpfish**) hrognkelsi n.
lumpy adj. kekkjóttur
lunacy geðveiki f.
lunatic geðsjúklingur m.
lunatic asylum geðveikrahæli n.
lunch(eon) hádegisverður m.
lung lunga n.
lunge v. stökkva fram
lure tálbeita f.; v. tæla
lush adj. gróskumikill, þykkur
lust girnd f., losti m.
lustre ljómi m.
lute lúta f.
luxurious adj. íburðarmikill, munaðargjarn
luxury óhóf n., munaður m.
lynch v. taka af lífi án dóms og laga

M

macadamize v. malbika
machine vél f.

machine language vélamál n.
machinery vélar f.pl., vélbúnaður m.
mack(intosh) regnfrakki m.
mackerel makríll m.
mad vitlaus, brjálaður
madam frú f.
madness æði n.
madrigal raddað kórsöngslag n.
magazine (paper) tímarit n.
magic galdur m.
magician töframaður m.
magistrate yfirvald n., (judge) dómari m.
magnet segull m., seguljárn n.
magnetic adj. segulmagnaður, segul-
magnetic disk seguldiskur m.
magnetic disk unit seguldiskastöð f.
magneto segulrafall m.
magnificent mikilfenglegur, stórbrotinn
magnify v. stækka (upp)
magnitude stærð f., magn n.
magpie skjór m., skaði m.
maid meyja f., (vinnu)stúlka f., þerna f.
maiden yngismær f.
mail póstur m.; (Am.) **m. order** póstpöntun f.; v. póstleggja
mail box (Am.) póstkassi
main adj. aðal-
main circuit board aðalrökrásabretti n.
main control unit aðalstýriverk n.
main deck aðalþilfar n.

main line aðalumferðaræð f.
main memory aðalminni n.
main menu aðalvalmynd f.
main road þjóðvegur m
main street aðalgata f.
mainframe stórtölva f., megintölva f.
mainland meginland n.
mainly einkum, aðallega
mains stofnleiðsla f., aðalæð f.
maintain v. (keep up) halda við, (declare) halda fram
maintenance viðhald n., (of person) uppeldi n.
maize maís m.
majesty (konungs)tign f.
major (key in music) dúr m.; adj. meiri (háttar)
majority meirihluti m.
make gerð f.; v. gera, búa til, smíða
make a speech v. halda ræðu
make fun of v. gera gys að
make haste v. flýta sér
make-up andlitsfarði m.
maker framleiðandi m., skapari m.
malaria malaría f., mýrakalda f.
male karlmaður m.; adj. karlkyns-
malice illgirni f.
malicious illgjarn
malignant illkynjaður
mallard stokkönd f.
mallet tréhamar m., kylfa f.

malnutrition vannæring f.
mamma mamma f.
mammal spendýr n.
mammoth mammút m., loðfíll m.; adj. risavaxinn
man (pl. **men**) maður m.
managable viðráðanlegur
manage v. (direct) stjórna, (bring about) takast, heppnast
management stjórn(un) f.
manager framkvæmdastjóri m., forstöðumaður m.
mandarin mandarína f.
mandate tilskipun f., umboð n.
mandatory adj. lögboðinn
mane fax n.
manful adj. karlmannlegur
manger jata f.
manhole (ræsis)brunnur m.
manhood manndómur m., manndómsár n.pl.
maniac brjálæðingur m.
manicure handsnyrting f.
manifest v. sýna ljóslega, láta í ljós, sanna
manifesto stefnuyfirlýsing f.
manifold margvíslegur, margþættur
manipulate v. handleika, ráðskast með
mankind mannkyn n., menn m.pl.
manliness karlmennska f.
manly karlmannlegur
mannequin gína f., fatasýningarstúlka f.

manner háttur m., framkoma f.
manners mannasiðir m.pl.
manor herragarður m., höfuðból n.
mansion höfðingjasetur n.
mantelpiece arinhilla f.
mantissa tölustofn m.
manual handbók f.; adj. handvirkur, hand-
manufacture framleiðsla f., framleiðsluvara f.; v. framleiða
manufacturer framleiðandi m., iðnrekandi m.
manure húsdýraáburður m.
manuscript handrit n.
many adj. margir
map (landa)kort n.
maple hlynur m.
marble marmari m.
march (her)ganga f.; v. marséra, arka, stika
mare meri f., hryssa f.
margarine smjörlíki n.
margin rönd f., spássía f.; hagnaður m.
marinade kryddlögur m.
marital adj. hjúskapar-
maritime adj. siglinga-, sjávar-
mark blettur m., merki n.; v. merkja
market markaður m.
marketplace sölutorg n., markaður m.
marksman skytta f.
marmelade marmelaði n., ávaxtamauk n.
marquee stórt tjald n.
marquis markgreifi m.

marriage (wedding) gifting f.,brúðkaup n., (state) hjónaband n.
married giftur
marrow mergur m.
marry v. (of pair) giftast, gifta sig; (of father) gifta einhverjum (dóttur sína), (of priest) gifta
marsh flæðiland n., mýri f.
marshy mýrlendur, votlendur
martial adj. stríðs-, her-
martyr píslavottur m.
marvel undur n.; v. dást að, furða sig á
marvellous furðulegur, frábær
mascara augnháralitur m.
mascot lukkudýr n., heillagripur m.
masculine adj. karlmannlegur, karlkyns-
mash vt. merja, stappa
mask gríma f.
masochism sjálfspíslahvöt f.
mason múrari m.
mass magn n., massi m.; **m. production** fjöldaframleiðsla f.
Mass messa f., altarisganga f.
massacre blóðbað n., fjöldamorð n.
massage nudd n.; nudda (til lækninga)
masseur nuddmaður m., nuddari m.
massive gagnþéttur, óholur, efnismikill
mast siglutré n.
master (of house) húsbóndi m., (school) kennari m., (of ship) skipstjóri m., (expert) snillingur m., meistari m.

masterpiece meistaraverk n.
mat motta f.; adj. mattur, daufgljándi
match (equal) jafningi m., (game) kappleikur m., (for lighting) eldspýta f.
match-box eldspýtnastokkur m.
matchless adj. óviðjafnanlegur
mate félagi m.,(on ship) stýrimaður m.
mate (in chess) mát n.; v. máta
material efni n.
materialism efnishyggja f.
maternity adj. móður-, fæðingar-
mathematical stærðfræðilegur
mathematics stærðfræði f.
matinée síðdegissýning f.
matriarchy mæðraveldi n.
matriculation innritun (í háskóla) f.
matrimonial adj. hjúskaparlegur, hjónabands-
matrimony hjónaband n.
matrix fylki n. (samheiti yfir lista)
matron maddama f., ráðskona f.
matter (mál)efni n.; **what's the m.** hvað er að; **it doesn't m.** það gerir ekkert til
matter-of-fact adj. bókstaflegur, raunsær,
mattress dýna f.
mature adj. þroskaður, gjaldfallinn
maturity þroski m., gjalddagi m.
Maundy Thursday uppstigningardagur m.
mausoleum (veglegt) grafhýsi n., leghöll f.
maxim heilræði n., spakmæli n., meginregla f.
maximum hámark n., hágildi n.

may mega; v. **I may** ég má, ég get
maybe adv. ef til vill
mayor borgarstjóri m., bæjarstjóri m.
maze völundarhús n.
me prn. mig, mér, mín
meadow engi n.
meal máltíð f.
mean (despicable) auðvirðilegur,(stingy) nískur
mean (average) meðal - (as prefix)
mean v. meina, þýða, (intend) ætla
meaning merking f., þýðing f.
meaningless merkingarlaus, vitlaus
means efni n., ráð n.
meantime millitíð f.; **in the m.** á meðan, samtímis
meanwhile á meðan, samtímis
measles mislingar m.pl.
measure mál n.; v. mæla
meat kjöt n.
mechanic vélvirki m.
mechanical adj. véla-, vélfræðilegur, vélrænn
mechanics aflfræði f.,
mechanism vélbúnaður m., (véla)samsetning f.
medal minnispeningur m., orða f.
media fjölmiðlar m.pl.
mediaeval adj. miðaldalegur, miðalda-
mediate v. miðla málum, sætta
mediator sáttasemjari m.

medical adj. læknisfræðilegur
medical inspection lækniskoðun f.
medicine meðal n., lyf n., (study) læknisfræði f.
mediocre adj. miðlungs-, undirmáls-
meditate v. hugleiða, íhuga
Mediterranean Miðjarðarhaf n.
medium adj. meðalstór, miðlungsstór
meek mildur, kjarklaus
meet v. hitta, mæta
meeting fundur m.
meeting-place samkomustaður m.
melancholia þunglyndi n.
mellow adj. mjúkur, þroskaður
melodrama melódrama f., tilfinningamál n.
melodramatic adj. hástemmdur, tilfinningasamur
melody (söng)lag n.
melon melóna f.
melt vt. bræða, vi. bráðna
member félagi m., meðlimur m.
Member of Parliament þingmaður m.
membrane himna f.
memo minnisblað n., orðsending f.
memoir ævisaga f.
memorable minnisverður
memorandum minnisatriði n., orðsending f.
memorial minnismerki n.
memorize v. leggja á minnið, læra utanbókar
memory minni n.; **in m. of** til minningar um

menace ógnun f., ógnvaldur m.
mend vt. bæta, gera við; vi. (recover) batna
menopause tíðalok n.pl.
menstruation tíðir f.pl., klæðaföll n.pl.
mental andlegur, geðrænn
mentality vitsmunir m.pl, hugarfar n.
mention v. nefna, geta um, minnast á
menu matseðill m.; valmynd f.
mercenary málaliði m.
merchandise vörur f.pl., söluvarningur m.
merchant (stór)kaupmaður m.
merchantman kaupskip n.
merciful miskunnsamur
merciless miskunnarlaus
mercury kvikasilfur n.
mercy miskunn f.
mere adj. eintómur, einber
merely adv. eingöngu, bara
merge vt. steypa saman, sameina
merger sameining f., (fyrirtækja)samruni m.
merit verðleiki m., dyggð f.; v. verðskulda, eiga skilið
mermaid hafmeyja f.
merry kátur
Merry Christmas gleðileg jól
merry-go-round hringekja f.
mesh möskvi m.; **meshes** net n.
mess óreiða f., vandræði n.pl.; matsalur m.
message skilaboð n., boðskapur m.
messenger boðberi m., sendiboði m.

metal málmur m.
metamorphosis hamskipti n.pl.
metaphor myndhvörf n.pl.
metaphysics frumspeki f.
meteor loftsteinn m.
meteorology veðurfræði f.
meter (Am.) mælir m.
method aðferð f., háttur m.
methodical kerfisbundinn, vísindalegur
methylated spirits tréspíritus m.
metre metri m., (Am) mælir m.
metric adj. metrakerfis-
metrical adj. bragfræðilegur
mezzanine millihæð f., neðstu svalir (í leikhúsi) f.pl.
microchip örtölvukubbur m.
microcomputer örtölva f.
microcosm smáheimur m., heimur í hnotskurn m.
micro-organism örvera f.
microphone hljóðnemi m.
microscope smásjá f.
midday hádegi n.
middle miðja f.
Middle Ages miðaldir f.pl.
middle class miðstétt f.
midget dvergur m.
midnight miðnætti n.
midsummer miðsumar n.
Midsummer Day Jónsmessa, 24. júní

midwife (pl. **midwives**) ljósmóðir f., yfirsetukona f.
midwinter miður vetur, hávetur m.
might v. (p. **may**)
mighty adj. öflugur, voldugur
migraine mígren n., höfuðverkjakast n.
mild adj. mildur, mjúkur
mildew plöntumygla f.
mile míla (1609 m.) f.
milepost mílustöng f.
milestone mílusteinn m., tímamót n.pl., þáttaskil n.pl.
milieu (félagslegt) umhverfi n.
military adj. her-, hernaðar-, hermanna; **m. force** landher m.
militia varalið n.
milk mjólk f.; v. mjólka
milkshake mjólkurhristingur m.
milky adj. mjólkurgrár, mjólkurhvítur
mill mylla f., verkstæði n., verksmiðja f.
miller malari m.
milliner (dömu)hattari m.
millionaire milljónamæringur m.
mime látbragðsleikur m.
mimic v. stæla, herma eftir
mince vt. hakka, brytja
mincemeat kjöthakk n.
mind hugur m., skap n.; **change one's m.** skipta um skoðun; **have a m. to** hafa löngun til; **make up one's m.** ákveða sig, v. (care for) hirða um, passa

mine prn. minn, (mín, mitt)
mine (for coal) náma f.
miner námuverkamaður m.
mineral steintegund f., steinefni n.; **m. water** ölkelduvatn n.
minesweeper tundurduflaslæðari m.
miniature smámynd f., líkan n.
minimum lágmark n., lággildi n.
mining námugröfur m., námurekstur m.
minister (religion) prestur m., (government) ráðherra m.
ministry prestembætti n., ráðuneyti n.
mink minkur m., minkapels m.
minor adj. minni (háttar), lítilfjörlegur; (under age) ófullveðja
minor (key in music) moll m.
minority minnihluti m.
mint mynta f.; myntslátta f.
minus mínus m., frádráttarmerki n.; prp. að frádregnu
minute mínúta f.
minutes fundargerð f.
miracle kraftaverk n.
miraculous furðulegur, undursamlegur
mirage hillingar f.pl.
mirror spegill m.
mirth kæti f., hlátur m.
misbehave v. haga sér illa
miscarriage fósturlát n.
miscarry v. misheppnast, misfarast, missa fóstur

miscellaneous margbreytilegur, fjölbreyttur
mischief skaði m., hrekkur m.
mischievous skaðlegur, (of child) hrekkjóttur
misdemeanour minni háttar afbrot n.
miser nirfill m.
miserable vansæll, aumur, ömurlegur
misery eymd f., volæði n.
misfortune ógæfa f.
misleading villandi
mismanagement óstjórn f.
misogynist kvenhatari m.
misplaced adj. illa viðeigandi, óverðugur
misprint prentvilla f.
mispronounce v. bera rangt fram
Miss ungfrú f.
miss v. (feel lack of) sakna, (bus) missa af
missile (flug)skeyti n.
missing adj. týndur; **m. person** týnd manneskja f.
mission sendiför f., sendisveit f., verkefni n.
mist þoka f., mistur n.
mistake mistök n.pl., villa f.; v. misskilja, ruglast á
mistaken adj. misskilinn, rangur
mistress (of house) húsmóðir f., (school) kennslukona f., (lover) lagskona f.
mistrust v. vantreysta
misty þokufullur, óljós
misunderstand misskilja

misunderstanding v. misskilningur m., sundurþykki n.
misuse v. misnota, fara illa með
mitten (belg)vettlingur m.
mix v. blanda
mixed adj. blandaður, blendinn
mixer hrærivél f.
mixture blanda f.
moan v. kveina, stynja
moat kastaladíki n., vígisgröf f.
mob skríll m., múgur m.
mobile adj. hreyfanlegur, kvikur
mock spott n.; v. spotta, hæða
mockery háð n., spot n.
mode háttur m., hamur m., starfsstaða f.
model líkan n., fyrirmynd f., fyrirsæta f.
modem símatúlkur m., mótald n.
moderate hófsamur
moderation meðalhóf n.
modern nútíma-, nýtísku-
modest hæverskur, hlédrægur
modesty hæverska f.
modifier ákvæðisorð n., aðlögunarstafur m.
modify v. breyta (lítilsháttar), draga úr
module (rað)eining f.
moist adj. rakur, tárvotur
moisten vt. væta
moisture væta f., raki m.
moisturizing cream rakakrem n.

molar jaxl m.
mole varta f., moldvarpa f.
molecule sameind f.
molest v. áreita, abbast upp á
mollusc lindýr n.
moment augnablik n.
momentary adj. skammvinnur, augnabliks-
momentum skriðþungi m.
monarch konungur m., höfðingi m.
monastery (munka)klaustur n.
monetary adj. peninga-; **m. unit** mynteining f.
money peningar m.pl.
money order póstávísun f.
mongrel kynblendingur m.
monitor mænir m., skjátæki n.
monk munkur m.
monkey api m.
monochrome adj. einlitur
monogram fangamark n.
monologue eintal n.
monoplane einþekja f.
monopoly einokun f., einkasala f.
monosyllable einsatkvæðisorð n.
monotonous eintóna, tilbreytingarlaus
month mánuður m.
monthly mánaðarrit n.; adv. mánaðarlega
monument minnismerki n., minnisvarði m.
mood skap n.
moon tungl n.
moonlight tunglskin n.

moor mýrlendi n., lyngheiði f.
moor v. festa landfestum, leggja (liggja) við akkeri
moose elgur m.
mop v. þvo, þurrka upp
moped reiðhjól með hjálparvél n.
moral siðferðilegur
morality siðferði n.
morbid adj. sjúklegur, óhugnanlegur
more adj. meiri; once m. einu sinni enn
moreover ennfremur, þar að auki
morgue líkhús n.
morning morgunn m.; **this m.** í morgun; **tomorrow m.** í fyrramálið; **in the m-s.** á morgnana
morphia morfín n.
morphine morfín n.
morsel matarbiti m., ögn f.
mortal dauðlegur, (wound) banvænn
mortar steypuhræra f., mortél n.
mortgage veð n., veðréttur m.; v. veðsetja
moss mosi m.
most adj. mest(ur), flestir
mostly að mestu leyti, aðalega
motel mótel n.
moth mölfluga f., mölur m.
mother móðir f.
mother-of-pearl perlumóðir f.
motion hreyfing f., (proposal) tillaga f.
motive hvöt f., ástæða f.

motor mótor m., vél f.
motor car = car
motor coach ferðamannarúta f., áætlunarbíll m.
motor home gistibíll m.
motorboat mótorbátur m.
motorcycle mótorhjól n.
motoring bílakstur m.
motorist ökumaður m.
motorway hraðbraut f.
motto einkunnarorð n.
mould mygla f.
mouldy myglaður
mound haugur m., hrúga f., hóll m.
mount fjall n.
mountain fjall n.
mountain pass fjallaskarð n.
mountain range fjallgarður m.
mountaineering fjallganga f., fjallamennska f.
mountainous fjöllóttur
mourn v. syrgja
mourning sorg f., sorgarbúningur m.
mouse (pl. **mice**) mús f.
moustache yfir(vara)skegg n.
mouth munnur m., (of river) mynni n.
mouthpiece munnstykki n.; talsmaður m.
mouthwash munnskol n.
movable hreyfanlegur
move v. hreyfa, (house) flytja
movement hreyfing f.

movie kvikmynd f.; **the movies** bíó, kvikmyndasýning
movie theater (Am.) kvikmyndahús n.
mow v. slá gras
Mr. herra
Mrs. frú
much adj. mikill; adv. mikið
muck mykja f., óhreinindi n.
mucus slím n.
mud leðja f., for f.
muddle ringulreið f.; vt. klúðra, rugla
muddy óhreinn, forugur, útataður; óskýr, ruglingslegur
mudguard aurhlíf f.
muffler hálsklútur m., trefill m.
mug krús f., kolla f.
mule múlasni m.
mulligatawny karrísúpa f.
multi-user operating system fjölvinnslukerfi n.
multiplication margföldun f.
multiply v. margfalda
multitude mergð f., fjöldi m.
mummy múmía f.
mumps hettusótt f.
mundane adj. leiðinlegur, veraldlegur
municipal bæjar-
municipality bæjar- eða sveitarfélag n., bæjar- eða sveitarstjórn f.
munitions hergögn n.pl.

mural veggmálverk n.
murder morð n.; v. fremja morð, myrða
murderer morðingi m.
murmur muldur m., niður m.
muscle vöðvi m.
muscular vöðvastæltur, vöðva-
museum safn n.
mushroom sveppur m., gorkúla f.; v. vaxa ört
music tónlist f., hljómlist f.; nótur f.pl.
music hall tónleikasalur m.
musical söngleikur m.; adj. tónlistar-, tónvís, tónelskur
musician tónlistarmaður m.
muslin músselín n.
mussel kræklingur m., krákuskel f.
must v. verða, hljóta; **I must** ég verð, má til
mustang villihestur m.
mustard sinnep n.
muster v. safna saman
mute mállaus, hljóðlaus
mutilate v. misþyrma, limlesta
mutiny uppreisn f.
mutter v. tauta, tuldra
mutton kindakjöt n.
mutual gagnkvæmur, sameiginlegur
muzzle snoppa f., múll m.
my adj. minn, (mín, mitt)
myopic adj. nærsýnn
myself ég sjálfur
mysterious dularfullur

mystery leyndardómur m.
mystic adj. leyndardómsfullur
myth goðsögn f., goðsaga f.; skröksaga f., uppspuni m.
mythology goðafræði f.

N

nag v. nöldra, jagast
nail nagli m., (**finger-**) nögl f.
naive barnalegur
naked nakinn, ber
name nafn n.; v. kalla, nefna
namely adv. nefnilega, það er að segja
nap dúr m., blundur m.
napkin servíetta f., munnþurrka f., (baby) bleyja f.
nappy bleyja f.
narcosis (pl. **narcoses**) sljóleiki m., rænuleysi n., deyfilyfjadá n.
narcotic deyfilyf n.; adj. deyfandi, svæfandi
narrative frásögn f.
narrow þröngur, mjór; naumur, tæpur
narrow-minded adj. þröngsýnn
nasal adj. nef-, nefmæltur
nasty viðbjóðslegur, klúr
nation þjóð f., þjóðríki n.
national þjóðlegur, þjóðar-, ríkis-
national anthem þjóðsöngur m.

national dress þjóðbúningur m.
national park þjóðgarður m.
nationality þjóðerni n.
nationalize v. þjóðnýta, veita ríkisborgararétt
native adj. innfæddur, fæðingar-, meðfæddur
native country föðurland n.
native language móðurmál n.
nativity fæðing (Frelsarans)
natural náttúrulegur, eðlilegur
naturalize v. veita ríkisborgararétt
nature náttúra f., eðli n.
naughty óþekkur, óstýrilátur
nausea flökurleiki m., viðbjóður m.
naval adj. flota-, sjóliðs-
navel nafli m.
navigable skipgengur; sjófær, haffær
navigate v. sigla, stýra
navigation sigling(ar) f.(pl.), siglingafræði f.
navy floti m., sjóher m.
N.B. (lat. **nota bene**) aðgætið vandlega
near adj. nálægur, nákominn, naumur
nearby adj. nærliggjandi
nearly adv. næstum, nærri því
nearsighted nærsýnn
neat snyrtilegur, hreinlegur, snotur, (of liquor) óblandaður
nebula stjörnu- eða geimþoka f.
necessary nauðsynlegur
necessity nauðsyn f.; neyð f., þrenging f.
neck háls m.; **nape of the n.** hnakkagróf f.

necklace hálsmen n.
necktie hálsbindi n.
necromancy svartigaldur m., særingar f.pl.
need þörf f., nauðsyn f., neyð f.; v. þurfa, vanta, skorta
needle nál f.
needlework saumaskapur m.
negative neitun f.; adj. neikvæður
neglect vanræksla f.; v. vanrækja
neglectful hirðulaus
negligee (þunnur og gegnsær) kvensloppur m., híalínsloppur m.
negligence vanræksla f.
negotiate v. semja (um), komast að samkomulagi
negotiation samningaviðræður f.pl.
Negro svertingi m.
neighbour nábúi m., nágranni m.
neighbourhood nágrenni n.
neighbouring adj. nærliggjandi
neither hvorugur; **neither...nor** hvorki...né
neolithic nýsteinöld f.
nephew bróðursonur m., systursonur m., frændi m.
nepotism stöðuveitingar til skyldmenna f.pl.
nerve taug f., styrkur m., hugrekki n.; ósvífni f.
nervous tauga-, taugaveiklaður, taugaspenntur, órólegur, hræddur, kvíðinn
nervous breakdown taugaáfall n.
nest hreiður n., bæli n., aðsetur n.

nesting þráföldun f.
net net n.
network kerfi n., net n.
neuralgia taugapína f.
neurology taugasjúkdómafræði f.
neurosis hugsýki f., taugaveiklun f.
neuter adj. hvorugskyns-
neutral hlutlaus
neutrality hlutleysi n.
neutron nifteind f.
never aldrei, ekki nokkurn tíma
nevertheless engu að síður, samt sem áður
new nýr
New Year nýár n.
newborn nýfæddur
newfangled adj. nýstárlegur
news fréttir f. pl.
newsagent blaðasali m.
newspaper dagblað n.
newsreel fréttakvikmynd f.
newsstand blaðasölustaður m., blaðsölu-
turn m.
next næstur
next-door adj. í næsta húsi eða íbúð
nibble v. narta (í)
nice indæll, huggulegur, skemmtilegur,
viðkunnanlegur
niche veggskot n.; sess m., vist f.
nickname viðurnefni n., gælunafn n.
niece bróðurdóttir f., systurdóttir f., frænka f.

night nótt f., kvöld n.; **last n.** í gærkvöldi **at n.** á nóttunni
nightcap nátthúfa f., kvölddrykkur m.
nightdress náttkjóll m.
nightgown náttkjóll m.
nightingale næturgali m.
nightly adv. á hverju kvöldi, að kvöldi til
nightmare martröð f.
nil ekkert, núll
nine níu
nineteen nítján
nineteenth nitjándi
ninety níutíu
ninth níundi
nip v. klípa, bíta
nipple brjóstvarta f., geirvarta f.
nitrogen köfnunarefni n.
no nei
no one prn. enginn, ekki neinn
nobility aðall m., ættgöfgi n.
noble ættgöfugur, göfuglyndur
nobleman aðalsmaður m.
nobody prn. enginn, ekki neinn
nod v. kinka kolli, dotta
node hnútur m., hnútpunktur m.
noise (loud) hávaði m., hljóð n.
noisy hávær, hávaðasamur
nomad hirðingi m.
nominal adj. að nafninu til, málamynda-, óverulegur, lítill

nominate v. útnefna, tilnefna
nomination útnefning f., tilnefning f.
nominative framsöguháttur m.
nominee sá sem tilnefndur er m.
nonchalant adj.spjátrungslegur, kæruleysislegur
none prn. enginn, (engin, ekkert)
nonsense vitleysa f., fíflalæti n.pl.
noon hádegi n.
noose snara f.
normal eðlilegur, venjulegur
Norse norræn tunga f.; adj. norrænn
north norður
North Pole norðurheimsskaut n., norðurpóll m.
northerly adj. norður-, norðlægur, norðanstæður
northern adj. norður-, norðlægur, norðanverður
northern lights norðurljós n.pl.
Norwegian Norðmaður m., (language) norska f.; adj. norskur
nose nef n., trýni n., trjóna f.
nosebleed blóðnasir f.pl.
nostalgia söknuður m., heimþrá f.
nostril nös f., nasahol n.
not ekki, eigi; **n. at all** alls ekki
notary vottfestir m., lögbókari m.
notch hak n.
note minnispunktur m., athugasemd f., miði m., nóta f., tónn m.

note v. skrifa niður til minnis, (notice) taka eftir
note paper skrifpappír m.
notebook minnisbók f., glósubók f.
noted adj. þekktur, nafnkunnur
nothing prn. ekkert; **n. else** ekkert annað
notice athygli f., gaumur m., aðvörun f., fyrirvari m.,
notice (advertisement) tilkynning f., auglýsing f.
notice v. taka eftir, veita athygli
noticeable greinilegur, eftirtektarverður
notify v. tilkynna, láta vita
notion hugmynd f., skoðun f.
notorious alræmdur, alkunnur
notwithstanding prp. þrátt fyrir; conj. enda þótt, þó að; adv. engu að síður
nought núll, ekkert
noun nafnorð n.
nourish v. næra, ala á
nourishing adj. næringarríkur, saðsamur
nova nýstirni n., blossastjarna f.
novel skáldsaga f.; adj. nýstárlegur, nýr
novelist skáldsagnahöfundur m.
novice nýliði m., byrjandi m.
now nú, núna; **now and then** við og við
nowadays adv. nú á dögum
nowhere hvergi ; **n. else** hvergi annars staðar
nozzle stútur m., túða f.
nuance blæbrigði n.
nuclear adj. kjarna-, kjarn-; **n. energy** kjarnorka f.

nucleus kjarni m., atómkjarni m., frumukjarni m.
nude nakinn, ber
nugget (gull)moli m.
nuisance óþægindi n.pl., plága f.
numb tilfinningalaus, dofinn
number tala f., númer n.
numeral tölustafur m., töluorð n.
numeric variable talnabreyta f.
numerous fjölmargir, fjölmennur
nun nunna f.
nunnery nunnuklaustur n.
nurse hjúkrunarkona f., barnfóstra f.; v. hjúkra, fóstra, hlynna að
nursery barnaherbergi n., vöggustofa f., leikskóli m.; gróðrarstöð f.
nursery rhyme barnavísa f., barnagæla f.
nut hneta f., (metal) ró f.; brjálæðingur m.
nutcracker hnotubrjótur m.
nutritious nærandi, næringarríkur
nutshell hnotskurn f.
nylon stockings nælonsokkar m.pl.

O

oak eik f.
oar ár f.; v. róa
oasis (pl. **oases**) gróðurvin f.
oath eiður m., blótsyrði n.

oatmeal haframjöl n.
oats hafrar m.pl.
obedience hlýðni f.
obedient hlýðinn
obey v. hlýða, gegna
obituary dánartilkynning f., minningargrein f.
object v. mótmæla
object to v. hafa eða vera á móti
objection mótmæli n., mótbára f.
objective takmark n., markmið n.; (grammar) andlagsfall n.
obligatory adj. skyldugur, skyldubundinn
oblige v. skuldbinda, skylda, setja í þakkarskuld; **much obliged** kærar þakkir
obliging adj. hjálpsamur, greiðvikinn
obliterate v. má út, afmá
oblivion gleymska f.
oblong rétthyrningur m.; adj. ílangur
obnoxious adj. andstyggilegur
obscene adj. klámfenginn, viðbjóðslegur
obscure óskýr, óljós, dimmur, lítt þekktur, lítilvægur
observation athugun f., eftirtekt f.
observatory (stjörnu)athugunarstöð f.
observe v. taka eftir, athuga, skoða, verða að orði, fara eftir, virða
obsession þráhyggja f., meinloka f.
obsolescent adj. úreltur
obsolete úreltur, gamaldags
obstacle hindrun f., fyrirstaða f.

obstetrics fæðingarlækningar f.pl.
obstinate adj. þrár, þrjóskur
obstruction hindrun f.
obtain v. fá, öðlast, ná
obtainable fáanlegur
obvious auðljós, greinilegur
occasion tækifæri n., viðburður m.; **on this o.** í þetta sinn
occasionally adv. stundum, öðru hverju
Occident Vesturlönd n.pl.
occupant íbúi m., ábúandi m., handhafi m.
occupation atvinna f., starf n., (possession) eignarhald n., (military) hernám n.
occupy v. (milit.) hernema, hafa umráð yfir, sitja, hafa á hendi, búa, vara; ná yfir, taka upp, (oneself with) starfa við, fást við
occur v. eiga sér stað, koma fyrir
occurrence viðburður m., atvik n.
ocean (út)haf n.
oceanography haffræði f.
o'clock klukkan (eitt, tvö o.s.frv.)
octagon átthyrningur m.
octopus kolkrabbi m.
odd adj. stakur, ójafn, (peculiar) skrítinn
odds yfirburðir m.pl., vinningshlutfall n.
odious andstyggilegur
odour ilmur m., lykt f.
odyssey ævintýraferð f.
of prp. af, frá, eftir, úr
of course auðvitað

off prp. burt, af frá
offal slátur n., innmatur m.
offence móðgun f., árás f., (crime) afbrot n.
offend v. móðga, syndga
offensive adj. móðgandi, óþægilegur, árásar- sóknar-
offensive (military) sókn f., árás f.
offer tilboð n.; v. bjóða, bjóðast til
office (job) embætti n., (place) skrifstofa f.
officer (military) liðsforingi m., (police) lögregluþjónn m.
official adj. embættis-, embættislegur; opinber starfsmaður m.
offline adj. frátengdur
offset v. vega á móti
often adv. oft, tíðum
ogre tröll n.
oil olía f.; **fuel oil** brennsluolía f.; v. smyrja
oil filter olíusía f.
oil painting olíumálverk n.
oil pressure olíuþrýstingur m.
oil refinery olíuhreinsunarstöð f.
oil well olíulind f.
oily adj. olíukenndur, olíumikill, olíuborinn
ointment smyrsl
OK, O.K., okay allt í lagi, ókei
old gamall; **o. age** elli f., elliár n.pl.
old-fashioned adj. fornfálegur, gamaldags
omelette eggjakaka f.,
ominous adj. illsvitandi, óheillavænlegur

omission úrfelling f., vanræksla f.
omit v. fella úr, sleppa (úr), vanrækja
omnibus strætisvagn m.
omnipotent adj. almáttugur
omniscient adj. alvitur
omnivore alæta f.
on prp. á, við, um
once einu sinni; **at o.** strax; **o. more** einu sinni enn
oncoming adj. komandi, sem er í nánd
one einn, einhver, nokkur; maður
one-dimensional array einvítt fylki n.
oneself prn. sig, sjálfan sig
onion laukur m.
online adj. viðtengdur
onlooker áhorfandi m.
only adj. eini, hinn eini, einka-; adv. aðeins, bara, eingöngu
onomatopoeia hljóðlíking f.
onwards adv. áfram, fram á við
opaque adj. ógagnsær
open vt. opna, vi. opnast ; adj. opinn
opening op n., inngangur m., byrjun f.
opera ópera f., söngleikur m.
opera house söngleikhús n.
operate v. ganga, starfrækja, stjórna, verka, valda, skera upp
operating system stýrikerfi n.
operation starfsemi f., starfræksla f., athöfn f., verkun f., uppskurður m.

operator vélamaður m., tækjastjóri m., símavörslumaður m.; aðgerðartákn n.
operator console stjórnborð n.
operator control panel stjórnborð n.
operetta óperetta f.
ophthalmology augnlæknisfræði n. pl
opinion skoðun f., álit n.
opponent andstæðingur m., mótherji m.
opportune adj. hagstæður
opportunity tækifæri n.
oppose v. vera eða mæla á móti, vera mótfallinn, vera andvígur
opposite adj. gagnstæður ; prp. andspænis, á móti
opposition mótstaða f., fjandskapur m.
oppress v. kúga, bæla niður, þjaka
optician sjóntækjafræðingur m.
optics ljósfræði n.pl.
optimism bjartsýni f.
optimist bjartsýnismaður m.
optimistic adj. bjartsýnn, bjartsýnis-
optimum adj. bestur, hagstæðastur
option val n., valfrelsi n., forkaupsréttur m.
optional adj. valfrjáls
opulent adj. auðugur, ríkulegur
or conj. eða
oracle véfrétt f.
oral munnlegur, munn-
orange appelsína f.
orator ræðumaður m.

orbit sporbraut f.
orchard aldingarður m.
orchestra hljómsveit f.
ordain v. vígja til prests, lögleiða
ordeal þrekraun f.
order skipun f., (goods) pöntun f.; **in o.** í lagi, **in o. to** til þess að; **made to o.** eftir pöntun; **out of o.** í ólagi; **postal o.** póstávísun f.; v. skipa, panta
order-form pöntunarseðill m.
orderly adj. skipulegur
ordinal adj. rað-
ordinarily adj. venjulega, að jafnaði
ordinary adj. venjulegur, reglulegur, hversdagslegur
ordnance hergögn n.pl., fallbyssur f.pl.
ore málmgrýti n.
organ (anatomy) líffæri n., (music) orgel n., (of opinion) málgagn n.
organic adj. lífrænn, líffæralegur
organization félagasamtök n.pl., skipulag n., fyrirkomulag n.
organize v. skipuleggja, bindast samtökum
orgy svallveisla f.
Orient Austurlönd fjær n.pl., Asíulönd n.pl.
oriental adj. Austurlanda-, austurlenskur, austrænn
orientate v. átta sig á, glöggva sig á (nýju umhverfi)
orienteering ratleikur m.

origin uppruni m., upphaf n., ætterni n.
original upprunalegur, upphafs-, frum-, frumlegur
originality frumleiki n.
originally adv. upprunalega, upphaflega
ornament skraut n.; v. skreyta
ornamental adj. skraut-, skrautlegur
ornithology fuglafræði n.pl.
orphan munaðarleysingi m.
orthodontics tannréttingar f.pl
orthodox adj. rétttrúaður, hefðbundinn
oscillate v. sveiflast
osmosis himnuflæði n.
ostensible adj. yfirskins-
ostracize v. útskúfa
ostrich strútur m.
other annar, hinn; **the o. day** (hérna) um daginn; **every o. day** annanhvorn dag; **on the o. hand** á hinn bóginn, aftur á móti
otherwise adv. annars, (differently) öðruvísi, á annan hátt
ought to v. á , ber, ætti, bæri; I ought to ég ætti að
ounce únsa f. (28,35 g. eða 29,57 ml.)
our prn. okkar, vor
ours prn. okkar, vor
ourselves prn. við sjálfir, sjálfa okkur
out adv. út, úti,(not at home) að heiman
outboard adv. utanborðs
outbreak upphaf f., útbrot n.

outcast úrhrak n.
outcome útkoma f., niðurstaða f.
outdo v. skara fram úr
outdoors adv. úti, utan dyra
outer adj. ytri, utanyfir-
outfit útbúnaður m., klæðnaður m., útgerð f.
outgrow v. vaxa upp úr
outlaw útlagi m.
outlet útrennsli n., rafmagnsinnstunga f.
outline útlína f., ágrip n., uppkast n.; v. gera frumdrátt að
outlook útlit n., viðhorf n.
output framleiðsla f., afköst n.pl.; úttak n.
output device úttakstæki n.
outrage ofbeldi n., svívirðing f., hneyksli n.
outrageous adj. svívirðilegur, hryllilegur
outside adv. & prp. fyrir utan ; adv. úti
outsider utangarðsmaður m., óviðkomandi aðili m.
outsize yfirstærð f.
outskirts útjaðar m.
outstanding adj. framúrskarandi, áberandi, útistandandi
outward adj. ytri, yfirborðs-, út-; adv. út
oval adj. sporöskjulaga
ovary eggjastokkur m., eggleg n.
oven ofn m.
over prp. yfir, utan yfir, ofan á; **o. there** þarna
overall sloppur m.; **overalls** samfestingur m., galli m.

overcast adj. skýjaður, þungbúinn
overcoat yfirfrakki m., yfirhöfn f.
overcome v. sigra, vinna bug á, yfirbuga
overdose ofurskammtur m.
overdraft yfirdráttur m.
overdrive yfirgír m.
overdue adj. síðbúinn, á eftir áætlun, gjaldfallinn
overflow yfirflæði n.
overgrown adj. ofvaxinn, þakinn
overhaul v. taka í gegn, skoða; ná, hlaupa uppi
overhead adv. fyrir ofan, uppi yfir
overkill ofnotkun herstyrks f.
overlook v. sjá yfir, leiða hjá sér, sjá út yfir, fylgjast með, hafa umsjón með
overnight adv. næturlangt, um nóttina, skyndilega
overrate v. meta of hátt, ofmeta
overseas adj./adv. erlendis
oversight yfirsjón f.
oversleep v. sofa yfir sig
overstrung adj. taugaspenntur
overtake v. ná, hlaupa uppi, aka (fara) fram úr, skella yfir
overthrow v. kollvarpa, steypa af stóli, binda enda á
overtime eftirvinna f.
overtired adj. uppgefinn, örmagna
overture forleikur m.

overweight yfirvikt f.
overwhelm vt. yfirbuga
overwork v. ofkeyra, ofreyna, ofnota
ovum eggfruma f.
owe v. skulda, eiga að þakka
owing adj. gjaldfallinn; **owing to** vegna, sökum
owl ugla f.
own v. eiga, viðurkenna, gangast við; adj. eigin
owner eigandi m.
ox (pl. **oxen**) uxi m., tarfur m.
oxidation oxun f.
oxtail uxahali m.
oxygen súrefni n.
oyster ostra f.

P

pace skref n., (göngu)hraði m., gangur m.
Pacific Ocean Kyrrahafið n.
pacifism friðarstefna f.
pacifist friðarsinni m.
pack pakki m., böggull m.; v. pakka (niður), þjappa saman; p. up hætta
package pakki m., böggull m.
packet smápakki m., smáböggull m.
packing innpökkun f., pakkning f.
pact samningur m. samkomulag n.

pad dýna f., þófi m, skrifblokk f., blekpúði m.
paddle róðrarspaði m.; v. róa (með róðrarspaða)
paddock hestagirðing f.
padlock hengilás m.
paediatrics barnalækningar f.pl
pagan heiðingi m.; adj. heiðinn
page (of book) blaðsíða f.
pageant hátíðarskrúðganga f.
pageboy vikapiltur m.
pail fata f., skjóla f.
pain verkur m., kvöl f.
painful kvalarfullur, erfiður
painless sársaukalaus, átakalítill
paint litur m., málning f.; v. mála
paintbox litastokkur m.
paintbrush málningarpensill m.
painter málari m.
painting málverk n.
painting málun f.,(picture) málverk n.
pair par n., samstæða f.
palace (konungs)höll f.
palatable gómsætur
pale fölur
palette litaspjald n.
palisade stauragirðing f.
pallbearer líkmaður m.
palm (of hand) lófi m., (tree) pálmi m.
palmist lófalesari m.
palpitation óeðlilega hraður hjartsláttur m.

pamphlet bæklingur m., pési m.
pan panna f.
pancreas briskirtill m.
pancake pönnukaka f.
pandemonium háreysti f.
pane gluggarúða f.
panel panill m., þil n., speldi n., pallborðsumræðuhópur m.
panic felmtur n., óðagot n.; vera gripinn skelfingu
panic-stricken óttasleginn
panorama víðsýni n., víðmynd f.
pant v. mása, standa á öndinni
pant suit buxnadragt f.
panties (kven)nærbuxur f.pl.
pantomime látbragðsleikur m.
pantry matarbúr n., framreiðsluherbergi n.
pants buxur f.pl.
pantyhose (kven)sokkabuxur f.pl.
paper pappír m., (news-) dagblað n.
paper throw pappírsskrun n.
paperback pappírskilja f.
parachute fallhlíf f.
parade skemmtiganga f., skrúðganga f., hersýning f.
paradox þverstæða f., þversögn f.
paraffin parafínolía f., steinolía f., ljósolía f.
paragraph efnisgrein f., málsgrein f.
parallax sýndarhliðrun f.
parallel adj. samsíða, samhliða, hliðstæður

parallel interface card fjölrása tengibretti n.
parallel printer fjölrása prentari m.
paralysis lömun f., hnignun f., stöðvun f.
parameter færibreyta f.
paranoia ofsóknarkennd f.
parapet brjóstvirki n., handrið n.
paraphrase v. umrita, umorða
parasite sníkjudýr n., sníkill m.
parasol sólhlíf f.
paratrooper fallhlífahermaður m.
parboil v. hálfsjóða, ofhita
parcel pakki m., böggull m.
parch v. skrælna, sviðna, þurrka upp
parchment pergament n., bókfell n.
pardon fyrirgefning f., (legal) náðun f.;
v. fyrirgefa, náða
parent foreldri m.
parenthesis (pl. **ses**) svigi m., innskot n.
parents-in-law tengdaforeldrar m.pl.
paring börkur m., hýði n., afhýðing f., flysjun f.
parish sókn f., hreppur m.
park skemmtigarður m., almenningsgarður m.
parking bílastæði n.; **no p.** bílastæði bönnuð
parking fee bílastæðisgjald n.
parking light stöðuljós n.
parking lot (Am.) bílastæði n.
parking meter stöðumælir m.
parking zone bílastæðissvæði n.
parley umræðufundur m., samnings-
umleitun f.; v. ræða við (óvin), semja

parliament (þjóð)þing n.; (Icelandic) Alþingi n.
parliamentary adj. þingræðislegur, þing-
parlour setustofa f., gestasalur m., dagstofa f.
parody skopstæling f., skrumskæling f.
parole drengskaparorð n., reynslulausn (úr fangelsi) f.; v. láta lausan til reynslu
paroxysm hviða f., kast n.
parrot páfagaukur m.
parry v. bera af sér, víkja sér undan
parse v. orðflokkagreina
parsimonious adj. sparsamur, nískur
parsley péturselja f., steinselja f.
parson (sóknar)prestur m.
parsonage prestssetur n.
part partur m., hluti m., hlutverk n.; v.skilja
partial adj. hlutdrægur, hluta-
participant þátttakandi m.
participate v. taka þátt í
participle lýsingarháttur m.
particle ögn f., öreind f., smáorð n.
particular adj. sérstakur, tiltekinn, einstakur, nákvæmur; **in p.** einkum
particularly adv. sérstaklega
parting skilnaður m.
partisan (eindreginn) fylgismaður m., skæruliði m.; adj. flokks-, skæruliða-
partition skipting f., skilrúm n., milliveggur m.
partly adv. að einhverju leyti, sumpart
partner félagi m., meðeigandi m., mótspilari m.

partridge akurhæna f.
party (political) flokkur m., (entertainment) samkvæmi n.
pass (mountain) fjallskarð n.
pass vt. fara (framhjá), (examination) standast (próf) ; vi. líða
passage leið f., gangur m., göng n.pl., langferð f., kafli m., hluti m.
passenger farþegi m.
passer-by vegfarandi m.
passion ástríða f., (anger) reiðikast n.
passionate ástríðufullur, bráður
passive adj. aðgerðalaus, óvirkur; (grammar) þolmynd f.
Passover páskahátíð (gyðinga) f.
passport vegabréf n.
password kenniorð n., lykilorð n.
past adj. liðinn, horfinn, fyrrverandi; prp. framhjá, (fram) yfir
paste klístur n., deig n.; v. klístra, líma
pasteurize v. gerilsneyða
pastiche stæling f.
pastime dægradvöl f., dægrastytting f.
pastor (sóknar)prestur m.
pastry hveitideig n., sætabrauð n.; **p. shop** sætabrauðsbúð f.
pasture beitiland n., hagi m.
pat adv. hiklaust, vöflulaust, mátulega
pat klapp n.; (butter) smjörklípa f.; v. klappa, slá létt

patch pjatla f., leppur m., bót f., blettur m., skiki m.; v. bæta, hnoða saman, lappa upp á
patent einkaleyfi n.
paternal adj. föðurlegur, föður-
path gangstígur m., slóð f., braut f., leið f.
pathetic adj. átakanlegur, sorglegur
patience þolinmæði f.
patient sjúklingur m.; adj. þolinmóður
patio innanhúsgarður m., verönd f.
patriarch ættfaðir m., patríarki m., yfirbiskup m.
patriot föðurlandsvinur m.
patriotism föðurlandsást f.
patrol varsla f., gæsla f., varðflokkur m.; v. vakta, vera á verði, fara eftirlitsferð um
patron verndari m., velunnari m., stuðningsmaður m.
patter trítl n., létt högg n., dropafall n.; v. trítla, tifa, falla í dropum
pattern fyrirmynd f., mynstur n., snið n.
paunch kviður m., ístra f., bumba f.
pauper fátæklingur m., sveitarómagi m.
pause bið f., hlé n., hvíld f., hik n.; v. hætta í bili, staldra við, nema staðar
pave v. steinleggja, þekja, hylja
pavement (Am.) gangstétt f.
pavilion sumarskáli m., skemmtihýsi n., sýningartjald n.
paw löpp f., hrammur m., krumla f.

pawn (hand)veð n.; v. veðsetja, pantsetja; veð n., pantur m.; (in chess) peð n.; vt. veðsetja
pawnbroker veðlánari m.
pay v. borga, gjalda, greiða; **p. attention** gefa gaum
payee greiðsluþegi m., viðtakandi m.
payment borgun f., laun n.pl.
payroll launaskrá f.
pea matbaun f.
peace friður m.
peaceful friðsæll, friðsamur, friðsamlegur
peach ferskja f.
peacock páfugl m.
peak tindur m.,toppur m.
peak hour háannatími m.
peak season annatími m.
peal klukknaómur m., klukknaspil n.; v. hljóma, klingja
peanut jarðhneta f.; **peanuts** smámunir m.pl.
pear pera f.
pearl perla f.
peasant sveitamaður m., smábóndi m.
peat mór m.
pebble smásteinn m., vala f.
peck gogg n., pikk n.; v. gogga, pikka, kroppa
pectoral adj. brjóst-
peculiar einkennilegur, sérstakur
peculiarity einkenni n., sérkennileiki m.
pedal fótstig n., fetill m., pedali m.

pedantic adj. smásmugulegur einstrengingslegur
pedestal fótstallur m., súlufótur m.
pedestrian fótgangandi maður m.
pedicure fótsnyrting f.
pedigree ættartala f., (göfugur) uppruni m.
pedlar farandsali m.
peel v. afhýða, skræla, flagna
peep v. gægjast
peer jafningi m., aðalsmaður m.
peerless adj. óviðjafnanlegur, frábær
peg snagi m., (clothes) þvottaklemma f.
pellet smákúla f., hagl n.
pelt v. ausa yfir, láta dynja á
pelvis mjaðmargrind f., grindarhol n.
pen penni m.
penalty hegning f., sekt f., bætur f.pl.
pencil blýantur m.
pencil-sharpener blýantsyddari m.
pendant hangandi skraut n.
pendulum pendúll m., dingull m
penetrate v. troða sér í gegnum, fara inn í, gagntaka
penguin mörgæs f.
peninsula skagi m.
penis getnaðarlimur m.
penitence iðrun f., yfirbót f.
penitentiary hegningarhús n., betrunarhús n.; adj. saknæmur, hegningar-, betrunar-
penknife pennahnífur

penniless félaus
penny (pl. **pennies** & **pence**) penný n. (1/100 úr pundi)
pension eftirlaun n.pl.
pensioner lífeyrisþegi m., eftirlaunamaður m.
Pentecost hvítasunna f., hvítasunnudagur m.
penthouse þakíbúð f., skyggni n.
people fólk n.; people (pl. **peoples**) þjóð f., þjóðflokkur m.
pep lífsfjör n., orka f.; v. hressa, uppörva
pepper pipar m.
per cent prósent, hundraðshluti m.
perceive v. skynja, (understand) skilja
percentage prósenta f., hundraðshluti m., hlutfall n.
perceptible skynjanlegur, greinilegur
perception skynjun f., skilningur m.
perch fuglaprik n.; v. tylla sér, tróna
percolate v. trekkja, sía(st), dreifast
percolator kaffivél f., kaffikanna f.
percussion högg n., sláttur m.; **p. instrument** slagverkshljóðfæri n.
peremptory adj. endanlegur, loka-; ráðríkur; skilyrðislaus
perfect adj. fullkominn; v. fullkomna, fullgera
perfection fullkomnun f.
perfectly adv. fullkomlega, algjörlega
perfidious adj. svikull, sviksamlegur
perforation riflína f., götun f.
perform v. framkvæma, starfa, uppfylla, flytja, sýna

performance framkvæmd f., efndir f.pl., afköst n.pl., flutningur m., sýning f.
perfume ilmur m., (liquid) ilmvatn n.
perhaps adv. ef til vill, kannski
peril hætta f., ógn f.
perilous háskalegur
period tímabil n., tímaskeið n., tími m., lota f.; punktur m.
periodical tímarit n.; adj. reglubundinn, lotubundinn, tímabils-
peripheral adj. jaðar-, yfirborðslegur, yfirborðs-
peripheral device jaðartæki n., fylgibúnaður m.
periscope sjónpípa f., hringsjá f.
perish vi. farast, glatast
perishable adj. tortímanlegur, rotgjarn
peritonitis lífhimnubólga f.
perjury meinsæri n.
permanent varanlegur, stöðugur, fastur
permeable adj. gljúpur, gegndræpur
permeate v. síast í gegnum, gegnbleyta, gagntaka, fylla
permission leyfi n.
permit leyfi n.; v. leyfa
perpendicular adj. lóðréttur, hornréttur
perpetrate v. fremja, drýgja
perpetual adj. eilífur, varanlegur, stöðugur, látlaus
perquisite aukaþóknun f., hlunnindi., forréttindi n.

persecute v. ofsækja, hrjá
persist in v. halda áfram með ; halda fast við, standa fast á
person persóna f.
personal adj. persónulegur, einka-
personal computer einkatölva f.
personality persónuleiki m.
personify v. vera persónugervingur
personnel starfsfólk n.
perspective fjarvídd f., fjarvíddarmynd f., heildarsýn f., sjónarhóll m.
perspiration sviti m., svitamyndun f.
perspire v. svitna
persuade v. telja trú um, sannfæra, fá til að (gera eitthvað)
persuasion sannfæring f.
pertinent adj. viðeigandi
peruse v. lesa (vandlega)
perverse adj. þvermóðskufullur, rangsnúinn, siðspilltur
pervert öfuguggi m.; v. spilla, rangsnúa, afbaka
pessimism svartsýni f.
pessimistic adj. svartsýnn, bölsýnn
pesticide plágueyðir m.
pestilence farsótt f., drepsótt f., plága f.
pet gæludýr n.; adj. gælu-, eftirlætis-
petition beiðni f., bænarskrá f.
petrify v. steinrenna, gera að steini, lama
petrol bensín n.

petrol pump bensíndæla f.
petrol station bensínstöð f.
petrol tank bensíntankur m.
petroleum jarðolía f.
petticoat (milli)pils n.
petty adj. lítilvægur, óverulegur; **p. cash** reiðufé n., smásjóður m.
petulant adj. önuglyndur, bráðlyndur
pew kirkjubekkur m.
pewit vepja f., hettumáfur m.
pewter pjátur n.
phantom vofa f., tálsýn f.
pharmacist lyfjafræðingur m., lyfsali m.
pharmacology lyfjafræði f.
pharmacy lyfjabúð n., lyfjafræði f.
phase stig n., svið n., kvartil n., fasi m., umskipti n.
pheasant fasani m.
phenomenon fyrirbrigði n.
philander v. dufla, daðra
philanthropy mannúð f., mannkærleiki m., líknarstarfsemi f.
philology textafræði f., málfræði f.
philosopher heimspekingur m.
philosophy heimspeki f.
phlegm kvefslím n.; deyfð f.
phlegmatic adj. daufur, daufgerður, rólyndur
phobia (sjúkleg) hræðsla f., fælni f.
phone sími m.; v. hringja
phonetic adj. hljóðfræðilegur

phoney loddari m.; adj. falskur, svikinn, þykjustu-
phosphorus fosfór m.
photocopy v. ljósrita
photoelectric adj. ljósröfunar-, ljósraf-
photogenic adj. sem (ljós)myndast vel
photograph ljósmynd f.; v. ljósmynda
photographer ljósmyndari m.
photography ljósmyndun f.
photostat ljósrit n.
photosynthesis ljóstillífun f.
phrase orðtak n., orðasamband n., frasi m.
phrasebook orðtakabók f.
physical líkamlegur, efnislegur, efnis-, náttúrulegur, eðlisfræðilegur
physician læknir m.
physicist eðlisfræðingur m.
physics eðlisfræði f.
physiology lífeðlisfræði f.
physiotherapy sjúkraþjálfun f.
physique líkamsbygging f., líkamsástand n.
pianist píanóleikari m.
piano píanó n., slagharpa f.
pianoforte píanó n.
pick v. (berries) tína, (choose) velja úr
pick up v. taka upp, sækja, afla sér
pickaxe haki m.
picket girðingarstaur m., tjóðurhæll m.; verkfallsvörður m.; v. girða með rimlum, tjóðra, standa verkfallsvörð

pickle pækill m., grænsúr n., súrsað grænmeti n.
pickpocket vasaþjófur m.
pickup van pallbíll m., sendiferðabíll með palli
picnic nestisferð f., skemmtiferð f.
picture mynd f., (painting) málverk n.
picture postcard myndapóstkort n.
pictures kvikmyndahús n., bíó n.
picturesque adj. myndskrúðugur, hrífandi
pidgin blendingsmál n., hjálparmál n.
piece hluti m., stykki n.
pied adj. marglitur, flekkóttur, skjóttur
pier bryggja f., hafnargarður m.
pierce v. stinga gat á, nísta
pig svín n.
pigeon dúfa f.
pigheaded adj. þrjóskur
pigskin svínsleður n.
pigsty svínastía f.
pigtail hárflétta f., tíkarspeni m.
pike spjót n., fleinn m.; (fish) gedda f.
pilchard sardína f.
pile hlaði m., hrúga f.; v. hlaða, hrúga, stafla; hópast
pilfer v. hnupla
pilgrim pílagrímur m.
pill pilla f.
pillar-box póstkassi m.
pillow koddi m.
pillowcase koddaver n.

pilot (sea) hafnsögumaður m., (air) flugmaður m.
pimp melludólgur m.
pimple graftarbóla f., nabbi m.
pin (títu)prjónn m., pinni m.
pinafore barnasvunta f., ermalaus sloppur m.
pinball kúluspil n.
pincers naglbítur m., töng f.
pinch v. klípa, kreista, þrengja að
pine fura f.
pineapple ananas n.
pink nellika f.; adj. bleikur
pint hálfpottur (rúmlega 1/2 lítri)
pioneer frumkvöðull m., brautryðjandi m.
pious adj. guðhræddur, ráðvandur
pip ávaxtarkjarni m.
pipe pípa f., leiðsla f.
pipe cleaner pípuhreinsari m.
pipeline leiðslukerfi n.
piquant adj. bragðsterkur, æsandi
pirate sjóræningi m.
pistol skammbyssa f.
piston (dælu)bulla f., (vélar)stimpill m.
piston ring bulluhringur m., stimpilhringur m.
piston rod bullustöng f., stimpilstöng f.
pit hola f., gryfja f., gröf f.,(mine) náma f.
pitch kast n., stig n., tónhæð f.; v. kasta, stilla, hrapa
pitch bik n., hrátjara f.
pitcher kanna f.; kastari (í hafnabolta) m.

piteous adj. aumkunarverður, ámátlegur
pitfall veiðigryfja f., gildra f.
pituitary adj. heiladinguls-; **p. gland** heiladingull m.
pity samúð f., meðaumkun f., synd f., skömm f.; v. vorkenna
pivot tittur m., miðdepill m.; v. snúast (á völtum)
pixel mynddepill m., myndögn f.
placard plakat n., veggspjald n., auglýsing f.
place staður m.; (job) staða f.; v. **take p.** gerast, ske
place v. leggja, setja, koma fyrir
placid adj. friðsæll, rólegur, hægur
plagiarize v. stela úr ritum annarra, stunda ritstuld
plague plága f.
plaice (pl. **plaice**) skarkoli m., rauðspretta f.
plain slétta f., sléttlendi n.
plain adj. (clear) skýr,(colour) einlitur, (looks) ólaglegur
plainly adv. greinilega, skýrt
plaintiff stefnandi m., ákærandi m.
plait hárflétta f.
plan áætlun f., áform n., skipulag n. (drawing) uppdráttur m.
plan v. skipuleggja, áforma
plane flugvél f.; **p. crash** brotlending f.
plane hefill m.; v. hefla
planet reikistjarna f., pláneta f.

planetarium stjörnusýningarsalur m., stjörnuskáli m.
plank planki m.
plankton svif n.
plant planta f.; (factory) verksmiðja f.; v. planta
plantation plantekra f.
plaque veggskjöldur m., veggplatti m.
plaster gifs n.; **adhesive p.** heftiplástur m.
plate diskur m.
plateau háslétta f.
platform pallur m.
platonic adj. platónskur, andlegur, lostalaus
platypus breiðnefur m.
plausible adj. trúlegur, líklegur, sannfærandi
play leikur m., (theatre) leikrit n.; v. leika
playboy glaumgosi m.
player leikari m., leikmaður m.
playground leikvöllur m.
playing card spil n.
playwright leikritahöfundur m.
plea beiðni f., málsvörn f., afsökun f.
plead v. flytja mál, bera fyrir sig, rökræða
pleasant notalegur, vingjarnlegur, skemmtilegur
please v. gleðja, gera til hæfis, þóknast, líka
pleased adj. glaður, feginn
pleasing adj. ánægjulegur, geðfelldur
pleasure ánægja f., skemmtun f.; ósk f.
plebiscite þjóðaratkvæðagreiðsla f.
pledge heit n., loforð n.; veð n., pantur m.; v. heita, lofa, veðsetja

plentiful nægilegur, ríkulegur
plenty gnótt f., allsnægtir f.pl.; adj. nægur, kappnógur
pleurisy brjósthimnubólga f.
pliable adj. beygjanlegur, auðsveipur
pliant adj. sveigjanlegur, áhrifagjarn, aðlögunarhæfur
pliers smátöng f., spennitöng f.
plimsoll strigaskór m.
plod þramm n., strit n.; v. dragnast, silast, erfiða, puða
plot (of land) blettur m., (conspiracy) samsæri n.
plotter teiknari m., teiknivél f.
plough plógur m.; v. plægja
ploughshare plógjárn n., plógskeri m.
plover lóa f.; **golden p.** heiðlóa f.
pluck v. (a bird) reyta, plokka
plucky adj. hugaður, áræðinn
plug tengill m., kló f.; v. **plug in** tengja, stinga í samband
plum plóma f.
plumber pípulagningarmaður m.
plume (skraut)fjöður f., fjaðraskúfur m., v. snyrta fjaðrirnar
plump þriflegur, holdugur
plunder ránsfengur m.; v. ræna og rupla
plunge v. steypa (sér), stinga(st)
plural fleirtala f.

plywood krossviður m
pneumatic adj. loftknúinn, þrýstilofts-
pneumonia lungnabólga f.
p.m. eftir hádegi
poach v. veiða í óleyfi, spilla, troða niður
pocket vasi m.
pocket edition vasaútgáfa f.
pocket handkerchief vasaklútur m.
pocket money vasapeningar m.pl.
pocketknife (pl. **pocketknives**) vasahnífur m.
pockmarked adj. bólugrafinn
poem kvæði n., ljóð n.
poet ljóðskáld n.
poetry kveðskapur m., ljóðlist f.
point oddur m., punktur m., staður m., stund f., atriði n.; v. benda (**at**=á)
point of view sjónarmið n.
pointed adj. oddhvass, beittur, hnitmiðaður
poison eitur n.; v. eitra
poisonous eitraður
poke v. pota, stinga, hnippa í
poker skörungur m.; póker m.
polar bear ísbjörn m.
pole stöng f., skaut
police lögregla f.
police station lögreglustöð f.
policeman (pl. **-men**) lögregluþjónn m.
policy (stjórnar)stefna f.
polio mænusótt f., lömunarveiki f.

poliomyelitis mænusótt f., lömunarveiki f.
polish bón n., gljái m.; v. bóna, fægja
polite kurteis, hæverskur, siðfágaður
politeness kurteisi f., hæverska f., siðfágun f.
political adj. pólitískur, stjórnmálalegur, stjórnmála- stjórnar-
politics stjórnmál n.pl., stjórnmálafræði f.
poll atkvæðagreiðsla f., kosning f., skoðanakönnun f.; greiða atkvæði, kjósa, gera skoðanakönnun
pollack ufsi m.
pollution mengun f.
poltergeist ærsladraugur m., skarkári m.
polychrome adj. marglitur
polygamy fjölkvæni n.
polyglot fjöltyngdur maður m.; adj. fjöltungu-
pompous adj. hástemmdur, viðhafnarmikill; raupsamur, grobbinn
pond tjörn f.
ponder v. hugleiða, vega og meta
pontoon flatbytna f.; **p. bridge** flotbrú f.
pony smáhestur m.
pool laug f., pollur m., hylur m.; vasabiljarður m.; sameiginlegur sjóður m.
poop skutpallur m.
poor fátækur, (inferior) lélegur; vesalings-, ræfils-
pop smellur m., hvellur m.; v. smella, skella, skjótast, skreppa
pope páfi m.

popgun leikfangabyssa f., loftbyssa f.
poppy draumasóley f., valmúi m.
popular vinsæll, algengur
popularity vinsældir f.pl.
population íbúar m.pl., (number) fólksfjöldi m., íbúatala f.
populous þéttbyggður, margmennur
porch yfirbyggður inngangur m., verönd f.
porcupine broddgöltur m., puntsvín n.
pore svitahola f., gropa f., smáhola f.
pork svínakjöt n.
porous adj. gljúpur, holóttur
porpoise hnísa f., höfrungur m.
porridge hafragrautur m.
port höfn f., (town) hafnarborg f.; (side of ship) bakborði m.;
port (wine) portvín n.
portable adj. flytjanlegur, ferða-
portend v. boða, vita á
porter (hotel) dyravörður m., (railway) burðarmaður m.
portfolio skjalamappa f., ráðherraembætti n.
porthole kýrauga n.
portion hluti m., skammtur m.
portrait andlitsmynd f.
pose stelling f., staða f.; uppgerð f.; v. sitja fyrir, stilla upp, þykjast
position staða f., (state of affairs) ástand n.
positive (grammar) frumstig n.; adj. jákvæður, verulegur, skýlaus

posse varalið n., leitarhópur m.
possess v. eiga, búa yfir
possession eign f., yfirráð n.pl.
possessive adj. ráðríkur; eignar-, eignarfalls-
possibility möguleiki m.
possible mögulegur, hugsanlegur
possibly adv. mögulega, ef til vill
post (mail) póstur m.,(job) staða f., (pillar) stólpi
post v. setja í póst
post office pósthús n.
post-mortem líkskoðun f.
postage burðargjald n.
postcard póstkort n.
poste restante biðpóstur m.
poster plakat n., veggpjald n.
posterior sitjandi m., rass m.; adj. seinni, síðari, bak-, aftur-
posterity komandi kynslóðir f.pl., afkomendur m.pl.
posthumous adj. sem gerist eftir dauða (e-s)
postman bréfberi m., póstur m.
postmaster póstmeistari m.
postpone v. fresta
postscript eftirskrift f.
pot pottur m., kanna f.
potato kartafla f.
potent adj. máttugur, sterkur, áhrifaríkur
potential möguleiki m.; adj. hugsanlegur, mögulegur

pothole skessuketill m., hola (í götu) f.
potion (heilsu)drykkur m., mixtúra f.
pottery leirkerasmíð f.pl., leirkerasmiðja f.
pouch taska f., poki m.
poulterer alifuglasali m.
poultry alifuglar m.pl.
pound v. mylja, merja, lemja , berja
pound pund n.
pour v. hella, streyma
poverty fátækt f.
powder duft n., púður n.; v. mylja, strá yfir, púðra
powder room snyrtiherbergi f., (kvenna)salerni n.
power máttur m., (force) afl n., (authority) vald n.
power station orkuver n.
powerful öflugur, sterkur
powerless kraftlaus, vanmáttugur
practicable adj. framkvæmanlegur, nothæfur
practical hagnýtur, hagsýnn
practically adv. raunverulega, (nearly) næstum því
practice æfing f., (custom) vani m.
practise v. æfa (sig), iðka, stunda
pragmatic adj. raunsær, raunsæis-
prairie gresja f., grassléttа f.
praise lof n.; v. lofa, hrósa
praiseworthy lofsverður
pram barnavagn m.

prank strákapör n.pl., hrekkjabragð n.
prattle babl n., blaður n.; v. babla, blaðra
prawn (djúphafs)rækja f.
pray v. biðja (til guðs)
prayer bæn f.
preach v. prédika
preamble formáli m., inngangur m.
precarious ótryggur, óviss, vafasamur
precaution varúð f., gætni f., varúðarráðstöfun f.
precede v. ganga fyrir, ganga á undan
precedence forgangsröð f.
precedent fordæmi n.
preceding adj. undanfarandi
precinct(s) afmarkað svæði n., umráðasvæði n., umdæmi n.
precious dýrmætur
precipice þverhnípi n.
precipitation úrkoma f.; flýtir m., flan n.
precise nákvæmur
predator rándýr n.
predecessor fyrirrennari m, forveri m.
predicament vandræði n., klemma f., klípa f.
predicate (grammar) umsagnarliður m.; adj. umsagnarliðs-
predict v. spá
predominate v. ráða, ríkja, yfirgnæfa
preen v. snyrta fjaðrirnar, surfusa sig
preface formáli m.
prefer v. vilja heldur, kjósa fremur

preferable adj. æskilegri
preference forgangsréttur m., uppáhald n.
prefix forskeyti n.
pregnant vanfær
prehistoric adj, forsögulegur
prejudice hleypidómur m.
preliminary adj. undirbúnings-, bráðabirgða-
prelude forleikur m., inngangur m., prelúdía f.
premature adj. ótímabær, hvatvíslegur
premier forsætisráðherra m.; adj. fyrstur, æðstur
premises fasteign f., landareign f.
premium verðlaun n.pl., iðgjald n.
preoccupation annríki n., vafstur n.
preparation undirbúningur m.
preparatory adj. undirbúnings-, kynningar-; **p. school** forskóli m., einkaskóli m.
prepare v. undirbúa, búa til, laga
prepared adj. tilbúinn, viðbúinn
prepay v. greiða fyrirfram
preposition forsetning f.
preposterous adj. fáránlegur, fráleitur
prerequisite forsenda f., forkrafa f.; adj. forsendu-, forkröfu-
prerogative einkaréttur m., forréttindi n.
prescribe v. fyrirskipa, tiltaka lyf fyrir
prescription (medical) lyfseðill m.
presence návist f.; framkoma f.
present (gift) gjöf f.; (grammar) nútíð f.; v. gefa
present adj. viðstaddur, fyrir hendi, núverandi

present-day adj. nútíma-
presently adv. innan skamms, fljótlega, núna
preservation varðveisla f., friðun f.
preserve v. geyma , varðveita
president forseti m., formaður m.
press pressa f., (newspapers) blöð n. pl.; v. pressa, þrýsta á
pressing adj. áríðandi, brýnn
pressure þrýstingur m.; **atmospheric p.** loftþrýstingur m.
pressure gauge þrýstimælir m.
prestige orðstír m., álit n.
presumable adj. sennilegur
presume v. gera ráð fyrir, (dare) dirfast
presumptuous adj. djarfur, ósvífinn
pretence yfirskin n., látalæti n.
pretend v. látast, þykjast, gera sér upp
pretentious adj. mikillátur, hrokafullur
pretext yfirskin n., fyrirsláttur m.
pretty laglegur, þokkalegur
prevail v. vera útbreiddur, ríkja, verða yfirsterkari
prevalent algengur, útbreiddur
prevent v. hindra, koma í veg fyrir
prevention hindrun f.
preventive adj. fyrirbyggjandi, varnar-
previous fyrri, undanfarandi; **p. to** á undan, fyrir
prey bráð f., veiðidýr n., fórnarlamb n.
price verð n.; **at any p.** hvað sem það kostar

priceless ómetanlegur, óborganlegur
prick v. stinga, gata
pride stolt n., dramb n.
priest (kaþólskur) prestur m.
primary adj. fyrstur, upphafs-, aðal-, grundvallar-
primate erkibiskup m.; prímati m., fremdardýr n.
prime minister forsætisráðherra m.
primer grunnmálning f.; (book) stafrófskver n., kennslubók handa byrjendum f.
primitive frumstæður, frum-
primrose máríulykill m., prímúla f.
prince prins m., kóngssonur m.
princess prinsessa f., kóngsdóttir f.
principal adj. helstur, aðal-
principle grundvallaratriði n., meginregla f., lögmál n.
print far n., merki n., prent n.; v. prenta
print command prentskipun f.
printed matter prentað mál n.
printer prentari m.
printing prentun f.
printout tölvuprent n.
prior adj. fyrri, undanfarandi
priority forgangsréttur m.
prise v. þvinga, brjóta (upp)
prism strendingur m., prisma f.
prison fangelsi n.
prisoner fangi m.; **p. of war** stríðsfangi m.

private adj. einka-, persónulegur, leynilegur; **in p.** í einrúmi, leynilega
privilege einkaréttur m., forréttindi n.pl.,
prize verðlaun n.pl., vinningur m.
probability líkindi n.pl.
probable líklegur, sennilegur
probation reynsla f, reynslutími m., skilorðsdómur m.
probe rannsókn f., athugun f.; sárakanni m.; v. rannsaka, kanna
problem vandamál n., verkefni n., dæmi n.
procedure aðferð f., vinnuaðferð f., verklag n.; forskrift f., stef n.
proceed v. halda áfram, miða áfram
proceedings atburðarás f., athæfi n.; málaferli n.pl.
process framkvæmd f., athafnarás f., úrvinnsla f.; v. meðhöndla
procession fylking f., skrúðganga f.
processor gjörvi m., vinnslueining f.
proclaim v. kunngera, lýsa yfir
procrastinate v. fresta, láta bíða
prod stunga f, pot n.; v. stinga, pikka, ýta við, hvetja
prodigal eyðsluseggur m.; adj. eyðslusamur, hóflaus, ríkulegur
prodigious adj. gífurlegur, óhemju-, undraverður, dásamlegur,
prodigy undur n., teikn n., furðuverk n., viðundur n.

produce afurð f.; v. framleiða
producer framleiðandi m., (television) stjórnandi
product framleiðsla f., afurð f.; margfeldi n.
product(s) framleiðsla f., afurð f.
production framleiðsla f.
productivity framleiðni f., framleiðslugeta f.
profession embætti n., atvinna f.
professional adj. fagmannlegur, atvinnu-, atvinnumanna-
professor prófessor m.
profile vangamynd f.
profit gróði m., (benefit) ágóði m.; v. græða, hafa gagn af
profitable adj. hagkvæmur, ábatasamur
profound adj. hyldjúpur, djúpstæður
profusion gnægð f., birgðir f.pl., forði m.
progeny afkvæmi n., afkomandi m.
programmable read-only memory forritanlegt lesminni n.
programme (theatre) leikskrá f.; forrit n.; v. forrita
programming forritun f.
programming language forritunarmál n.
progress framför f., framþróun f.; v. miða áfram, taka framförum
progressive adj. vaxandi, framsækinn, stighækkandi
prohibit v. banna
prohibition bann n.

prohibitive adj. fyrirbyggjandi, bann-
project áætlun f., áform n., verkefni n.; v. skipuleggja, varpa (fram), spá fyrir um
projectionist sýningarstjóri m.
proletariat öreigar m.pl., öreigalýður m.
prolific adj. frjósamur, hugmyndaríkur, afkastamikill
prologue formáli m., inngangur m.
prolong v. framlengja
PROM forritanlegt lesminni n.
promenade skemmtiganga f., skemmtigönguleið f.
prominent adj. áberandi, alþekktur, framstæður
promiscuous adj. blandaður, misleitur, óvandlátur, lauslátur, handahófskenndur
promise loforð n.; v. lofa
promontory höfði m.
promote v. hækka (í stöðu eða tign), (further) efla, styðja, auglýsa
promotion stöðuhækkun f., efling f.
prompt adj. skjótur, fljótur, tafarlaus
prone adj. hneigður til, gjarn; flatur, endilangur, á grúfu
pronoun fornafn n.
pronounce v. bera fram, úrskurða, lýsa
pronunciation framburður m.
proof sönnun f.
propaganda áróður m., útbreiðslustarfsemi f.

propagate v. rækta, ala, fjölga (sér), æxla(st), tímga(st), breiða út, dreifa
propel v. knýja áfram
propeller skrúfa f.
proper adj. réttur, viðeigandi, eiginlegur
property eign f., eigur f.pl.; eiginleiki m.
prophecy spádómur m.
prophet spámaður m.
proportion hlutfall n., samræmi n.
proportional spacing breytilegt stafbil n.
proposal uppástunga f., (marriage) bónorð n.
propose v. stinga upp á
proprietor eigandi m., gestgjafi m.
propriety velsæmi n., siðsemi f.
prosaic adj. hversdagslegur, óskáldlegur
prose óbundið mál n.
prosecute v. lögsækja
prosody bragfræði f.
prospect útlit n. horfur f.pl., tilhugsun f.
prospectus kynningarbæklingur m., boðsbréf n.
prosperity velmegun f.
prosperous adj. happasæll, efnaður
prostitute vændiskona f., mella f.
prostrate adj. kylliflatur, á grúfu; v. leggja flatan, kasta (sér) niður
protagonist aðalpersóna f., forvígismaður m.
protect v. vernda
protection vernd f.; aðgangstakmörkun f.
protein (eggja)hvítuefni n.

protest mótmæli n.; v. mótmæla
Protestant mótmælandi m.; adj. mótmælenda-
protocol siðareglur f.pl.; uppkast n., frumskjal n.
protoplasm (lífs)frymi n.
prototype frumnmynd f., fyrirmynd f.
protrude v. reka fram, skaga út
protuberance bunga f., hóll m., bólga f.
proud stoltur, drambsamur
prove vt. sanna , vi. reynast
proverb málsháttur m.
provide v. útvega; **p. for** sjá fyrir
providence forsjá f., (guðs) forsjón f., gæfa f.
province hérað n., sveit f., umdæmi n.
provincial adj. landsbyggðar-, utanbæjar-, afdala-
provision útvegun f., ráðstöfun f., (of law) ákvæði n.
provisions (food) vistir f.pl.
provoke v. espa, ögra, vekja, valda
provost háskólastjóri m., dómprófastur m., borgarstjóri m.
prowl v. læðast um, ráfa um, reika um eftir bráð eða ránsfeng
proxy staðgengill m., umboðsmaður m., fulltrúi m.
prudent hygginn, skynsamlegur
prune sveskja f.
pseudonym dulnefni n., gervinafn n.

psychedelic adj. skynörvandi
psychiatrist geðlæknir m.
psychic adj. andlegur, sálrænn, sálar-
psychoanalyst sálkönnuður m.
psychological adj. sálfræðilegur
psychologist sálfræðingur m.
psychology sálfræði f.
psychopath geðsjúlingur m.
ptarmigan rjúpa f.
pub krá f.
public almenningur m.; **in p.** á almannafæri; adj. almennur, opinber
publication birting f., útgáfa f.
publicity almenningsathygli f., umtal n.
publicly adv. opinberlega
publish v. birta, (book) gefa út
publisher útgefandi m.
pudding grautur m., búðingur m.
puddle (forar)pollur m., leðja f.
puff v. blása, mása, púa, reykja
puffin lundi m.
pugilist (atvinnu)hnefaleikari m.
pull kippur m., rykkur m.; v. draga, toga
pull out v. leggja af stað, fara
pull up v. nema staðar
pulley talía f., trissa f.
pullover (óhneppt) ullarpeysa f.
pulp aldinkjöt n., mergur m., safi m., mauk n.
pulpit prédikunarstóll m., ræðustóll m.
pulse æðasláttur m., púls m.

pulverize v. mylja, mala, gera að dufti
pumice vikur m.
pump dæla f.; v. dæla, pumpa
pumpkin grasker n., glóðarker n.
pun orðaleikur m.
punch púns n.
punch v. slá, berja, gata
punch card gataspjald n.
punch tape gataræma f.
punctual stundvís
puncture stunga f., (slöngu)gat n.
punctured adj. götugur, sprunginn
pungent adj. oddhvass, stingandi, bitur,hnyttinn
punish v. refsa, hegna
punishment refsing f., hegning f.
puny adj. smávaxinn, þróttlítll, lítilvægur
pup ungviði n., hvolpur m.
pupil nemandi m.
puppet leikbrúða f.
puppet show leikbrúðusýning f.
puppy hvolpur m.
purchase innkaup n.; v. kaupa
purchaser kaupandi m.
pure hreinn, óblandaður, ekta-
purgatory hreinsunareldur m
purge hreinsun f.; v. hreinsa
purify v. hreinsa
purple adj. purpuralitur, rauðfjólublár
purport v. fela í sér, þýða, innihalda, þykjast vera

purpose tilgangur m., ætlun f.; **on p.** af ásettu ráði, viljandi
purr mal (í ketti) n.; v. mala
purse budda f.
purser bryti (á skipi) m.
pursue v. elta, (cultivate) stunda
pursuit eftirför f.; iðja f.
pus gröftur m., vilsa f.
push hrinding f., ýting f.; v. ýta, hrinda
push-button þrýstirofi m., þrýstihnappur m.
pussy kisa f.
put v. setja, leggja, láta
put off v. fresta
put on v. fara í, klæðast
put out v. slökkva
put up with v. sætta sig við
putrid adj. úldinn, rotinn
putty kítti n.
puzzle ráðgáta f.; **jigsaw p.** púsluspil n.
pygmy dvergur m.; adj dvergvaxinn
pyjamas náttföt n.pl.
pyromaniac brennuvargur m.
python pýtonslanga f., kyrkislanga f.

Q

quack svikari m., skottulæknir m.
quadrangle ferhyrningur m.

quadrilateral fjórhliðungur m., ferhyrningur m.; adj. fjórhliða
quadruped ferfætlingur m.; adj. fjórfættur
quadruple ferfaldur, fjórskiptur
quail lynghæna f.
quaint adj. skrýtinn, sérkennilegur
qualification skilyrði n., hæfni m., (modifying) takmörkun f.
qualified adj. hæfur, fullmenntaður, takmarkaður
qualify v. fá (full) réttindi, (modify) draga úr
quality einkenni n., eiginleiki m., gæði n.pl., kostur m.
quantity magn n., gnótt f., stærð f.
quarantine sóttkví f.
quarrel þræta f.; v. deila, rífast
quarrelsome deilugjarn
quarry grjótnáma f.
quart (rúmlega) lítri
quarter fjórði hluti m., (on clock) kortér n., (district) hverfi n.
quarter of an hour stundarfjórðungur m.
quarterly adj. ársfjórðungslegur
quartet kvartett m.
quay hafnarbakki m.
queen drottning f.
queer adj. skrítinn, undarlegur
quench v. svala, sefa, slökkva
query spurning f., fyrirspurn f.
question spurning f., (doubt) efi m.; v. spyrja

questionable vafasamur
queue biðröð f.; v. standa í biðröð
quick fljótur, skjótur, skarpur, örstuttur
quick-tempered adj. skapbráður
quickly snarlega, fljótt
quicksand sandbleyta f.
quid (sterlings)pund n.
quiet kyrrð f., ró f.; adj. kyrr, rólegur, (silent) þögull
quiet v. sefa, stilla
quietly hljóðlega
quilt vatteruð rúmábreiða f.
quinine kínin n.
quisling kvislingur m., föðurlandssvikari m.
quit v. hætta, yfirgefa
quite alveg, algjörlega, verulega, þó nokkuð
quiver v. skjálfa, titra
quixotic adj. óraunhæfur, hugsjóna-, kíkótískur
quiz smápróf n., skyndipróf n., spurningaleikur m.
quizzical adj. stríðnislegur, spyrjandi, kyndugur
quota kvóti m., hluti m., skerfur m.
quotation tilvitnun f., (price) markaðsverð n.
quotation mark gæsalöpp f., tilvísunarmerki n.
quote v. vitna (í bók)
quotient hlutatala f., hlutfall n., kvóti m.

R

rabbit kanína f.
rabid adj. ofstopafullur, óður, trylltur
rabies hundaæði n.
race kapphlaup n., (horse-) kappreið f., (of men) kynflokkur m.; v. keppa
racecourse skeiðvöllur m
racehorse kappreiðahestur m.
racial adj. kynþátta-
racism kynþáttahatur n., kynþáttahroki m.
racket gauragangur m., hávaði m.; (tennis)spaði m.
racketeer fjárkúgari m., fjárglæframaður m.
racquet (tennis)spaði m.
radiant ljómandi, skínandi, geislandi
radiation geislun f.
radiator (for heating) ofn m., (car) kælir m., vatnskassi m.
radical adj. róttækur
radicalism róttækni f.
radio útvarp n., (set) útvarpstæki n.
radio-frequency modulator tíðnimótari m.
radio-telephone talstöð f.
radioactive adj. geislavirkur
radius (hring)geisli m.
raft fleki m.
rafter (þak)sperra f.
rag tuska f., drusla f.
rage bræði n., reiði f.

ragged adj. tötralegur, rifinn, tættur
raid skyndiárás f.
rail (on railway) járnbrautarteinn m., (hand-) handrið n.; v. **go by r.** ferðast með járnbraut
railing grindverk n., rimlagirðing f.
railroad (Am.) járnbraut f., járnbrautarspor n.
railway járnbraut f., teinar m.pl.
rain rigning f.; v. rigna
rainbow regnbogi m.
raincoat regnfrakki m., regnkápa f.
rainfall regnskúr m., úrkoma f.
rainproof adj. vatnsheldur
rainy votviðrasamur, regn-, rigningar-
raise v. reisa, lyfta, hefja
raisin rúsína f.
rake hrífa f.; v. raka saman
rally fjöldasamkoma f., ökukeppni f.
ram hrútur m.
RAM vinnsluminni n.
ramble skemmtiganga f., gönguför f.; v. ráfa, reika
ramp halli m., skábraut f., sniðflötur m.
rampage æði n., æðiskast n.
rampart virkisgarður m.; vörn f.
ramshackle adj. hrörlegur
ranch búgarður m., bóndabýli n., bújörð f.
rancid adj. þrár
random number hendingartala f., slembitala f., handahófstala f.
random-access memory vinnsluminni n.

rang v. (p. **ring**)
range röð f., flokkur m., tegund f., fjallgarður m., svið n.
range finder fjarlægðarmælir m.
ranger landvörður m., skógarvörður m., þjóðgarðsvörður m.
rank röð f., stétt f.
ransom lausnargjald n.
rap bank n.; sök f.; v. banka, berja
rape nauðgun f.; v. nauðga
rapid adj. fljótur, skjótur
rapids straumröst f., strengur m.
rapture algleymi n., hrifning f.
rare adj. sjaldgæfur, framúrskarandi
rarely adv. sjaldan
rascal þorpari m., fantur m.
rash hvatvís, fljótvís; adj. fljótfær, fljótfærnislegur
raspberry hindber n.
rat rotta f.
rate (speed) hraði m., (measure) mælikvarði m., (proportion) hlutfall n., (price) taxti m.; **rates** fasteignaútsvar n.
rather heldur frekar
ratio hlutfallstala f., hlutfall n.
ration (matar)skammtur m.; v. skammta
rational skynsamur, skynsamlegur
rattan spanskreyrstafur m., spanskreyrpálmi m.
rattle v. skröltra, glamra; masa, þvaðra

rattlesnake skröltormur m.
ravage v. eyðileggja, tortíma
rave v. tala í óráð, vaða elginn, rugla
raven hrafn m.
ravine gil n., gljúfur n.
ravishing adj. hrífandi
raw hrár, óunninn
raw material hráefni n.
ray geisli m.
razor rakhnífur m., (safety) rakvél f.
razor blade rakblað n.
reach v. ná í , (a place) komast til, (hand) rétta
reaction gagnverkun f., viðbragð n., svörun f., afturkast n.
reactor (nuclear) kjarnakljúfur m., kjarnaofn m.
read v. lesa
read-only memory lesminni n.
reader lesandi m., (book) kennslubók f.
readily tafarlaust, fúslega
readiness fúsleiki m.
reading lestur m., (of a bill) umræða (í þingi) f.
reading room lestrarsalur m.
ready tilbúinn, reiðubúinn, tiltækur
ready-made tilbúinn, aðfenginn
real raunverulegur, (genuine) ekta
real number rauntala f., kommutala f.
realistic adj. raunverulegur, raunsær, raunsæis-
reality raunveruleiki m.

realizable adj. framkvæmanlegur, seljanlegur
realize v. gera sér grein fyrir, skilja,(an ambition) gera að raunveruleika
really adv. raunverulega, í raun og veru, verulega
realm (konungs)ríki n., yfirráðasvæði n.
reap v. skera upp (korn)
reappear v. koma aftur í ljós
rear bakhluti m.; v. ala upp, reisa
rear light afturljós n.
reason skynsemi f., (cause) ástæða f.; v. hugsa rökrétt, rökræða, álykta
reasonable skynsamlegur, (fair) sanngjarn, sæmilegur
reassemble vt. setja saman aftur; vi. safnast saman aftur
reassure v. hugga, róa, fullvissa
rebate afsláttur m.
rebel uppreisnarmaður m.; v. gera uppreisn
rebellion uppreisn f.
rebound v. endurkastast, hrökkva aftur
rebuke ávítur f.pl.; v. ávíta
recall v. afturkalla, (to mind) minnast
recapitulate v. reifa, endursegja í höfuðatriðum
recapture v. endurheimta, ná aftur
recede v. víkja, hörfa, halla aftur
receipt móttaka f., (paper) kvittun f., (medical) lyfseðill m.
receipt v. kvitta fyrir (móttöku)

receive v. taka á móti, fá, hljóta
receiver viðtakandi m., móttökutæki n., símtól n.
recent nýlegur, nýr, nýafstaðinn, nútíma-
recently nýlega
receptacle hirsla f., ílát n.
reception móttaka f.
reception office gestamóttaka f., móttökuherbergi n.
receptionist móttökustarfsmaður m.
recess hlé n., leyfi n., frí; skot n., afvik n.
recession afturkippur m., samdráttur m., burtför f.
recipe (cookery) uppskrift f.
recipient móttakandi m.
reciprocal gagnkvæmur, gagnverkandi, endurgjalds-
reciprocate v. endurgjalda, svara í sömu mynt
recital frásaga f., upplestur m., (orchestra) hljómleikar m.pl.
recitative söngles n.; adj. söngles-
recite v. hafa yfir, fara með, flytja
reckless hirðulaus, kærulaus
reckon v. reikna út, telja (saman), jafna, reikna með
reclaim v. endurbæta, endurvinna, endurhæfa
recluse einsetumaður m., einbúi m.; adj. einangraður; einrænn
recognition viðurkenning f., orðstír m.

recognize v. viðurkenna, (person) þekkja aftur
recoil afturkast n., bakslag n.; v. kastast aftur, hrökkva undan
recollect v. muna eftir, rifja upp; safna saman aftur, taka sig á
recollection (endur)minning f., minni n.
recommence v. byrja aftur
recommend v. mæla með, ráðleggja
recommendation meðmæli n., kostur m.
recompense laun n.pl., endurgjald n.; v. launa, endurgjalda
reconcile v. sætta, samræma
reconciliation sætt f., sátt f.
reconnaissance könnunarferð f., njósnaferð f.
reconnoitre v. skoða, (frum)kanna, njósna
reconsider v. íhuga aftur eða betur, endurskoða
reconstruct v. endurbyggja, endurreisa
record skrá f., skýrsla f., (sport) met n., (gramophone) hljómplata f.; skrásetja
recorder hljóðritunartæki n., skrásetjari m., ritari m.
recording hljóðritun n.,
record layout færslusnið n.
record player hljómplötuspilari m.
recover v. ná aftur, (health) batna, ná sér (aftur)
recovery bati m., endurheimt f.

recreation skemmtun f., afþreying f., dægrastytting f.
recreation centre tómstundaheimili n.
recreation ground tómstundasvæði n., leikvöllur m.
recruit nýliði m.
rectangle rétthyrningur m.,
rectangular rétthyrndur, hornréttur
rectify v. leiðrétta, lagfæra
rector sóknarprestur m.
rectory prestssetur n., prestakall n.
recuperate v. ná sér aftur, fá bata, endurheimta
recur v. endurtaka sig
recycle v. endurnýta, endurvinna
red rauður
red tape skriffinnska f.
redeem v. kaupa út aftur, leysa út
redhead rauðhærður maður m.
redouble v. tvöfalda aftur, fjórfalda, margfaldast
redress v. bæta úr, ráða bætur á
reduce v. draga úr, minnka
reduction niðurfærsla f., (in price) lækkun f., afsláttur m.
redundant ónauðsynlegur, umfram-
reed reyr m.
reef (sand)rif n.
reek stybba f., ódaunn m.; mökkur m.; v. lykta illa; rjúka

reel spóla f.,(cotton) tvinnakefli n.; (dance) ræll m.
reel v. vinda upp, (stagger) skjögra; snarsnúast
refectory matsalur m.
refer v. vísa til, eiga við, snerta
referee dómari (í leik) m.
reference tilvísun f., tilvitnun f., **with r. to** varðandi, með tilvísun til
referendum þjóðaratkvæðagreiðsla f., allsherjaratkvæðagreiðsla f.
refill fylling f.; v. fylla aftur
refine v. hreinsa
refinement (sið)fágun f., betrumbót f., hreinsun f.; fínleiki m., nákvæmni f.
refinery hreinsunarstöð n.
reflect v. endurspegla, (think) hugsa (**on** = um)
reflection endurspeglun f., íhugun f.
reflector spegill m., endurkastari m.
reflex viðbragð n., endurspeglun f.
reform umbót f., endurbót f.; v. bæta, endurbæta
reformation umbót f., siðbót f.
Reformation siðaskipti n.pl.
refract v. brjóta (ljós, hljóð og aðrar bylgjur)
refraction bylgjubrot n., ljósbrot n.
refrain (in verse) viðkvæði n., stef n.
refrain v. stilla sig um
refresh v. hressa við, endurglæða

refresher course upprifjunarnámskeið n., endurmenntunarnámskeið n.
refreshing adj. hressandi, upplífgandi
refreshment hressing f., veitingar f.pl.
refrigerator kæliskápur m.
refuel v. bæta eldsneyti á, fylla tankinn
refuge athvarf n., (place) hæli n.
refugee flóttamaður m., landflótta maður m.
refund endurgreiðsla f.; v. endurgreiða
refusal neitun f., synjun f.
refuse v. neita, synja
refuse (waste) úrgangur m.
refute v. hrekja, afsanna
regain v. ná aftur, fá aftur, endurheimta
regard (look) augnaráð n., (attention) gaumur m., tillit n., v. skoða; **(in) r. to** með tilliti til; **as regards** hvað varðar
regarding prp. viðvíkjandi
regards kveðjur f.pl.
regatta kappsigling f., kappróður m.
regency ríkisstjórastaða f., ríkisstjóratíð f.
regent ríkisstjóri m. landstjóri m.
regime stjórn f., stjórnarfar n.
regiment hersveit f.; sægur m.
region svæði n., hérað n., landshluti m.
registar skrásetjari m., ritari m.
register skrá f., listi m.
registered letter ábyrgðarbréf n.
registration skráning f.
regression afturför f., hnignun f.

regret eftirsjá f., harmur m.; v. iðrast, sjá eftir
regular reglulegur, venjulegur
regulate v. skipuleggja, (clock) stilla
regulation regla f., skipulagning f.
regulations reglugerð f.
rehabilitate v. endurbæta, endurhæfa, veita uppreisn æru
rehabilitation viðreisn f., uppreisn f. endurhæfing f.
rehearsal (leik)æfing f.
rehearse v. æfa, lesa upp
reign stjórnarár n.pl., stjórn f.; v. stjórna
reimburse v. endurgreiða
rein taumur m.
reincarnation endurholdgun f.
reindeer (pl. **reindeer**) hreindýr n.
reinforce v. styrkja
reiterate v. margendurtaka, margítreka
reject v. hafna, neita
rejoice v. fagna, gleðjast (**at** = yfir)
rejoinder (and)svar n.
relapse afturför f., hrösun f.; v. falla aftur í sama farið, hrasa, slá niður
relate v. segja frá, rekja, tengjast, snerta
related adj. skyldur tengdur
relation (telling) frásaga f., (contract) samband n.
relation (kin) ættingi m., frændi m.
relations frændfólk n. ættingjar m.pl.
relationship (kin) skyldleiki m., (contact) samband n.

relative ættingi m., frændi m.
relatively tiltölulega, í hlutfalli (**to** = við)
relativity afstæði n.; **the theory of r.** afstæðiskenningin f.
relax v. slaka á, hvíla sig
relaxation slökun f., hvíld f.
relay v. leysa af hólmi, símsenda, koma (boðum) áleiðis
release v. sleppa, láta lausan, birta, senda frá sér
relevant viðkomandi, sem skiptir máli
reliable áreiðanlegur
relic leifar f.pl., (helgar) minjar f.pl.
relief léttir m., (comfort) huggun f.
relieve v. létta, hugga
religion trú f., trúarbrögð n.pl.
religious trúarlegur, trúrækinn, trúaður, trú-, trúar-
relinquish v. gefa eftir, afsala (sér)
relish gott bragð n., bragðbætir m.; ánægja f., nautn f.
relish v. neyta með góðri lyst, þykja gott, líka
reluctance tregða f.
reluctant ófús, tregur
rely on v. reiða sig á, treysta
remain v. vera kyrr, dvelja, **r. behind** vera eftir
remainder afgangur m., (remains) leifar f.pl.
remaining adj. eftirliggjandi
remand framlenging (gæslu) varðhalds f.; v. senda aftur í (gæslu) varðhald

remark athugasemd f.; v. segja, gera athugasemd (við)
remarkable eftirtektarverður, óvenjulegur
remedy bót f., (cure) lækning f., (drug) lyf n.; v. ráða bót á
remember v. muna (eftir)
remembrance minni n., endurminning f.; **in m. of** til minningar um
remind v. minna (**of** = á)
reminder áminning f.
reminiscences endurminningar f.pl.
reminiscent adj. sem dvelur við endurminningar, sem minnir á, minnis-
remission eftirgjöf f., uppgjöf f.
remittance peningasending (til greiðslu) f.
remnant afgangur m., eftirstöðvar f.pl.
remorse samviskubit n.
remote fjarlægur, (lonely) afskekktur
remote connection fjartenging f.
removal (brott)flutningur m., brottnám n.
remove v. flytja (burtu), fjarlægja
remunerate v. umbuna, endurgjalda
remuneration umbun f., þóknun f., laun n.pl
renaissance endurfæðing f.
render (help) veita hjálp
rendezvous stefnumót n., samkomustaður m.
renew v. endurnýja, framlengja
renewal endurnýjun f., framlenging f.
renounce v. hafna, afsala sér
renown frægð f.

rent leiga f., húsaleiga f.; taka á leigu, leigja
rental adj. leigu-
repair viðgerð f.; v. gera við, bæta
reparation skaðabætur n.pl.
repatriate v. senda aftur til föður- eða heimalands síns
repay v. endurgreiða, (reward) launa
repayment endurgreiðsla f.
repeal v. afnema, ógilda
repeat v. endurtaka
repeat key síriti m., síritunarlykill m.
repeatedly adv. oft, hvað eftir annað
repel v. hrinda (aftur), standast, hafna, hrinda frá sér; vekja andúð
repellent adj. fráhrindandi, ógeðfelldur
repent v. iðrast
repentance iðrun f., eftirsjá f.
repertoire föst efnisskrá f.
repertory föst efnisskrá f.; fyrirliggjandi birgðir f.pl.
repetition endurtekning f.
replace v. endurnýja, skipta um, leysa af hólmi
replenish v. endurnýja, fylla, bæta á/við
replica eftirmynd f., eftirlíking f.
reply svar n.; v. svara
report skýrsla f., (noise) hvellur m.; v. tilkynna, segja frá
reportedly adv. að því er fréttir herma
reporter fréttaritari m.

repose hvíld f. friður m., ró f.
represent v. vera í staðinn fyrir, fara með umboð annars manns; (describe) lýsa, eiga að þýða, tákna
representation framsetning f., sýning f., lýsing f.
representative fulltrúi m., umboðsmaður m.
repress v. bæla (niður), kúga
reprieve v. fresta refsingu, sefa, milda
reprimand v. ávíta
reprisal refsiaðgerð f., hefndarráðstöfun f.
reproach v. átelja, álasa
reproachful ásakandi
reproduce v. endurframleiða, geta af sér, endurskapa
reproduction æxlun f., endursköpun f., eftirmynd f.
reprove v. ávíta
reptile skriðdýr n.
republic lýðveldi n.
republican adj. lýðveldissinnaður, lýðveldislegur
repudiate v. hafna, vísa á bug, (af)neita, útskúfa
repulse v. hrinda (frá sér)
repulsion andstyggð f., viðbjóður m.
repulsive ógeðslegur
reputation mannorð n., orðstír m
reputed adj. talinn, álitinn
request beiðni f.; v. biðja um

require v. (need) þurfa; krefjast
requirement þörf f., krafa f.
requisite skilyrði n., nauðsyn f.; adj. nauðsynlegur
requisition (valdboðs)krafa f., (framsals)beiðni f.
rescue björgun f.; v. bjarga
research rannsókn f.; v. **r. into** rannsaka
resemblance líking f., (look) svipur m.
resemble v. líkjast
resent v. taka illa, styggjast af
resentment gremja f. fyrtni f.
reservation fyrirvari m., skilyrði n., pöntun f.
reserve v. taka frá, geyma; **all rights reserved** öll réttindi áskilin
reservoir (vatns)geymir m., (vara)forði m., náma f.
reset vt. núllstilla, endurstilla
reside v. búa, eiga heima
residence heimili n., búseta f.
residence permit búsetuleyfi n.
resident adj. búfastur, heimilisfastur; vistfastur
residue afgangur m., leifar f.pl., rest f.
resign v. segja af sér, afsala (sér)
resignation afsögn f., lausnarbeiðni f., undirgefni f.
resist v. veita viðnám, standa á móti
resistance mótstaða f., viðnám n.
resolute einbeittur, staðfastur

resolution (firmness) einbeittni f., (of a committee) ályktun f.
resonant adj. hljómmikill, endurrómandi
resort úrræði n.; fjölsóttur staður m.; **summer r.** sumarleyfisstaður m.
resound v. enduróma, bergmála
resourceful adj. úrræðagóður
resources forði m., auðlindir f.pl., efni n.pl.; úrræði n.
respect virðing f.; **with r. to** með tilliti til
respect v. virða
respectable virðulegur, sómasamlegur
respectful kurteis, lotningarfullur
respective adj. hlutaðeigandi, hver að sínu leyti
respectively adv. hver af öðrum, hver um sig
respiration andardráttur m., öndun f.
respiratory adj. öndunar-
respite frestur m.; hvíld f.
respond v. svara
response svar n.
responsibility ábyrgð f.
responsible ábyrgur, (position) ábyrgðarmikill
rest hvíld f., ró f., (the rest) afgangur m.; v. hvíla sig
rest home hvíldarheimili n.
restaurant veitingahús n.
restful rólegur, róandi, friðsamur
restless hvíldarlaus, eirðarlaus
restore v. koma á aftur, lagfæra, skila aftur

restrain v. halda í skefjum, aftra
restrict v. takmarka
restriction takmörkun f.
result afleiðing f., árangur m., úrslit n.pl.; v. **r. in** leiða til, enda á; **r. from** stafa af
resume v. byrja aftur
resurrection upprisa f.; endurreisn f., endurlífgun f.
retail smásala f.; v. selja í smásölu
retailer smásali m.
retain v. halda, geyma, varðveita
retaliate v. hefna sín, svara í sömu mynt
retarded adj. þroskaheftur
retch v. kúgast
reticence þagmælska f.
retina nethimna f. (á auga)
retire v. segja af sér (heilsu eða aldurs vegna)
retired adj. eftirlauna-, afskekktur
retort hvasst svar n.; v. hreyta út úr sér, svara um hæl
retreat undanhald n.; v. hörfa, hopa
retribution makleg málagjöld n.pl.
retrieve v. endurheimta; bæta fyrir/upp
retrospect endurlit n.; **in r.** eftir á að hyggja
return afturkoma f., skil n.pl., endurgjald n.; **by r.** með næsta pósti; v. koma aftur, vt. senda aftur, endurgjalda
return key vendihnappur m.
reunion endurfundir m.pl.; mót n., samkoma f.
reunite v. sameina aftur, hittast aftur

reveal v. leiða í ljós, sýna, opinbera
revelation opinberun f.
revenge hefnd f.; v. hefna
revenue tekjur f.pl., tekjulind f., skattstofa f.
reverberate v. enduróma, endurkastast
Reverend séra
reverse fráhverfa f., (opposite) það gagnstæða, **just the r.** þvert á móti
reverse adj. öfugur, gagnstæður, bak-, afturábak-
reverse v. snúa við, umsnúa, bakka
review endurskoðun f., yfirlit n., mat n., ritdómur m., tímarit n.
revile v. úthúða, rakka niður
revise v. endurskoða, rifja upp
revision endurskoðun f., upprifjun f.
revival endurlífgun f., endurnýjun f.
revive v. lífga við, lifna við, lifna aftur
revoke v. afturkalla, nema úr gildi; svíkja lit (í spilum)
revolt uppreisn f.; v. gera uppreisn, vekja viðbjóð hjá
revolting adj. viðbjóðslegur
revolution (turning) snúningur m. (political) bylting f.
revolutionary adj. byltingarkenndur, byltingar-
revolutionize v. gjörbylta, umbreyta
revolve v. snúast (í hring)
revolver marghleypt skammbyssa f.

revue revía f., skopleikur m.
reward (verð)laun n.pl., umbun f.
rhetoric mælskulist f., málsnilld f., mælska f
rheumatism gikt f., giktveiki f.
rhinoceros nashyrningur m.
rhubarb rabarbari m.
rhyme rím n., hending f.
rhythm hljóðfall n., hrynjandi f.
rib rif n. rifbein n.
ribbon borði m., skrautband n.
rice hrísgrjón n.pl.
rich ríkur, efnaður
riches auður m., auðæfi n.pl.
rickshaw (austurlenskur) tvíhjóla léttivagn m.
ricochet endurkast n., skopp n.;
v. endurkastast, skoppa
rid; be r. of vera laus við, **get rid of** losna við
riddle (ráð)gáta f.
ride reið f., (drive) akstur m.; v. ríða, aka
rider reiðmaður m., viðauki m.
ridge (fjalls)hryggur m.
ridicule spott n., skop n.
ridiculous hlægilegur, fáránlegur
riding reið f., reiðmennska f.
rifle riffill m.
rig reiðabúnaður m.; útbúnaður m., áhöld n.pl.
rig v. setja upp reiða; útbúa
right réttindi n.pl., réttmæti n.; adj. réttur,
(hand) hægri; v. (leið)rétta; **all r.** allt í lagi;
be r. hafa á réttu að standa

right-justify vt. hægristilla, hægrijafna
righteous réttlátur
rightly adv. réttilega
rigid stjarfur, stinnur, harður, strangur
rigour strangleiki m., harka f.; (kulda) hrollur
rim rönd f., umgjörð f.
rind börkur m., hýði n., skorpa f.
ring hringur m.
ringleader forsprakki m., leiðtogi m.
rinse v. skola
riot óspektir f.pl.; v. vera með óspektir
rip v. rífa, skera, spretta upp
ripe þroskaður
ripen vi. þroskast, þróast
ripple gára f., bylgja f., gjálfur n.; v. ýfa(st), gára(st), gjálfra
rise (prices etc.) hækkun f., (sun) uppkoma f.; v. standa upp, rísa upp
risk hætta f.; v. hætta, stofna í hættu
risky áhættusamur, hættulegur
ritual helgisiðir m.pl., helgisiðareglur f.pl., trúarathöfn f.
ritual adj. helgisiðar-, trúarsiðar-
rival keppinautur m.; v. keppa við, jafnast á við
river á f., (wide) fljót n.
rivet hnoðnagli m.; v. hnoða, festa, negla
road vegur m.
roam v. reika, ráfa, flakka
roar öskur n.; öskra

roast v. steikja, rista, glóða
rob v. ræna, stela frá
robbery rán n., þjófnaður m.
robot vélmenni n.
rock klettur m., berg n., klöpp f.
rock v. rugga, vagga
rocket eldflaug f., flugskeyti n.
rocking chair ruggustóll m.
rocky klettóttur, grýttur
rod stafur m., (fishing-) veiðistöng f.
rodent nagdýr n.; adj. nagdýra-
rodeo kúrekakeppni f., kúrekasýning f.
roe hrogn n.
rogue fantur m.
role hlutverk (í leikriti) n.
roll v. velta, rugga, vefja, vinda
roller skating hjólskautahlaup n.
ROM lesminni n.
Roman Rómverji m.; adj. rómverskur; rómanskur
romance ástarsaga f., ævintýrasaga f.
romantic rómantískur, ævintýralegur, draumórakenndur
roof þak n.; v. þekja
rook (chess) hrókur m.
room herbergi n., stofa f., (space) rúm n.
room and board fæði og húsnæði n.
room service herbergisþjónusta f.
roomy rúmgóður
rooster karlfugl m., hani m., steggur m.

root rót f.
rope kaðall m., strengur m.
rosary talnaband n.
rose rós f.
rosebud rósaknappur m.
rostrum ræðupallur m., ræðustóll m., ponta f.
rot v. rotna, fúna
rotate v. hringsnúast
rotisserie grill n., grillstaður m.
rotten rotinn, úldinn, fúinn, siðspilltur, andstyggilegur
rouge rauður andlitsfarði m.
rough hrjúfur, grófur, ósléttur, hvass, ómótaður
roughage grófmeti n.
roulette rúletta f., fjárhættuspil n.
round adj. kringlóttur, sívalur, ávalur; prp. í kringum, umhverfis
round trip (Am.) hringferð n., farmiði fram og aftur m.
roundabout hringekja f., hringtorg n., krókaleið f.
rounded adj. ávalur
rouse v. vekja
route leið f., vegur m.
routine venja f., vanaverk n., vanagangur m.; hjárás f., þula f.
row röð f.; (noise) hávaði m; (in boat) róður m.; v. róa
rowdy adj. ofsafenginn, hávær

royal konunglegur
rub v. nudda, nugga
rubber gúmmí n., (eraser) strokleður n.
rubbish vitleysa f., (trash) rusl n.; **talk r.** fleipra, rugla
rubbish bin sorptunna f.
ruby rúbín m., roðasteinn m.
rucksack bakpoki m.
rudder stýri n.
ruddy adj. rjóður, rauðleitur
rude dónalegur, ruddalegur, óvandaður, fábrotinn
rudeness dónaskapur m.
rudimentary adj. grundvallar-, undirstöðu-; óþroskaður, ófullkominn
ruffian hrotti m., óþokki m., illmenni n.
rug gólfmotta f., teppi n.
rugged adj. ógreiðfær, ójafn; harðgerður; stórgerður, hrjúfur, strangur
ruin eyðilegging f.; **ruins** rústir f.pl.; v. eyðileggja
ruination eyðing f., spjöll n.pl.
ruinous adj. skaðvænlegur, skaðlegur; af sér genginn, í rúst
rule regla f., (government) stjórn f.; **as a r.** að jafnaði, venjulega; v. stjórna, fella úrskurð
ruler stjórnari m., (measure) reglustika f.
rum romm n.
rumble gnýr m., druna f., skruðningur m., v. drynja

ruminate v. jórtra; íhuga, hugsa um
rummage v. róta í, snú við, umróta
rumour orðrómur m., kvittur m.
rump rass m., sitjandi m.; lend f., lendarstykki n.
run hlaup n.; v. hlaupa, renna
run a business reka fyrirtæki
run away v. strjúka
run down adj. útkeyrður, óupptrekktur, niðurníddur
run out of v. verða birgðalaus
run over v. aka yfir
run short of v. fara að vanta
runaway flóttamaður m.
rung v. (pp. **ring**)
running hlaup n., kapphlaup n.
runway farvegur m., flugbraut f.
rural adj. sveita-, landsbyggðar-, dreifbýlis-
ruse kænskubragð n.
rush rás f., hraði m., kapphlaup n., áhlaup, troðningur m.
rush v. þjóta, æða, streyma
rush hour asatími m., háannatími m.
rust ryð n.; v. ryðga
rustic adj. sveitalegur, kúalubbalegur
rustle skrjáf n.; v. skrjáfa; (Am.) stunda búfjár- eða gripaþjófnað
rustproof ryðvarinn, ryðtraustur
rusty ryðgaður
rut hjólfar n., slóð f., skorningur m.

ruthless miskunnarlaus
rye rúgur m.
rye bread rúgbrauð n.

S

sabbatical adj. helgidags-, hvíldardags-
sabotage skemmdarverk n.
sack poki m., v. setja í poka; reka úr vinnu
sacred heilagur
sacrifice fórn f.; v. fórna
sacrilege helgispjöll n.p., vanhelgun f.
sad hryggur, dapur, sorglegur
saddle hnakkur m.; v. söðla
sadism sadismi m., kvalalosti m.
sadly adv. dapurlega. því miður, hrapallega
sadness dapurleiki m., sorg f.
safari veiðiferð f., leiðangur m.
safe peningaskápur m.; adj. öruggur, (á)hættulaus, ómeiddur; **s. and sound** heill á húfi
safeguard vernd f., varnagli m.; v. tryggja, vernda
safety öryggi n.
safety belt öryggisbelti n.
safety pin öryggisnæla f.
safety razor rakvél f.
saffron saffranjurt f.; adj. appelsínugulur
sag v. svigna, slakna, lafa

sagacity skarpskyggni f.
sage spekingur m., vitringur m.; adj. vitur, spekingslegur
sago sagogrjón n.pl.
sail segl n., sigling f.; v. sigla, sigla af stað
sailing-boat seglbátur m.
sailor sjómaður m.
saint heilagur maður, dýr(ð)lingur m.
sake; **for the sake of** fyrir sakir, **for my s.** mín vegna
salad salat n.
salad oil salatolía f.
salary (föst) laun n.pl., mánaðarlaun n.pl.
sale sala f., (bargain) útsala f.; **clearance s.** rýmingarsala f.
saleable adj. (auð)seljanlegur
sales tax söluskattur m.
salesgirl afgreiðslustúlka f.
salesman (pl. **salesmen**) afgreiðslumaður k., (farand)sölumaður m.
saline adj. saltur, salt-
saliva munnvatn n.
sallow adj. fölur, gugginn
salmon (pl. **salmon**) lax m.
salmon-trout sjóbirtingur m.
salon salur m., viðhafnarsalur m.
saloon (borð)salur m., vínveitingasalur m., krá f.
salt salt n.; v. salta
saltcellar saltbaukur m.

salty adj. saltur
salute v. heilsa (á formlegan hátt)
salvage björgun f.; **s.-money** björgunarlaun n.pl.; v. bjarga
salvation frelsun f.
Salvation Army Hjálpræðisher m.
salve áburður m., smyrsl n.
same samur; **all the s.** samt sem áður
sample sýnishorn n.
sanatorium heilsuhæli n.
sanction v. staðfesta, leyfa, heimila
sanctuary helgistaður m., helgidómur m., griðastaður m., verndarsvæði n., skjól n.
sand sandur m.
sandal sandali m., ilskór m.
sandbank sandrif n., sandgrynningar f.pl.
sandpaper sandpappír m.
sandpiper sendlingur m.
sandwich samloka f.
sandy adj. sendinn, sandborinn
sane (andlega) heilbrigður, heill á geðmunum, skynsamlegur
sanguine adj. rauður, rjóður; léttlyndur, bjartsýnn
sanitary heilbrigðis-, hreinlætis-
sanity andleg heilbrigði f., heilbrigð dómgreind f.
sarcastic meinyrtur, kaldhæðinn
sarcophagus steinkista f.
sardine sardína f.

sash axlarlindi m., mittislindi m.
satchel (hliðar)taska f.; **school s.** skólataska f.
satellite fylgihnöttur m., gervihnöttur m.
satiate v. (full)metta, seðja
satin satín n., slikjusilki n.
satire háðsádeila f., háðsádeiluverk n.
satisfaction fullnæging f., ánægja f.
satisfactory adj. fullnægjandi, viðunandi
satisfy v. fullnægja, svala, þóknast
saturate v. gegnbleyta, gegnsýra, metta
saturnine adj. fálátur, fjörlaus, önuglyndur
sauce sósa f.
saucepan skaftpottur m.
saucer undirskál f.
sauna gufubað n., gufubaðstofa f.
sausage pylsa f.,(smoked) bjúga n.
savage villimaður m.; adj. villtur, (fierce) grimmur, hrikalegur
save v. bjarga, (money) spara
savings sparifé n.; **s. bank** sparisjóður m.
saviour frelsari m., bjargvættur m.
savour (taste) bragð n., (smell) ilmur m.
savoury adj. bragðgóður, tilþrifamikill
saw sög f.; v. saga
saw (p. af **see**)
sawdust sag n.
say v. segja
saying orðatiltæki n., málsháttur m.; ummæli n.

scab hrúður n.; kláðasjúkdómur m., plöntuhýðissjúkdómur m.
scaffold vinnupallur m.; aftökupallur m.
scaffolding vinnupallur m.
scald v. brenna (á heitu vatni)
scale (music) tónstigi m., (map) mælikvarði m., (fish) hreistur n.
scales (for weighing) vog f.
scalpel læknishnífur m., skurðhnífur m.
scampi stórar rækjur f.pl.
scan v. grannskoða; skipta eftir bragliðum, skandera
scandal hneyksli n., (slander) rógur m.
scandalous hneykslanlegur, skammarlegur, slúður-, kjafta-
scanty adj. knappur, fátæklegur, ófullnægjandi
scapegoat blóraböggull m., sektarlamb n.
scar ör n., rispa f., far n.
scarce adj. sjaldgæfur, knappur, naumur
scarcely adv. varla, tæplega, naumlega
scarcity skortur m.
scare v. hræða
scarecrow fuglahræða f.
scarf (pl. **scarves**) trefill m.
scarlet fever skarlasótt f.
scary adj. skelfilegur, hræðslugjarn
scathing adj. óvæginn, harkalegur
scatter v. dreifa, tvístra
scavenge v. lifa á hræjum, safna drasli

scavenger hrææta f., skransafnari m.
scene sögusvið n., vettvangur m., leiksvið n., atriði n., læti n.pl.
scenery landslag n., (stage) leiktjöld n.pl.
scenic adj. náttúrufagur, landslags-
scent lykt f., ilmur m., slóð f., ilmvatn n.
sceptic efasemdarmaður m., efahyggjumaður m.
sceptical adj. efagjarn, vantrúaður, efahyggju-
scepticism vantrú f., efahyggja f.
schedule listi m., (stunda)skrá f., (ferða)áætlun f.
scheme áætlun f., áform n., ráðabrugg n.; v. ráðgera, brugga ráð
schism flokkadrættir m.pl., (trúar)sundrung f.
schizophrenia geðrof n., geðklofi m.
scholar fræðimaður m., (pupil) nemandi m.
scholarly adj. lærður, fræðilegur
scholarship fræðimennska f., námsstyrkur m.
school skóli m.
schoolboy skólapiltur m.
schoolmaster kennari m., skólastjóri m
schoolmate skólafélagi m.
schoolroom skólastofa f.
schooner skonnorta f.
science vísindi n.pl., vísindagrein f.
scientific vísindalegur, vísinda-
scientific notation tíuveldi n.
scientist vísindamaður m.

scissors skæri n.pl.
scoff spott n., spaug n.; v. gera gys að, skopast að
scold v. skamma
scone (lítil og þunn) hveitikaka f.
scooter hlaupahjól n.; **motor s.** vespa f.
scope umfang n., yfirgrip n., svigrúm n.
scorch v. svíða, sviðna, skrælna
score stigafjöldi m., (cut) skora f., (bill) reikningur m., (20) tuttugu
score v. (goal) skora, setja mark, gilda, merkja við, útsetja
scorn fyrirlitning f.; v. fyrirlíta
scorpion sporðdreki m.
Scot Skoti m.
Scotch (language) skoska f., (people) skotar m.pl.; adj. skoskur
Scottish skoska f; adj.skoskur
scoundrel fantur m.
scour v. skúra, fægja, hreinsa
scourge svipa f.; plága f.; v. hýða, refsa, hirta
scout (boy) skáti m., útsendari m., njósnamaður m.
scowl v. yggla sig
scramble v. klöngrast, brölta, basla, steikja eggjahræru
scrap smástykki n., ögn (af einhverju) f., hrafl n.
scrap iron brotajárn n.
scrapbook úrklippubók f.

scrape v. skrapa, skafa, rispa, hrufla
scratch v. klóra, rispa
scream öskur n.; v. öskra
screech skrækur m., ískur n.; v. skrækja, ískra
screen hlíf f., skermir m., kvikmyndatjald n.
screw skrúfa f.; v. skrúfa
screwdriver skrúfjárn n.
scribble krot n., riss n., hrafnaspark n.; v. hripa niður, pára, krassa
script rithönd f., skrifletur n.; handrit n.
scripture ritningargrein f.
scroll v. skruna
scrolling skrun n.
scrotum pungur m.
scrounge v. gramsa, viða að sér, sníkja
scrub v. skrúbba, skúra
scrumptious adj. stórfínn, frábær, einkar ljúffengur
scrupulous samviskusamur
scrutiny vandleg skoðun f.
scuffle ryskingar f.pl., áflog n.pl.; v. fljúgast á
scullery uppþvottaklefi m.
sculptor myndhöggvari m.
sculpture (work of) höggmynd f.
scum froða f., sori m., úrþvætti n.
scurvy skyrbjúgur m.
scythe ljár m.
sea sjór m., haf n.
seabird sjófugl m.
seaboard strandlengja f., sjávarströnd f.

seacoast sjávarströnd f.
seafaring sjómennska f.; adj. sjómanna-
seagull hvítmáfur m., veiðibjalla f.
seal (animal) selur m.; innsigli n.; v. innsigla
sea level sjávarmál n.
sealing wax innsiglislakk n.
seam saumur m.
seaman sjómaður m.
seamless adj. saumlaus
seamstress saumakona f.
seaplane flugbátur m., sjóflugvél f.
seaport höfn f., hafnarbær m.
search leit f.; v. leita (**for** = að)
searchlight leitarljós n., ljóskastari m.
seascape sjómynd f., sjómálverk n.
seashell (kræklings)skel f.
seashore sjávarströnd f.
seasick adj. sjóveikur
seasickness sjóveiki f.
seaside sjávarströnd f.; **s. resort** strandbaðstaður m.
season árstíð f.; **high s.** háannatími m.; **low s.** deyfðartími m.
seasoning krydd n., bragðbætir m.
seat sæti n., seta f., aðsetur n.
seat belt sætisól f., öryggisbelti n.
seawater sjór m.
seaweed þang n., þari m.
seaworthy adj. sjófær, haffær
seclude v. útiloka, einangra

second (60 s. = 1 minute) sekúnda f.
second-class adj. annars flokks, (ship) á öðru farrými
second-hand adj. notaður
secondary adj. annar, auka-, annars flokks, minni háttar
secondly adv. í öðru lagi
secrecy leynd f., þagmælska f.
secret leyndarmál n.; adj. leynilegur
secretary ritari m., ráðherra m.
secretion seytun f., seyting f., seyti n., velli n.; framleiðsluefni kirtilfrumu n.
sect sértrúarflokkur m., sértrúarsöfnuður m.
section (part) hluti m.
sector geiri m.
secular adj. veraldlegur, ókirkjulegur
secure öruggur
security öryggi n., (guarantee) trygging f.
sedate adj. hæglátur
sedative róandi lyf n.; adj. róandi, sefandi
sedge stör f.
sedition uppreisnaráróður m., æsingar f.pl.
seduce v. tæla, lokka
see v. sjá, (understand) skilja
seed fræ n.
seek v. leita að, leita eftir, svipast um eftir
seem v. virðast, sýnast, finnast
seen v. (pp. **see**)
seesaw saltvog f., vegasalt n.; v. vega salt

segment partur m., hluti m.; sneið f., geiri m.; liður m., þáttur m.
segregate v. aðskilja, einangra
seismograph (jarð)skjálftamælir m.
seize v. grípa, hrifsa, handtaka, gagntaka
seldom sjaldan
select v. velja úr ; adj. útvalinn, úrvals-
selection úrval n.
self sjálf n., einstaklingseðli n., eigin persóna f.
self-centred adj. sjálfbirginn, sjálfselskur
self-defence sjálfsvörn f.
self-employed adj. sjálfstæður (í atvinnurekstri)
self-evident adj. augljós, sjálfsagður
self-government sjálfsstjórn f.
self-service sjálfsafgreiðsla f.
selfish adj. eigingjarn
selfishness eigingirni f.
sell v. selja, versla við
seller seljandi m.
semantics merkingarfræði f.
semblance líking f., svipur m., útlit n.
semen sæði n., sáð n.
semester misseri n., (Am.) hálfsársönn f.
semi- hálf-
semi-detached; **s. house** parhús n.
semibreve heilnóta f.
semicircle hálfhringur m.

semicolon semikomma f., depilhögg n.
seminar semínar f., samræðunámskeið n.
seminary prestaskóli m.; gróðrarstía f.
semiquaver sextándapartsnóta f.
semitone hálftónn m.
senate öldungarráð n., efri málstofa f., háskólaráð n.
senator öldungadeildarmaður m.
send v. senda
senile adj. ellihrumur, elliær, elli-
senior eldri maður m., yfirmaður m.; adj. eldri
sensation skynjun f., (feeling) tilfinning f.
sensational tilkomumikill, æsifenginn
sense tilfinning f., (good s.) vit n.,(meaning) þýðing f.
senseless (foolish) heimskulegur, (unconscious) meðvitundarlaus
sensible skynsamur, skynsamlegur
sensitive næmur, viðkvæmur
sensor skynjari m., nemi m.
sensual adj. líkamlegur, holdlegur, lostafullur; skynrænn, skyn-, skynjunar-
sensuous adj. skynrænn, tilfinningalegur, ástríðuþrunginn
sentence (grammar) setning f.,(legal) dómur m.
sentimental tilfinningaríkur, viðkvæmur, væminn
sentry (her)vörður m., varðmaður m.
separate v. skilja sundur, aðskilja; adj. aðskilinn, sérstakur

separately adv. sérstaklega, í sinn hvoru lagi
separation skilnaður m.
septic adj. rotnunar-, rotinn; **become s.** fá ígerð
sepulchre gröf f., legstaður m.; grafhýsi n., grafhvelfing f.
sequel framhald n.,(result) afleiðing f.
sequence röð f., samhengi n.
serenade serenaða f.
serene adj. heiðríkur, kyrrlátur
sergeant liðþjálfi m., aðstoðarvarðstjóri m.
serial (story) framhaldssaga f.
serial number raðnúmer n., framleiðslu-númer n.
serial printer einrása prentari m.
serial-access memory raðvinnsluminni n.
series röð f.
serious alvarlegur
seriousness alvara f.
sermon prédikun f.
serpent snákur m., höggormur m.
serum blóðvatn n.
servant þjónn m.
serve v. (suffice) duga til, (be useful) koma að haldi,
serve v. þjóna , (customer) afgreiða, (sentence) afplána dóm
service þjónusta f., (favour) greiði m.; **be of s.** vera til gagns
service charge þjónustugjald n.

service station bensínstöð f., viðgerðaverkstæði n.
serviette servíetta f., (munn)þurrka
session samkoma f., seta f.
set v. setja, láta
setting bakgrunnur m., umhverfi n., umgerð f.
settle v. setjast,(an account) borga, (land) setjast að, (decide) ákveða
settlement landnám n., reikningsskil n.pl.
seven sjö
seventeen sautján
seventeenth sautjándi
seventh sjöundi
seventy sjötíu
several nokkrir, fáeinir, ýmiss konar
severe strangur, harður, alvarlegur
sew v. sauma
sewage skolp n.
sewer holræsi n.
sewing machine saumavél f.
sex kyn n., kynlíf n., kynmök n.pl.
sexton kirkjuþjónn m.
sexual kynferðislegur, kyn-, kynferðis-
sexuality kynhvöt f., kynferði n.
shabby adj. snjáður, tötralegur, vanhirtur, subbulegur, skammarlegur
shade skuggi m., forsæla f., (lamp) skermur m.; v. skyggja, hlífa
shadow skuggi m.
shady adj. skuggsæll, vafasamur

shaft ás m., stokkur m., skaft n.
shaggy adj. stríðhærður, lubbalegur, loðinn
shake v. hrista, (tremble) skjálfa, (hands) heilsa með handabandi
shall; **I shall** ég skal, mun
shallow grunnur
sham uppgerð f., fals n., eftirlíking f.; adj. falsaður, óekta, uppgerðar-
shambles óreiða f.; blóðvöllur m.
shame skömm f.
shampoo hárþvottur m.
shamrock (hvít)smári m.
shank fótleggur m.
shape lögun f., (figure) vöxtur m.; v. móta, forma, laga
share hluti m., (financial) hlutabréf n.; v. skipta (með sér), deila
shareholder hluthafi m.
shark hákarl m.
sharp adj. (of edge) beittur, hvass; adv. nákvæmlega, stundvíslega
sharpen v. skerpa, brýna, hvessa
sharpshooter góð skytta f., skotfimur maður m.
shatter v. mölbrjóta, mölva
shave (oneself) v. raka (sig)
shave v. raka (sig)
shaving (hefil)spænir m.pl., rakstur m.
shaving brush rakbursti m.
shaving cream rakkrem n.

shaving soap raksápa f.
shawl sjal n.
she prn. hún
shear v. klippa, rýja
shears klippur f.pl.
sheath slíður n.
shed skúr m., skýli n.; v. úthella, losa sig við
sheep (pl. **sheep**) kind f., sauðfé n.
sheepish kindarlegur, feimnislegur
sheer adj. hreinn, eintómur, örþunnur; adv. algerlega, alveg
sheet (on bed) lak n., (metal) plata f., (paper) pappírsörk f.
shelf (pl. **shelves**) hilla f.
shell skel f., (egg) skurn f., (explosive) sprengikúla f.
shellfish skelfiskur m.
shelter skjól n.; v. skýla, vernda
shepherd fjárhirðir m., smali m.
sheriff sýslumaður m., fógeti m.
shield skjöldur m.; v. skýla
shift tilfærsla f., umskipti n.pl., (work) vakt f.
shift v. flytja, færa úr stað, skipta um
shift key skiptihnappur m.
shilly-shally hik n., ráðaleysi n.; v. hika, tvístíga
shin sköflungur m.
shine skin n., ljómi m.; v. skína, ljóma
shingle þakskífa f.; fjörumöl f.

shiny ljómandi, gljáandi
ship skip n.; v. senda með skipi
shipment (vöru)sending f., farmur m.
shipowner skipaeigandi m., útgerðar-
maður m.
shipwreck skipbrot n. skipsflak n.
shipyard skipasmíðastöð f.
shire skíri n., sýsla f.
shirk v. svíkjast um, hliðra sér hjá, koma sér
undan
shirt skyrta f.
shiver hrollur m., skjálfti m.; v. skjálfa
shoal sandrif n., grynningar f.pl., (of fish)
torfa f.
shock áfall n., taugaáfall n., (earthquake)
kippur m.
shock absorber höggdeyfir m., dempari m.
shoe skór m.; **gym shoes** leikfimiskór m.pl.
shoelace skóreim f.
shoemaker skósmiður m.
shoe polish skóáburður m., gljái m., skó-
sverta f.
shoeshop skóbúð f.
shook v. (p. **shake**)
shoot v. skjóta
shop búð f., verslun f.; v. fara í búðir
shop assistant afgreiðslumaður m.,
búðarmaður m.
shopkeeper búðareigandi m.

shoplifter búðarþjófur m.
shopping bag innkaupataska f.
shopping centre verslanamiðstöð f.
shore strönd f.
short stuttur, skammur, (of stature) lágur
short story smásaga f.
short wave stuttbylgja f.; adj. stuttbylgju-
shortage skortur m.
shortcoming galli m., ófullkomleiki m.
shorten v. stytta
shorthand hraðritun f.; adj. hraðritunar-
shortly adv. bráðlega, innan skamms
shorts stuttbuxur f.pl., knébuxur f.pl.
shortsighted adj. nærsýnn, skammsýnn
shot skot n.; v. (p. **shoot**)
should v. (p. **shall**)
shoulder öxl f.; **shoulders** herðar f.pl.
shoulder-blade herðablað n.
shout kall n., óp n.; v. kalla, æpa
shovel skófla f.; v. moka
show sýning f.; v. sýna
show off v. láta á sér bera, monta sig
showcase sýningarskápur m.
shower regnskúr f., demba f.
shower-bath steypibað n. sturta f.
shrapnel flísasprengja f.; sprengjubrot n., sprengjuflísar f.pl.
shrewd kænn, slægur
shriek skrækur m.; v. skrækja, (with laughter) skellihlæja

shrill adj. hvellur, skrækur, skerandi
shrimp rækja f.
shrine skrín n., helgidómur m.
shrink v. (of clothes) hlaupa; réna, minnka
shrinkproof adj. hlaupfrír
shrivel v. skrælna, þorna upp, skreppa saman
Shrove Monday bolludagur m.
Shrove Tuesday sprengidagur m.
shrub runni m.
shrug (shoulders) v. yppta öxlum
shudder hrollur m.; v. skjálfa, hrylla við
shuffle (cards) v. stokka (spil)
shun v. forðast, sneiða hjá
shunt v. víkja til hliðar, hliðra (sér til)
shut v. loka; adj. lokaður
shutter hleri m., ljósopsloki m.
shuttle (loom) skytta f.; **space s.** geimskutla f., geimferja f.
shuttlecock badmintonbolti m., fjaðrabolti m., fluga f.
shy feiminn, styggur ; v. fælast
shyness feimni f.
sibilant blísturhljóð f.; adj. hvæsandi, blísturs-
sick sjúkur, veikur
sickle sigð f.
sickness sjúkleiki m., sjúkdómur m.; uppköst n.pl.
side hlið f.
side street hliðargata f.
sideburns bartar m.pl.

sidelight hliðarljós n.
sideline hliðarlína f.; aukastarf n., aukavinna f.
sidereal adj. stjörnumiðaður, sídeRískur, stjörnu-
sidewalk (Am.) gangstétt f.
sideways adv. til hliðar, frá hlið, á hlið
siege umsátur n.
sieve sáld n., sigti n.
sift v. sáldra, sigta
sigh andvarp n.; v. andvarpa
sight sjón f., sýn f.
sightseeing skoðunarferð n., kynnisferð f.
sign merki n., tákn n.; v. skrifa undir
signal merki n.; v. gefa merki
signalman merkjavörður m.
signature undirskrift f.
significance merking f., þýðing f., gildi n., mikilvægi n.
significant adj. mikilvægur, marktækur
signify v. merkja, tákna
signpost vegvísir m.
silence þögn f.; v. þagga niður í
silencer hljóðdeyfir m.
silent hljóðlátur, þegjandi, þögull, hljóðlaus; v. **be s.** þegja
silk silki n.
silken adj. silkimjúkur, silki-
silly kjanalegur, heimskur

silo síló n., hringlaga geymsla f.; votheysturn m.; neðanjarðarbyrgi n.
silt botnleðja f., árframburður m.
silver silfur n.; adj. silfur-, silfraður
silversmith silfursmiður m.
silverware silfurmunir m.pl., hnífapör n.pl.
similar líkur, svipaður
similarity svipur m., líking f.
simile (við)líking f., samlíking f.
simmer v. krauma, malla
simple einfaldur
simplify v. einfalda
simply adv. einfaldlega, bara, aðeins, blátt áfram
simulate v. líkja eftir
simultaneous adj. samtíða, samtímis-
sin synd f.; v. syndga
since conj. & adv. síðan, úr því að , frá því að
sincere einlægur; **yours sincerely** þinn einlægur
sinew sin f., styrkur m.; **sinews** kraftar m.pl., máttarstólpi m.
sinful syndugur, syndsamlegur
sing v. syngja
singe v. svíða, brenna
singer söngvari m.
single einn, (ein)stakur , (unmarried) einhleypur, ógiftur
single density einþétta f.

single-handed adj. einn síns liðs, án hjálpar
singular eintala f.; adj. einstakur, einkennilegur
sinister adj. geigvænlegur, illsvitandi
sink vaskur m.; v. sökkva, hníga
sinker sakka f., lóð n.
sip smásopi m.; v. dreypa (á)
siren sírena f.
sirloin þunnasteik f., spjaldhryggjarstykki n.
sissy stelpustrákur m., raggeit f.; adj. kvenlegur, blauður
sister systir f., (nurse) (yfir)hjúkrunarkona f.
sister-in-law mágkona f.
sit v. sitja , (s. down) setjast
site (of house) (byggingar)lóð f., stæði n., staða f.
sitting-room setustofa f., dagstofa f.
situated adj. staðsettur, liggjandi
situation ástand n., kringumstæður n.pl., staða f., lega f.
six sex
sixteen sextán
sixteenth sextándi
sixth sjötti
sixty sextíu
size stærð f., (of shoe etc.) númer n.
skate (fish) skata f.; (ice) skauti m.; v. fara á skautum
skateboard rúllubretti n., hlaupabretti n.
skeleton beinagrind f.

skeleton key þjófalykill m., aðallykill m.
sketch skissa f., frumdráttur m.; v. rissa, gera uppkast að
skew adj. skáhallur, hallandi, skakkur
skewer kjötprjónn m., kjötteinn m.
ski skíði n.; v. fara á skíðum
ski boots skíðaskór m.pl.
ski jump skíðastökk n.
ski lift skíðalyfta f.
ski pants skíðabuxur f.pl.
ski pole (Am.) skíðastafur m.
ski stick skíðastafur m.
skid v. renna (til hliðar), skrensa
skier skíðamaður m.
skiing skíðaíþrótt f., skíðaferð f.
skilful hagur, fimur, reyndur
skill hagleikur m., kunnátta f., leikni f.
skilled adj. hæfur, leikinn, faglærður
skim v. fleyta (ofan af); líta yfir, fara lauslega yfir
skin skinn n., (hide) húð f., (human) hörund n.; v. flá
skip v. hoppa (yfir)
skipper skipstjóri m.
skirmish smáskæra f., senna f., rimma f.
skirt pils n.
skull hauskúpa f.
sky himinn m., loft n.
sky-blue adj. himinblár
skylight þakgluggi m.

skyscraper skýjakljúfur m.
slack adj. slakur, linur, hægur, daufur
slacken v. lína á, slaka á
slacks (kven)síðbuxur f.pl.
slam v. skella (aftur)
slander rógur m.; v. rægja, baknaga
slang slangur n., slanguryrði n.
slant v. halla(st)
slanting adj. hallandi, skásettur
slap v. slá (með flötum lófa), skella
slash v. rista, höggva, strýkja, skera niður
slate flöguberg n., reikningsspjald n.; (roof) þakskífa f.
slaughter slátrun f., manndráp n.; v. slátra, drepa
slave þræll m.
slay v. vega, drepa
sledge sleði m.
sledgehammer sleggja f., slaghamar m.
sleep svefn m.; v. sofa
sleeping bag svefnpoki m.
sleepless adj. svefnlaus, vöku-
sleeplessness svefnleysi n.
sleepy syfjaður
sleet slydda f.
sleeve ermi f., umslag n., innra hulstur n.
sleigh sleði m.
slender grannur, mjór, þunnur, rýr
slice sneið f.; v. sneiða (niður)

slight adj. lítilfjörlegur, smávægilegur, grannvaxinn
slightly adv. lítillega, smávegis
slim adj. grannur, grannvaxinn; v. grenna, megra sig
sling teygjubyssa f.; axlaról f.; fatli m., fetill m.; stroffa f.
slip v. renna (til), hrasa, smeygja, smokra
slipper inniskór m.
slippery háll, sleipur
slipshod adj. hroðvirknislegur, subbulegur
slit rifa f.; v. rífa (upp)
sloe þyrniplóma f.
slogan slagorð n.
slope brekka f.; v. halla
sloping adj. hallandi, aflíðandi
sloppy adj. subbulegur, sóðalegur, losaralegur, óvandaður
slot rauf f.; bás m.
slot machine sjálfsali m.
slouch v. hokra, lúta
slovenly adj. sóðalegur
slow adj. hægur, seinn
slow down v. hægja á sér, draga úr hraðanum
slowly hægt
slug brekkusnigill m.; byssukúla f.
sluice gáttarstífla f., stífluvatn n.
slum fátæktarhverfi n.

slumber blundur m., dúr m.; v. blunda, móka
slump (verð)hrun n.
slur óskýr framburður m.; smán f.; v. bera óskýrt fram; lítilsvirða
slurry grugglausn f.; v. hræra upp í vökva
slush krap n., aur m.
sly adj. kænn, slóttugur
smack skellur m., smjatt n.; v. skella, smjatta
small lítill, smár
smallholding smáeignarjörð f.
smallpox bólusótt f.
smart adj. velklæddur , (cunning) slunginn
smart verkur m., sviði m.; v. svíða
smash v. mölva
smashing adj. frábær, stórkostlegur, þrumu-
smell lykt f.; v. lykta (af)
smelly adj. þefillur
smelt v. bræða málmgrýti, hreinsa málm
smile bros n.; v. brosa
smirk flírubros n., glott n.; v. brosa tilgerðarlega, glotta
smite v. slá , ljósta, berja
smith (málm)smiður m.
smoke reykur m.; v. reykja
smoker reykingamaður m.
smoking reykingar; **no s.** reykingar bannaðar
smoking room reykingasalur m.
smooth adj. sléttur; v. slétta
smother rykský n., reykjarmökkur m.; v. kæfa, bæla niður

smuggle v. smygla
smuggler smyglari m.
smutch óhreinindi n.pl.; v. óhreinka, skíta út
snack matarbiti m., snarl n.
snack bar skyndibitastaður m.
snail snigill m.
snake snákur m., slanga f.
snap smellur m., brestur m.; v. smella, bresta, slitna, hrökkva sundur
snappy adj. snöggur, kaldur, bitur; tískulegur, stællegur
snapshot augnabliksmynd f.
snarl v. urra; segja höstuglega
snatch grip n., hrifs n.; glefsa f., brot n., v. grípa, hrifsa
sneak pukur n.; læðupoki m., kjaftaskjóða f.; v. laumast, læðast
sneakers (Am.) strigaskór m.pl., íþróttaskór m.pl.
sneer háðbros n., háðsyrði n.; v. glotta háðslega, spotta, hæðast að
sneeze hnerri m.; v. hnerra
sniff v. sjúga upp í nefið, nasa, þefa (af)
snipe; **common s.** hrossagaukur
sniper leyniskytta f.
snob uppskafningur m., snobbaður maður m.
snoop snuðrari m.; v. snuðra, hnýsast
snooty adj. snobbaður, montinn, tilgerðarlegur

snore v. hrjóta
snoring hrotur f.pl.
snorkel öndunarpípa f.
snout snoppa f., trýni n.
snow snjór m.; v. snjóa
snowdrift fönn f., skafl m., skafrenningur m.
snowflake snjóflygsa f., snjókorn n.
snowstorm hríð f., bylur m.
snowy adj. snævi þakinn, snjó-
snub snubba f., snupra f., lítilsvirðing f.; v. snubba, snupra, lítilsvirða
snuff neftóbak n.
so svo, þannig ; **s. that** svo að, til þess að; **and so on** og svo framvegis
so far hingað til
so-called adj. svokallaður
soak v. rennbleyta, leggja í bleyti
soap sápa f.
sober ódrukkinn, hófsamur
soccer knattspyrna f.
soccer team knattspyrnulið n.
sociable félagslyndur
social adj. (þjóð)félagslegur, (þjóð)félags-
social security almannatryggingar f.pl.
social worker félagsráðgjafi m.
socialism jafnaðarstefna f.
socialist jafnaðarmaður m.
society (association) félag n.; (community) þjóðfélag n.; (high) samkvæmislíf
sociology (þjóð)félagsfræði f.

sock (hálf)sokkur m.
socket hvilft f., innstunga f., festing f., augnatóft f.
soda sódavatn n.
sodden gegnvotur, þrútinn
sofa legubekkur m., sófi m.
soft mjúkur, mildur, linur
soft drink gosdrykkur m.
soft-boiled adj. linsoðinn
soften v. mýkja, lina, blíðka
softly hljótt; **talk s.** tala í hálfum hljóðum
software hugbúnaður m.
soggy adj. gegnblautur, vatnssósa
soil jarðvegur m.; v. óhreinka, flekka, svívirða, smána
soiled adj. útataður
sol-fa söngheitin n.pl.
solar adj. sól-, sólar-
solar system sólkerfi n.
solarium sólskýli n., sólbaðstofa f.
sold v. (p., pp. **sell**)
sold out adj. uppseldur
solder v. lóða, kveikja saman
soldering iron lóðbolti m., kveikinga-hamar m.
soldier hermaður m.
sole (foot) il f., (shoe) sóli m. ; v. sóla; adj.eini, einka-
solemn alvarlegur, hátíðlegur
solicitor málafærslumaður m., lögmaður m.

solid þéttur, fastur
solidarity samstaða f.
soliloquy eintal n., einræða f.
solitaire kapall m., einmenningsspil n.
solstice sólstöður f.pl., sólhvörf f.pl
soluble adj. (upp)leysanlegur
solution (answer) úrlausn f., lausn f.
solve v. leysa úr, ráða (gátu)
sombre adj. myrkur, þungbúinn, dapurlegur
some prn. einhver, nokkur, sumir
some more dálítið í viðbót
somebody prn. einhver, nokkur
someday adv. einhvern tíma
somehow adv. einhvern veginn
someone prn. einhver, nokkur
something prn. eitthvað, nokkuð
sometime adv. einhvern tíma; adj. fyrrverandi
sometimes adv. stundum
somewhat adv. eitthvað, nokkuð, fremur
somewhere adv. einhvers staðar
son sonur m.
son-in-law (pl. **sons-in-law**) tengdasonur m.
song söngur m.
soon bráðum, bráðlega, fljótt; **as s. as** um leið og, jafnskótt og
sooner fljótara, (rather) heldur
soot sót n.
soothe v. sefa, stilla, hugga
sophisticated adj. veraldarvanur, forframaður; margbrotinn, flókinn, háþróaður

sorcerer galdramaður m., töframaður m.
sore adj. sár, aumur
sore throat kverkaskítur m.
sorrow sorg f.; v. syrgja
sorry hryggur; v **feel s. for** kenna í brjósti um
sort tegund f.; v. flokka
sortie útrás f., árásarferð f.
soufflé ofnbakaður eggjaréttur m.
soul sál f.
sound adj. heill (healthy) heilbrigður (faultless) gallalaus
sound hljóð n.; v. hljóma, hljóða, (test) prófa
sound asleep steinsofnaður
soup súpa f.
soup-plate súpudiskur m.
soup-spoon súpuskeið f.
sour súr
source uppspretta f.,(original) heimild f.
south suður; **s.-east** suðaustur, **s.-west** suðvestur
southpaw örvhentur maður m.
souvenir minjagripur m.
sovereign þjóðhöfðingi m., einvaldur m., drottnari m.
sovereign adj. einvaldur, ríkjandi, hæstráðandi, aðal-, megin-
sow v. sá, gróðursetja
spa heilsulind f., ölkelda f.
space rúm n.; **open s.** opið svæði
space bar stafbilslykill m.

11

spacecraft geimfar n., geimskip n.
spacing línubil n.
spacious rúmgóður
spade reka f., (cards) spaði m.
span spönn f. (22,5 cm.), haf n. spennivídd f.; skeið n.; v. spanna, ná yfir
Spanish (language) spænska f.; adj. spánskur
spank v. skella, flengja
spanking rassskelling f.
spanner skrúflykill m.
spare adj. vara-, auka-, umfram-; sparlegur, naumur; v. spara, hlífa, þyrma
spare part varahlutur m.
spare time frítími m. tómstundir f.pl.
spare tyre varadekk f.
spare wheel varahjól n.
sparingly adv. sparsamlega
spark neisti m., glampi m.
sparkle smáneisti m., glampi m., leiftur n.; v. gneista, glitra, glóa, leiftra
sparkling adj. glitrandi, skínandi, freyðandi
spark plug kveikikerti n.
spartan adj. spartverskur; hugrakkur, sjálfsagaður, fábrotinn
spasm (vöðva)krampi m., krampaflog n., kast n., hviða f.
spatula spaði m.
spawn hrogn n., seiði n.; v. hrygna, tímgast, geta af sér

speak v. tala
speaker ræðumaður m.
spear spjót n.
special sérstakur
special character sértákn n., sérstafur m.
special delivery hraðsending f., hraðbréf.
specialist sérfræðingur m.
speciality sérgrein f., sérvara f.
specialize v. sérhæfa (sig)
specially adv. sérstaklega
species (pl. **species**) tegund f.
specific adj. sérstakur, ákveðinn, tiltekinn, nákvæmur
specification nákvæm lýsing f., ítarleg útlistun f., sundurliðun f.
specimen sýnishorn n.
speck blettur m., ögn f.
spectacle sjón, f., sýn f.
spectacles gleraugu n.pl.
spectator áhorfandi m.
spectre vofa f., draugur m.
spectrum (lit)róf n., skali m.
speculate v. íhuga, bralla, reka spákaupmennsku
speech (language) mál n., (lecture) ræða f.
speechless adj. mállaus, orðlaus, þögull
speed hraði m., flýtir m.; **cruising s.** ganghraði m.; v. flýta sér
speed limit hraðatakmark n.
speedometer hraðamælir m.

spell v. stafa
spellbound adj. heillaður, gagntekinn
spelling stafsetning f.
spend v. eyða, verja (peningum)
spendthrift eyðslukló f., eyðsluseggur m.
sperm sæði n., sáðfruma f.
sphere kúla f., hnatthvolf n., svið n.
spice krydd n.
spider kónguló f.
spider's web kóngulóarvefur m.
spike (járn)gaddur m., fleinn m.
spill v. hella (niður), missa (niður)
spin vt. spinna, vi. snúast
spinach spínat n.
spine hryggur m.
spinney kjarrskógur m.
spinning wheel rokkur m.
spinster ógift kona f., piparmey f.
spiral spírall m.; gormur m., vafningur m.; adj. snúinn, hringaður, spíral-
spire turnspíra f.
spirit andi m., (courage) hugur m., (ghost) vofa f., (alcohol) vínandi m.
spirits (alcohol) áfengi n., **in good s.** fjörugur, í góðu skapi
spiritual andlegur sálrænn, sálar-
spiritualism andatrú f.
spit munnvatn n.; v. hrækja
spite illvilji m., illgirni f.; **in s. of** þrátt fyrir
spiteful adj. illgjarn

splash v. skvetta, busla, skvampa
spleen milti n., milta n.
splendid adj. ljómandi, stórkostlegur, fyrirtaks-, afbragðs-
splendour ljómi m., dýrð f.
splint spelka f.
splinter flís f.
split vt. kljúfa, vi. klofna
split screen tvískiptur skjár m.
splutter tafs n., snark n.; v. tafsa, snarka, frussa
spoil v. skemma; ofdekra
spokesman talsmaður m., formælandi m.
sponge svampur m.
sponger afæta f., sníkjudýr n.
sponsor v. vera ábyrgur fyrir; kosta; ábyrgðarmaður m., stuðnings-maður m.; skírnarvottur m.
spontaneous adj. sjálfkrafa, ósjálfráður, sjálfsprottinn
spook vofa f.
spool spóla f.
spoon (mat)skeið f.
spoonful skeiðfylli f.
sporadic adj. stakstæður, dreifður, sjaldgæfur, hér og þar
sport íþrótt f., (amusement) skemmtun f.
sports car sportbíll m.
sports jacket sportjakki m.
sportsman (pl. **-men**) íþróttamaður m., sportmaður m.

sportswear sportfatnaður m.
spot blettur m., (on face) bóla f.; v. bletta, koma auga á
spotless adj. tandurhreinn, flekklaus, vammlaus
spotlight kastljós n.
spotted adj. flekkóttur, bólóttur
spouse maki m.
spout gossúla f., stútur m.; v. gjósa, spúa
sprain (lið)tognun f.; v. togna
sprawl v. flatmaga, sitja flötum beinum, breiða úr sér
spray úði m., úðunarvökvi m.; v. úða, vökva
spread vt. breiða (út), dreifa, breiðast út
spreadsheet töflureiknir m., reiknivangur m.
spree (gáskafenginn) gleðskapur m., æði n., flipp n.
spring (water) uppspretta f., (of watch) fjöður f., (season) vor n.; v. stökkva
springboard stökkbretti n., stökkpallur m.
springtime vortími m.
sprinkle v. (water) skvetta, úða, (sugar) strá (á)
sprint sprettur m., spretthlaup n.; v. hlaupa stuttan sprett
sprocket hole gripgat n.
sprocket track gripröð f.
sprocket wheel keðjuhjól n., tindahjól n.
sprout frjóangi m., frjónál f.; v. spíra, bruma, spretta

sprout spíra f.; (Brussel) **sprouts** rósakál n.
spur spori m.; hvati m., örvun f.; v. keyra sporum; hvetja, örva
spurt v. buna, gusa(st), sprauta(st), spýtast
spy njósnari m.; v. njósna
squad riðill m., lítil liðssveit f.
squadron (riddaraliðs)flokkur m., (flota)deild f., (flugvéla)sveit f.
squalid adj. sóðalegur, skítugur, niðurníddur
squall öskur n., óp n. væl n.; v. öskra hástöfum, æpa, emja
squander v. sóa, eyða
square ferhyrningur m., (market-place) torg f.; adj. ferhyrndur, ferkantaður
squash kássa f., mauk n.; ávaxtadrykkur m.; v. merja, fletja út, bæla niður
squat v. sitja á hækjum sér, hnipra sig saman, húka; setjast að án heimildar
squaw (gift) indíánakona f.
squeak v. tísta, marra, ískra
squeal hrín n., ískur n.; v. hrína, rýta, ískra; svíkja, koma upp um
squeal v. hrína, hvína, veina
squeamish adj. pempíulegur, smámunasamur, kenjóttur, klígjugjarn
squeeze v. kreista, þrýsta
squid smokkfiskur m.
squint v. píra augun, vera rangeygður
squire óaðalseigandi m.
squirm v. engjast, hlykkjast, iða; fara hjá sér

squirrel íkorni m.
squirt buna f.; v. sprauta, láta buna
stab v. stinga, reka í gegn
stable gripahús n., hesthús n.
stable hesthús n., gripahús n.; adj. stöðugur, traustur
stack stakkur m., stafli m.; v. stakka, hlaða
stadium íþróttavöllur m., íþróttasvæði n.
staff stafur m.,(people) starfsfólk n.
stag hjörtur m.
stage þrep n., stig n.; leiksvið n.
stagger v. skjögra, reika
staggering adj. yfirþyrmandi, stórkostlegur
stagnant adj. hreyfingarlaus, kyrrstæður, staðnaður, fúll
stain blettur m.; v. óhreinka, (dye) lita
stain remover blettahreinsari m.
stained glass litað gler n., glermálverk n.
stainless adj. blettlaus, flekklaus; **s. steel** ryðfrítt stál n.
staircase stigi m.
stalactite dropasteinn m.
stalagmite dropasteinskerti n.
stale daufur, (marg)þvældur, (bread) gamall
stalemate pattstaða n.; sjálfhelda f.
stall sölupallur m., bás m., hesthús n.; v. taka á gjöf; stöðva(st)
stallion graðfoli m., stóðhestur m.
stamina líkamsþróttur m., þol n.
stammer stam n.; v. stama

stamp (post) frímerki n., (rubber) stimpill m.
stamp v. frímerkja, stimpla, (with foot) stappa niður fæti, traðka
stamp machine frímerkjasjálfsali m.
stampede v. leggja á flótta, styggja(st), ryðja(st), flykkjast
stanchion stoð f., stólpi m.; skorða f., klafi m.
stand v. standa, (endure) þola
stand by (a friend) styðja, (promise) halda (loforð)
standard staðall m., gunnfáni m., merki n., mælikvarði m.
standard of living lífskjör n.pl.
standardize v. staðla, koma skipulagi á
standpoint sjónarmið n.
stanza vísa f., erindi n.
staple hefti n.; v. hefta
star stjarna f.
starboard stjórnborði m.; adj stjórnborðs-
starch (lín)sterkja f.; v. stífa
stare v. stara, glápa (**at** = á)
starfish sæstjarna f., krossfiskur m.
starling starri m.
start (beginning) byrjun f., upphaf n., (with surprise) viðbragð n.; v. (journey) fara af stað, (begin) byrja; hrökkva við
starting point upphafsstaður m., rásmark n.
startle v. gera bilt við; **be startled** hrökkva við
startup gangsetning f., ræsing f.
startup disk gangsetningardiskur m.

starvation sultur m., hungur n.
starve v. svelta, vera banhungraður
state (condition) ástand n., (political) ríki n.; v. segja, skýra frá
statement skýrsla f., frásögn f., (bill) reikningur m.
statesman stjórnmálamaður m.
static adj kyrrstæður, kyrrstöðu-, staðnaður
station (railway, police etc.) - stöð f.
stationary kyrr, kyrrstæður
stationer ritfangasali m.
stationery ritföng n.pl.
stationmaster stöðvarstjóri m.
statistics tölfræði f., yfirlitsskýrsla f.
statue myndastytta f., líkneski n.
stature hæð f., vöxtur m., þroski m.
status staða f.; mannvirðing f.; ástand n.
statute (samþykkt) lög n.pl., lagaboð n.
staunch adj. sterkur, traustur, staðfastur
stay dvöl f.; v. dvelja(st)
steadfast adj. staðfastur, stöðugur, tryggur
steady adj. stöðugur, fastur, reglulegur
steak steik f.
steal v. (take) stela, (go) læðast
stealthy adj. leynilegur, pukurslegur
steam gufa f., gufuafl n.
steamship gufuskip n.
steel stál n.
steep adj. brattur ; v. (clothes) bleyta
steeple (kirkju)turn m.

steeplechase hindrunarhlaup n.
steer v. stýra
steering column stýrisstöng f.
steering wheel stýrishjól n.
steersman (pl. **steersmen**) stýrimaður m., róðrarstjóri m.
stem jurtarleggur m., trjábolur m. ættstofn m., orðstofn m.
stench ódaunn m., fnykur m.
stenographer hraðritari m.
step skref n., (stair) trappa f.; v. stíga, ganga
step-brother uppeldisbróðir m., stjúpbróðir m.
stepchild (pl **stepchildren**) stjúpbarn n.
step daughter stjúpdóttir f.
step-father stjúpfaðir m.
step-mother stjúpmóðir f.
step-sister uppeldissystir f., stjúpsystir f.
stepping-stone stikla f., staksteinn m.; áfangi m.
stereoscopic adj. þrívíddar-, rúmsjár-
sterile ófrjór, árangurslaus, dauðhreinsaður
sterilize v. sótthreinsa, gerilsneyða
stern skutur m., aturhluti skips (m.); adj. strangur, miskunnarlaus
stethoscope hlustunarpípa f.
stew v. sjóða, láta malla
steward ráðsmaður m., bryti m., þjónn m.
stewardess (flug)þerna f.
stick stafur m., spýta f.; v. stinga, (glue) líma
sticking plaster heftiplástur m.

sticky adj. límkenndur, lím-, kámugur
stiff stirður, stinnur, þéttur, harður
stiffen v. stirðna, harðna
stifle v. kæfa, bæla niður
stigma (pl. **stigmas**) smánarblettur m.; (pl. **stigmata**) Krists kennimörk n.pl.
stile girðingarþrep n.
still adj. kyrr ; adv. enn, enn þá, þó, samt
stillness kyrrð f., ró f.
stilt stulta f.
stimulant örvandi lyf n.; adj. hressandi, hvetjandi
stimulate vt. örva, hvetja
sting v. stinga, særa, svíða
stingy adj. nískur
stink óþefur m.; v. lykta illa, dauna
stipend (föst) laun n.pl.; framfærslufé n., (náms)styrkur m.
stipulate v. áskilja
stipulation skilmáli m., ákvæði n.
stir v. (move) hreyfa (sig), (coffee) hræra í
stirrup ístað n.
stitch (nál)spor n., lykkja f.: v. sauma
stock stofn m., (stores) vörubirgðir f.pl., (cattle) bústofn m.
stock v. birgja, hafa fyrirliggjandi
stock exchange kauphöll f.
stock market verðbréfamarkaður m.
stockbroker verðbréfasali m.
stockfish skreið f., harðfiskur m.

stocking sokkur m.
stockpile varaforði m., varabirgðir f. pl.; v. koma upp varabirgðum; hamstra
stoke v. kynda (undir)
stole v. (p. **steal**)
stomach magi m.
stomach ache magaverkur m., magapína f.
stone steinn m.
stone-cold ískaldur
stone-dead steindauður
stone-deaf vita heyrnarlaus
stood v. (p., pp. **stand**)
stool (baklaus) stóll m., kollur m.
stoop v. lúta, beygja sig, vera lotinn
stop v. stöðva, stoppa
stopper tappi m., lok n., negla f.
storage geymsla f.
storage capacity minnisrýmd f.
store birgðir f.pl., (shop) búð f.; v. geyma, safna forða
storehouse vörugeymsla f.
storey hæð (í húsi) f.
storm stormur m., rok n.
stormy stormasamur, roksamur
story saga f.
stout digur, sterkbyggður, þolgóður
stove ofn m., eldavél f.
stowaway laumufarþegi m.
straddle v. glenna fætur, sitja klofvega, liggja þvert yfir

straight beinn, réttur, (honest) ráðvandur
straight ahead adv. beint (áfram)
straight away adv. undir eins, þegar í stað
straight on adv. beint (áfram)
straightaway adv. undir eins, þegar í stað
strain v. teygja, ofreyna (sig); sía, sigta
strainer sía f.
strand v. stranda
strange adj. ókunnugur, skrítinn, óvenjulegur
stranger ókunnugur maður m., aðkomumaður m.
strangle v. kyrkja, kæfa
strangulate v. reyra saman, stífla, loka æð; kæfa, kyrkja
strap ól f., reim f.
strategic adj. herstjórnarlegur, hernaðarlistar-; herkænsku-; hernaðarlega mikilvægur
strategy herstjórnarlist f., herkænska f., hernaðaráætlun f.; skipulagssnilli f.
stratosphere heiðhvolf n.
straw strá n., hálmur m.
strawberry jarðarber n.
stray flækingur m.; adj. villtur, týndur; dreifður; v. flakka, þvælast, reika
stream á f., lækur m., (current) straumur m.; v. streyma
streamline straumlína f., v. gera straumlínulaga; gera afkastameiri
street gata f., stræti n.
street organ lírukassi m.

streetcar (Am.) sporvagn
strength styrkur m., kraftur m., afli m.
strengthen v. styrkja
stress spenna f., áhersla f.
stretch v. teygja, **s. oneself** rétta úr sér
stretcher sjúkrabörur f.pl.
strict strangur, kröfuharður
strife deila f.
strike högg n., slag n., (workers) verkfall n.; v. slá, gera verkfall
striking adj. sláandi, eftirtektarverður
string band n., snæri n.; strengur m.
string function streng(ja)skipun f.
string variable strengbreyta f.
stringent adj. strangur, harður, naumur
strip ræma f., lengja f., spilda f.
strip v. strípa, afklæða (sig), svipta
stripe rönd f.
striped adj. röndóttur
stroboscope snúningssjá f., snúðsjá f.
stroke (pen) strik n. (blow) högg n., heilablóðfall n.; v. slá, strjúka
stroll skemmtiganga f.; v. ganga, rölta
strong sterkur, öflugur
stronghold virki n.
structure gerð f., uppbygging f., skipulag n.
struggle barátta f.; v. erfiða, brjótast um ; **s. against** berjast í móti
strum glamur n.; v. glamra á
stub stubbur m., miði m., seðill m.

stubble kornstönglastubbar m.pl.; hár-
broddar m.pl.
stubborn adj. þrjóskur; langvarandi, þrálátur
stucco gifs- og sementsblanda f.
stud stoð f., skrautbóla f., (collar)
flibbahnappur m.; graðfoli m.
student námsmaður m., nemandi m., nemi m.
studio vinnustofa f., útvarps- eða
sjónvarpssalur m., kvikmyndaver n.
studious adj. námsfús, ástundunarsamur;
úthugsaður, gaumgæfnislegur, nákvæmur
study nám n., (room) lesstofa f.; v. nema, læra
stuff efni n.; v. fylla, troða (í); stoppa upp (dýr)
stuffed adj. uppfylltur, uppstoppaður
stuffing (upp)fylling f.
stuffy loftlaus, líflaus, stíflaður
stumble v. hrasa, skjögra
stun v. rota, dasa, vanka, gera agndofa
stung v. (p., pp. **sting**)
stunning adj. undurfagur, töfrandi, lamandi
stupendous adj. stórfenglegur, undraverður
stupid heimskur
stupidity heimska f.
sturdy adj. sterkbyggður, þróttmikill, ótrauður
stutter stam n.; v. stama, reka í vörðurnar
style stíll m., (fashion) tíska f.
stylish glæsilegur, tískulegur
stylus stíll m., griffill m.; (plötuspilara)nál f.
subconscious dulvitund f., undir(með)
vitund f.; adj. dulvitaður, hálfmeðvitaður

subconsciousness undirmeðvitund f.
subdue v. undiroka, kúga
subject (of a ruler) þegn m., (theme) efni n., (of study) námsgrein f.; **s. to** þegnskyldur, undirgefinn, háður, móttækilegur
subject matter (viðfangs)efni n., kjarni m.
subjective adj. hlutlægur, hugrænn; eintaklingsbundinn; (grammar) frumlags-
subjunctive viðtengingarháttur m.; adj. viðtengingarháttar-
sublime adj. háleitur, himneskur, göfugur, mikilfenglegur, frábær
submarine kafbátur m.; adj. neðansjávar-
submerge v. sökkva, færa í kaf, kafa
submission hlýðni f., auðmýkt f., auðsveipni f.
submit v. (propose) stinga upp á, (yield) láta undan
subordinate undirmaður m.; adj. óæðri, aðstoðar-, undirskipunar-
subroutine undirforrit n., stef n., tímabundið stökk n.
subscribe v. undirrita, skrifa sig fyrir, gerast (vera) áskrifandi
subscriber áskrifandi m.
subscript sæti n., vísitala f., auðkenni n.
subscription (fjár)tillag n., áskrift f., **yearly s.** árgjald n.
subsequent adj. eftirfarandi, síðari
subsequently adv. seinna, því næst

subsidiary aðstoðarmaður m.; dótturfyrirtæki n.; adj. hjálpar-, auka-, hliðar-
subsidy fjárstyrkur m.
subsonic adj. undir hljóðhraða
substance undirstaða f., efni n., kjarni m.
substantial adj. verulegur, staðgóður, álitlegur
substantive nafnorð n., fornafn n., nafnorðsígildi n.; adj. nafnorðs-, nafnorða-
substitute staðgengill m., varamaður m.
subterranean adj. neðanjarðar-
subtitle undirtitill m., (þýðingar)texti m.
subtle adj. hárfínn, skarpur, næmur
subtotal millisamtala f.
subtract v. draga frá
suburb úthverfi n., útborg f.
suburban adj. úthverfa- , útborgar-
subway (Am.) neðanjarðarlest f.
succeed v. takast, heppnast, (come after) koma eftir, taka við af
success góður árangur m., heppni f.
successful adj. árangursríkur, lánsamur
succession röð f., runa f., lota f.; erfðaréttur m., erfðarröð f.
successive adj. hver á fætur öðrum, samfleytt
successor eftirmaður m.
succinct adj. gagnorður, samþjappaður
succumb v. bíða lægri hlut, verða undir
such slíkur, þvílíkur
suck v. sjúga, soga (í sig)

sucker sogskál f., sogpípa f.; rótarangi m.; flón n.
sudden adj. snöggur, skyndilegur, óvæntur, sviplegur
suddenly adv. allt í einu, snögglega
sue v. lögsækja; **s. for** biðja um
suede rúskinn n.; adj. rúskinns-
suet mör f., innanfita f.
suffer v. þjást, þola, verða fyrir
suffering þjáning f.
suffice v. nægja
sufficient nægur, fullnægjandi
suffix viðskeyti n.
suffocate v. kæfa, kafna, bæla niður
suffrage kosningaréttur m.
sugar sykur m.; v. sykra
suggest v. stinga upp á, gefa til kynna
suggestion uppástunga f., vísbending f.
suicide sjálfsmorð n.; v. **commit s.** fremja sjálfsmorð
suit (of clothes) fatnaður m., klæðnaður m.; v. hæfa, henta, klæða vel
suitable hentugur, hæfilegur, viðeigandi
suitcase ferðataska f.
suite svíta f., hótelíbúð f.
suitor biðill m.; umsækjandi m.
sulky fýldur, ólundarfullur, drungalegur
sullen fýldur, önugur
sulphur brennisteinn m.
sum summa f., upphæð f.

summary ágrip n., útdráttur m.; adj. stuttorður, yfirlits-
summer sumar n.
summertime sumartími m.
summit tindur m., toppur m., hámark n.
summon v. stefna, kalla til sín, kalla saman
summons stefna f., kvaðning f.; v. stefna (fyrir rétt)
sumptuous adj. kostnaðarsamur, íburðarmikill, ríkulegur, dýrindis-
sun sól f.
sunbath sólbað n.
sunbathe v. sóla sig, liggja í sólbaði
sunburnt adj. sólbrenndur, sólbrúnn
sundry adj. ýmiss konar, margvíslegur
sunflower sólfífill m.
sunglasses sólgleraugu n.pl.
sunlight sólarljós n., sólskin n.
sunny adj. sólbjartur, sólskins- sólar-
sunrise sólarupprás f.
sunset sólsetur n.
sunshade sólhlíf f., sólskyggni n.
sunshine sólskin n.
sunstroke sólstingur m.
suntan oil sólarólía f.
superb adj. stórfenglegur, glæsilegur, framúrskarandi, afbragðs-
supercharge v. auka afl með forþjöppu
supercilious adj. þóttafullur, hrokafullur, dramblátur

superficial adj. yfirborðslegur, grunnur
superfluous adj. óþarfur, ofaukinn, umfram-
superintend v. hafa (yfir)umsjón með, stjórna
superintendent umsjónarmaður m., forstöðumaður m.; aðstoðaryfirlögregluþjónn m.
superior adj. betri, æðri framúrskarandi, úrvals-
superiority yfirburðir m.pl.
superlative efsta stig n.; adj. efstur, óviðjafnanlegur, afburða-
supermarket stórmarkaður m., kjörbúð f.
supernatural adj. yfirnáttúrulegur; ótrúlegur
supersonic adj. hljóðfrár
superstition hjátrú f.
superstitious hjátrúarfullur
supervise v. sjá um, hafa (yfir)umsjón með, stjórna
supervision (yfir)umsjón f.
supervisor eftirlitsmaður m., umsjónarmaður m., námstjóri m.
supper kvöldmatur m.
supple adj. sveigjanlegur, lipur, mjúkur, slægur
supplement viðauki m., viðbót f.
supply forði m.; v. útvega, birgja
support stuðningur m., hjálp f.; v. styðja
supporter stuðningsmaður m.
suppose v. ætla, álíta, gera ráð fyrir, halda
supposing conj. ef, ef svo færi að

suppository stíll m., stikkpilla f.
suppress v. bæla niður, banna, stöðva
supreme hæstur, æðstur, yfir-
surcharge aukaálag n., viðbótargjald n.
sure viss, sannfærður, öruggur, óbrigðull
surely adv. vafalaust, víst
surf brim n.; v. fara á brimbretti
surface yfirborð n.
surfboard brimbretti n.
surfeit óhóf n., ofsaðning f.; v. ofmetta, ofseðja, offylla
surge brimalda f., öldugangur m.; straum- eða spennuhnykkur m.
surge v. brima, ólga, flæða, steypast, veltast
surgeon skurðlæknir m., handlæknir m.; **veterinary s.** dýralæknir m.
surgery (skurð)læknisstofa f., skurðlækning f.
surly önugur, fýldur
surmise ágiskun f., tilgáta f.; v. giska (á), hafa grun um
surmount v. yfirstíga, sigrast á; gnæfa yfir
surname eftirnafn n., viðurnefni n.
surpass v. bera af, skara fram úr
surplus afgangur m., afgangsvara f.; adj. afgangs-
surprise undrun f.; v. koma á óvart, vekja undrun
surprised adj. hissa
surprising adj. furðulegur, óvæntur
surrender uppgjöf f.; v. gefast upp, afsala sér

surround v. umkringja, umlykja
surroundings umhverfi n.pl
survey athugun f., yfirlit n., landmælingar f.pl.; v. skoða, kanna, meta
survival það að lifa e-ð eða e-n, leifar f.pl., eftirstöðvar f.pl.
survive v. lifa (af), vera á lífi, standast
suspect v. gruna, tortryggja
suspend v. hanga, hengja (upp), víkja úr embætti
suspenders sokkabönd n.pl., (Am.) axlabönd n.pl.
suspension upphenging f., óvissa f., stöðvun f., tímabundinn brottrekstur m.
suspicion grunur m., tortryggni f.
suspicious adj. tortrygginn, grunsamlegur
sustain v. halda uppi, sjá fyrir, framfleyta, þola, verða fyrir
swallow v. gleypa, kyngja
swam v. (p. **swim**)
swamp blautlendi n., mýri f., fen n.
swan svanur m., álft f.
swap v. skiptast á
swarm hópur m., sægur m., urmull m., sveimur m.
swarthy adj. dökkleitur
swastika hakakross m.
swear v. sverja, vinna eið, (curse) blóta
sweat sviti m.; v. svitna
sweater (lopa)peysa f., ullarpeysa f.

Swede Svíi m.
sweep v. sópa, feykja
sweepstake veðreiðagetraun f., veðhlaup n.
sweet adj. sætur
sweeten v. gera sætan
sweetheart kærasti m., kærasta f.
sweets sælgæti n.
swell adj. flottur, fínn; v. þrútna, bólgna
swelling bunga f., bólga f.
swerve sveigja f., sveigur m.; v. sveigja (til hliðar)
swift adj. skjótur, fljótur
swim v. synda
swimmer sundmaður m.
swimming sund n.
swimming trunks sundbuxur f.pl.
swimsuit sundföt n.pl., baðföt n.pl.
swindle v. svindla, svíkja
swindler svikari m., svindlari m.
swing sveifla f., róla f.; v. sveifla, róla
switch off v. slökkva á
switch on v. kveikja á
switchboard skiptiborð n.
swollen adj. bólginn, þrútinn
swoon yfirlið n.; v. falla í yfirlið
swoop dýfa f.; skyndiárás f.; v. steypa sér niður, gera skyndiárás
sword sverð n.
syllable samstafa f., atkvæði n.
syllabus efnisyfirlit n., útdráttur m.

symbiosis (pl. **symbioses**) samhjálp f., samlífi n.
symbol tákn n., merki n.
symbolism symbólismi m., táknsæisstefna f.; táknkerfi n.; táknræn merking f.
symmetry samhverfa f.; samræmi n., samstilling f.
sympathetic adj. samúðarfullur
sympathize v. samhryggjast, sýna samúð
sympathy samúð f.
symptom (sjúkdóms)einkenni n.
synagogue samkunduhús (gyðinga) n.
synchronize v. stilla saman, raða saman; gerast á sama tíma, fylgjast að
syndicate samtök n.pl.
syndrome sjúkdómsmynd f., einkennamynstur n.
synonym samheiti n.
syntax setningafræði f.
syntax error málfræðivilla f.
synthetic adj. tilbúinn, gervi-
syringe sprauta f.; v. sprauta
syrup síróp n.
system kerfi n.
system analyst kerfisfræðingur m.
system software kerfishugbúnaður m.
system variable kerfisbreyta f.
systematic adj. kerfisbundinn, markviss

T

tab sepi m., flipi m., strimill m.; merkimiði m.
table borð n., (mathematics) tafla f.
table lookup töfluleit f.
table of contents efnisskrá f., efnisyfirlit n.
table tennis borðtennis m.
tablecloth borðdúkur m.
tablelamp borðlampi m.
tablespoon matskeið f.
tablet tafla f., spjald n.
taboo bann n., bannhelgi f., forboð n.
tabulation dálkun f.
tabulation character dálkunarstafur m.
tabulator dálkastillir m., dálkahleypir m.
taciturn adj. þögull, fámáll, þegjandalegur
tack smánagli m. tittur m.; v. festa lauslega, þræða saman
tackle útbúnaður m., (fishing) veiðarfæri n.
tackle v. fást við, glíma, hremma
tact háttvísi f.
tactic (herkænsku)bragð n., úrræði n.
tactics herkænska f., herkænskubrögð n.pl.; aðferðir f.pl.
tadpole halakarta f.
tag hengimiði m., laus merkimiði m.; v. merkja (með miða)
tail (cow) hali m., (dog) rófa f., (horse) tagl n., (bird) stél n., (fish) sporður m.
taillight afturljós n.

tailor klæðskeri m., skraddari m.
tailormade adj. klæðskerasaumaður
tailplane stélvængur m.
take v. taka
take after v. líkjast, svipa til
take off v. fara úr, herma eftir, fljúga af stað
take over v. yfirtaka, taka við stjórn
take part in v. taka þátt í
take place v. gerast, eiga sér stað
take steps v. gera ráðstafanir
takeoff n. flugtak n.
tale saga f., ævintýri n., skröksaga f.
talent gáfa f., hæfileiki m.
talented adj. hæfileikaríkur, gáfaður
talk samtal n., ræða f.; v. tala
talkative adj. málgefinn, ræðinn
tall hár, stór vexti
tallow tólg f.
tame taminn; v. temja
tampon vatttappi m., tíðatappi m.
tan sólbrúnka f.; v. verða sólbrúnn; súta (skinn)
tangent snertill m., snertilína f.
tangerine tangerínutré n., tangerína f., mandarína f.
tangible adj. áþreifanlegur, tilfinnanlegur, greinilegur
tank tankur m., (vatns)geymir m., (military) skriðdreki m.
tanker olíuflutningaskip n., tankskip n., tankbíll m.
tanned adj. (sól)brúnn

tap (vatns)krani m., bank n., létt högg (n); v. banka, slá létt
tape borði m., band n., strimill m., (measure) málband n.
tape adhesive límband n.
tape recorder segulbandstæki n.
taper keila f., strýta f.; mjótt vaxkerti n.; v. mjókka upp, smáminnka, ydda
tapestry veggteppi n., myndvefnaður m.
tar tjara f.; v. tjarga
target skotskífa f., skotmark n., markmið n.
tariff tollur m., tollskrá f., verðlisti m.
tarmac malbik n.
tarnish saurgun f.; flekkur m.; v. blikna, fölna, saurga(st), flekka(st)
tarpaulin (tjargaður) segldúkur m., yfirbreiðsla f.
tarragon fáfnisgras n., kryddjurt f.
tart ávaxtabaka f.; götudrós f.
tartan skotaefni n., köflótt fataefni n.; adj. skota-; köflóttur
task (ætlunar)verk n., starf n.; v. úthluta verkefni, reyna á, taka á
taste bragð n., (discrimination) smekkur m.; v. bragða, smakka
tasteful smekklegur
tasteless bragðlaus, smekklaus
tasty bragðgóður
tattoo bumbusláttur m., lúðrablástur m.; hersýning; hörundsflúr n., tattóvering f.;

v. húðflúra, tattóvera
taught v. (p., pp. **teach**)
taunt v. skensa, ögra, storka
tautology tvítekning f.,
tavern krá f., veitingahús n.
tax skattur m.; v. leggja skatt á
tax-free adj. skattfrjáls, tollfrjáls
taxable skattskyldur
taxation skattlagning f., sköttun f.
taxi leigubíll m.
taxi rank leigubílastöð f. leigubílastaur m.
taxi stand (Am.) leigubílastöð f. leigubílastaur m.
taxidermist maður sem stoppar upp dýr m.
taxidriver leigubílsstjóri m.
taximeter gjaldmælir m.
tea te n.
tea cloth uppþurrkunarstykki n., teborðsdúkur m.
teach v. kenna
teacher kennari m.
teaching kenning f., kennsla f.
teacup tebolli m.
team (keppnis)lið n., dráttareyki n.
teapot tepottur m.
tear (weeping) tár n.
tear v. rífa
tease v. stríða, erta, ögra
teaspoon teskeið f.
technical adj. tæknilegur, tækni-

technician tæknimaður m., tæknir m.
technique tækni f., tæknibeiting f., aðferð f.
technology tækni f., tækniþekking f., iðnfræði f.
tedious leiðinlegur, þreytandi
tee golfteigur m.; tí n.; v. setja á tí, slá af tíi, byrja holu
tee shirt stutterma bolur m.
teenager táningur m.
teetotaller bindindismaður m.
telegram (sím)skeyti n.
telegraph v. símrita
telepathy fjarskynjun f., fjarhrif n.pl.
telephone sími m.; v. síma, hringja
telephone book símaskrá f.
telephone booth símaklefi m.
telephone call símtal n.
telephone directory símaskrá f.
telephone exchange skiptiborð n., símstöð f.
telephone operator talsímavörður m.
telescope sjónauki m. kíkir m.
televise v. sjónvarpa
television sjónvarp n.
television set sjónvarpstæki n.
telex fjarriti m., telex n.; v. senda telexskeyti, ritsenda
tell v. segja, segja frá, skýra frá
temper skap n.; v. tempra, milda
temperance hófsemi f., sjálfsagi m.; bindindissemi f.

temperature hiti m., hitastig n.
tempest ofviðri n., stormur m.
temple hof n., musteri n.
tempo (flutnings)hraði m., gangur m., taktur m.
temporarily adv. um stundarsakir, til bráðabirgða
temporary adj. tímabundinn, skammvinnur, bráðabirgða-
tempt v. freista
temptation freisting f.
ten tíu
tenacious adj. fastheldinn, haldgóður, seigur, traustur
tenant leiguliði m., leigjandi m.
tend v. stefna; **t. to** hafa tilhneigingu til
tendency hneigð f., tilhneiging f.
tender mjúkur, meyr; v. bjóða
tenderfoot nýliði m., byrjandi m., nýgræðingur m.
tenderloin lundastykki n.
tendon (há)sin f.
tenement bústaður m., híbýli n.; leiguíbúð f., leiguhúsnæði n.
tennis court tennisvöllur m.
tense adj. stífur, spenntur, strekktur
tension spenna f., þensla f., strekking f.
tent tjald n.; v. tjalda
tentative adj. bráðabirgða-; hikandi
tenth tíundi

tepid adj. (yl)volgur; áhugalaus
term (school) önn f., (expression) orð n., heiti n.; **terms** skilmálar m.pl.
termagant kvenvargur m., skass n.
terminal endi m., endamark n., endastöð f. umferðamiðstöð f.; útstöð f.
terminal adj. síðasti, ystur, loka-, enda-
terminology íðorðafræði f., íðorðaforði m.
tern kría f.
terrace hjalli m., verönd f., hjallahúsaröð f.
terrain land n., landslag n.
terrestrial adj. jarðneskur, jarð-, jarðar-
terrible hræðilegur, skelfilegur, óskaplegur
terrific adj. ægilegur, geigvænlegur ofsalegur, frábær
terrify v. hræða, skelfa
territory landsvæði n., yfirráðasvæði n., umdæmi n.; svið n.
terror hræðsla f., ótti m.
terrorism hryðjuverkastarfsemi f.
terrorist hryðjuverkamaður m.
test próf n., prófun f., (touchstone) prófsteinn m.
test v. prófa, reyna
testify v. vitna, votta (fyrir rétti), bera vott um
testimony vitnisburður m., sönnun f.
tetanus stífkrampi m., stjarfakrampi m.
text texti m.
text editing ritstýring f.
text file textaskrá f.

textbook kennslubók f.
textile vefnaðarvara f.
texture samsetning f., (vefnaðar)áferð f.
than conj. heldur en, en
thank v. þakka
thankful adj. þakklátur
that prn. & adj. þessi, þetta,; conj. að, til þess að
thatch stráþak n.
thaw þíðviðri n.; v. þiðna, hlána
the hinn (hin, hið)
theatre leikhús n.
theft þjófnaður m.
their prn. þeirra, (reflexive) sinn (sín, sitt)
them prn. þá, þeim, þeirra
theme tema n., aðalefni n., kjarni m., stef n.
themselves prn. sjálfir
then adv. þá, á þeim tíma, svo, því næst, síðan
theology guðfræði f., trúfræði f.
theoretical adj. fræðilegur, kennilegur, kenninga-
theory fræðisetning f., kenning f.
theosophy guðspeki f.
therapist; occupational t. iðjuþjálfari; **speech t.** talkennari
therapy sjúkdómsmeðferð f., lækningar f.pl.
there þar(na); **to t.** þangað; **from t.** þaðan
therefore adv. þess vegna
thermal printer hitaprentari m.
thermodynamics varmafræði f., varmaaflfræði f.

thermometer hitamælir m.
thermonuclear adj. samruna-, kjarna-
thermostat hitastillir m.
thesaurus samheitasafn n.
these prn. þessir (hérna)
thesis (pl. **theses**) lærdómssetning f. , (háskóla)ritgerð f.
they prn. þeir (þær, þau)
thick þykkur, digur
thicken v. þykkna, þéttast
thicket skógar- eða runnaþykkni n.
thickness þykkleiki m., gildleiki m., digurð f.
thickset adj. kubbslegur, riðvaxinn, þéttvaxinn
thief (pl. **thieves**) þjófur m.
thigh læri n.
thimble fingurbjörg f.
thin þunnur, mjór
thing hlutur m.
think v. hugsa, íhuga, ímynda sér, halda, finnast
thinker hugsuður m., spekingur m.
third þriðji
thirst þorsti m.
thirsty þyrstur
thirteen þrettán
thirteenth þrettándi
thirtieth þrítugasti
thirty þrjátíu
this prn. þessi
thistle þistill m.

thong leðurreim f., svipuól f.
thorn þyrnir m.
thorough adj. ítarlegur, gagnger, nákvæmur
thoroughbred adj. hreinræktaður
thoroughfare umferðaræð f., þjóðbraut f.
thoroughly adv. rækilega, algjörlega
those prn. þessir (þarna)
though conj. þó að, þótt
thought hugsun f., umhugsun f.
thoughtful hugsandi, hugsunarsamur, gætinn
thoughtless hugsunarlaus, kærulaus, tillitslaus
thousand þúsund n., f.
thrash hirting f., hýðing f.; þresking f.; v. strýkja, berja, lemja; þreskja
thread þráður m., tvinni m.
threadbare snjáður, (um föt) slitinn, margþvældur, aflóga
threat hótun f., yfirvofandi hætta f.
threaten v. hóta, ógna
three þrír
three-quarter adj. þriðjungs-
thresh v. þreskja; berja, lemja
threshold þröskuldur m.
threw v. (p. **throw**)
thrift sparsemi f., sparnaður m.; gróska f.
thriftiness sparsemi f.
thrifty sparsamur, sparneytinn; gróskumikill
thrill hrollur m.; spenna f.; v. skjálfa, titra; vekja spennu

thrilling spennandi
thrive v. þrífast, dafna
throat háls m., kverkar m.pl.
throb slag n., reglulegur sláttur m.v. slá taktfast, slá ótt og títt; ólga
thrombosis (pl. **thromboses**) segastífla f., blóðtappamyndun f.
throne hásæti n.
throttle eldneytisgjöf f., bensíngjöf f.; v. kæfa, kyrkja, þagga niður, binda enda á
through prp. gegnum ; adv. í gegn
throughout prp. um gjörvallan, alls ataðar, í gegnum
throughout adv. út í gegn, hvarvetna, alveg, í alla staði
throw kast n.; v. kasta, **t. away** fleygja
thrush (bird) þröstur m.
thrust þrýsting f., ýting f., stunga f., lag n.; v. þrýsta, ýta, troða
thud hlunkur m., dynkur m.; v. hlunkast niður, gera dynk
thumb þumalfingur m.
thumbtack (Am.) teiknibóla f.
thump v. berja þungt á, lemja
thunder þruma f.
thunderstorm þrumuveður n.
thus adv. þannig, svo, svona, af þessum sökum
thwart v. hindra, koma í veg fyrir
thyme blóðberg n.

thymus (gland) hóstarkirtill m.
thyroid (gland) skjaldkirtill m.
tick tif n., tikk n., merki n.
tick off v. merkja við, skamma, snupra
ticket (for entry) aðgöngumiði m.,(for journey) farseðill m.
ticket collector miðavörður m.
ticket machine miðasjálfssali m.
tickle v. kitla
tide sjávarfall n.; **high t.** flóð n. ; **low t.** fjara f.
tidings tíðindi n.pl., fréttir f.pl.
tidy snyrtilegur, snotur, þokkalegur ; v. laga til, snyrta
tie (neck) (háls)bindi n.; (of friendship) bönd n.pl.; (sport) jafntefli n.; v. binda (saman)
tiger tígrisdýr n.
tight þéttur, þröngur
tighten v. þrengja, þétta, herða
tightrope loftfimleikalína f.
tights sokkabuxur f.pl.
tile tígulsteinn m., þaksteinn m.; v. flísaleggja
till peningaskúffa (í búð) f.; prp. & conj. til, þangað til
tilt halli m.; burtreiðar f.pl., viðureign f., atlaga f.; v. halla(st), reisa upp á rönd; taka þátt í burtreiðum, berjast
timber timbur n., trjáviður m.
timbre tónblær m., hljómblær m.
time tími m., skipti n.

time of arrival komutími m.
time of departure brottfarartími m.
time-sharing adj. tímaskiptur, tímadeildur
timesaving adj. tímasparnaðar-
timetable tímaáætlun f., stundatafla
timid adj. huglítill, óframfærinn, feiminn
timidity uppburðarleysi n., kjarkleysi n., feimni f.
tin tin n., (container) dós f.
tin opener dósahnífur m.
tinder tundur n., eldfimt efni n.
tinfoil tinþynna f., álpappír m.
tinge slikja f., (lit)blær m.; vottur m., keimur m.; v. lita, setja litblæ á
tinker katlabætir m.; fúskari m.; v. bæta, lappa upp á, fikta (við)
tinned food dósamatur m., niðursoðinn matur m.
tinsel skrautþráður m., skrautstrimill m., glit n., glys n., glyngur n.
tiny ofurlítill, örsmár
tip toppur m., broddur m., (finger) gómur m., (gratuity) þjórfé n.
tipsy adj. hífaður, kenndur; valtur, óstöðugur
tiptoe blátá f.; v. tipla á tánum, læðast
tire v. þreyta, **become t. of** verða leiður á, þreytast á (**of** = á)
tired þreyttur, uppgefinn, (bored) leiður (á)
tiresome þreytandi, leiðinlegur
tiring adj. þreytandi

tissue (band)vefur m., pappírsþurrka f.
tit geirvarta f., konubrjóst n.
title (book) titill m., (honour) nafnbót f.
to til, að, við, fyrir, (with infinitive) að
toad karta f., padda f.
toadstool sveppur m., gorkúla f.
toast ristað brauð n; v. rista, glóða
toaster (brauð)rist f.
tobacco tóbak n.
tobacconist tóbakssali m.
today dagurinn í dag m.; adv. í dag; nú (til dags)
toddler (kjagandi) smábarn n.
toe tá f.
toffee karamella f.
together adv. saman, í einu, til samans; **t. with** ásamt
toggle v. slökkva eða kveikja
toil strit n., púl n., fyrirhöfn f.; v. strita, púla, erfiða
toilet salerni n.
toilet paper salernispappír m.
toilet soap handsápa f.
toiletry snyrtivörur f.pl.
token merki n., tákn n.
told v. (p., pp. **tell**)
tolerable þolanlegur, bærilegur
tolerate v. þola, leyfa, umbera, láta viðgangast
toll klukknahringing f., klukknahljómur m.; v. hringja (klukku), hljóma

toll tollur m., skattur m., afgjald n.
tomato tómatur m.
tomb gröf f., grafhýsi n., grafhvelfing f.
tombstone legsteinn m.
tommy-gun vélbyssa f.
tomorrow morgundagur m.; framtíðin f.; adv. á morgun; **t. morning** í fyrramálið
ton smálest f., tonn n.
tone tónn m., hljómur m., hljóð n.
tongs töng f.
tongue tunga f., (language) tungumál n.
tonic hressingarlyf n., hressing f.
tonight kvöld (yfirstandandi dags) n.; adv. í kvöld; í nótt
tonsil hálskirtill m.
tonsilitis hálskirtlabólga f.
too adv. (also) einnig, líka; (with adj.) of (stór)
took v. (p. **take**)
tool verkfæri n.
tool kit verkfærakassi m.
toot v. flauta, pípa, þeyta lúður
tooth (pl. **teeth**) tönn f.
toothache tannpína f.
toothbrush tannbursti m.
toothpaste tannkrem n.
toothpick tannstöngull m.
top toppur m., (mountain) tindur m.; **on t. of** ofan á
topcoat (léttur) yfirfrakki m.
topic (umræðu)efni n.

topical adj. efstur á baugi, staðbundinn
topography staðfræði f., staðarlýsing f., landslagsútlínur f.pl.
topple v. riða, velta, detta um koll, fella (frá völdum)
topsy-turvy adv. á hvolfi, í óreiðu, á öðrum endanum
torch kyndill m., blys n., (electric) vasaljós n.
torment kvöl f., pína f., pynting f.; v. kvelja, pína, pynta
tornado hvirfilbylur m.; skýstrókur m.
torpedo tundurskeyti n.
torpid adj. sljór, daufur, sinnulaus
torque snúningskraftur m., snúningsátak n.; kraftvægi n.
torrent stríður straumur m., flóð n., steypiregn n., úrfelli n.
torsion vindingur m., vindingsátak n.; adj. vindings-, vindu-
torso búkur m., bolur m.
tortoise skjaldbaka f.
tortuous adj. bugðóttur, hlykkjóttur; brögðóttur, óheiðarlegur
torture pynding f., misþyrming f., kvöl f.; v. pynda, misþyrma, kvelja
Tory íhaldsmaður m.
toss v. kasta, kastast til, velta
tot smábarn n., tár n., dreitill m.
total heildarupphæð f.; adj. heildar-, samanlagður, allur, alger

totalitarian adj. alræðis-,
totem ættarkuml n., tótem n.
touch snerting f.; v. snerta
touching adj. hjartnæmur, átakanlegur
tough sterkur, seigur, harður, erfiður
toupee (karl)hárkolla f., hártoppur m.
tour (langt) ferðalag n., (stutt) skoðunarferð f.
tourism (skemmti)ferðamennska f., ferðamál n.pl, ferðamannastraumur m.
tourist túristi m., (skemmti)ferðamaður m.
tourist bureau ferðaskrifstofa f.
tourist class almenningsfarrými n., annað farrými n.
tourist office ferðaskrifstofa f.
tournament mót n., keppni f.; burtreiðar f.pl.
tow v. draga, hafa í togi
towards prp. til, í átt til, að
towel handklæði n.
tower turn m.; v. gnæfa
town bær m., kaupstaður m., borg f.
town centre miðbær m.
town council bæjarstjórn f., bæjarráð n.
town hall ráðhús n., bæjarskrifstofa f., félagsheimili n.
townspeople bæjarbúar m.pl.
toxic adj. eitraður, eitur-, eitrunar-
toy leikfang n.
toyshop leikfangabúð f.
trace v. rekja spor, leita að, elta uppi
trace merki n., spor n., far n., rás

trachea barki m.
track merki n., spor n., (path) braut f., slóð f.; v. rekja spor
track v. rekja spor, leita að, elta uppi
tract svæði n., spilda f.; **digestive t.** meltingarvegur m.
tractor dráttarvél f., traktor m., gripgaddur m.
trade verslun f., viðskipti n.pl., atvinnugrein f.; v. versla, stunda viðskipti
trade union stéttarfélag n., verkalýðsfélag n.
trademark vörumerki n.
tradesman (pl. **tradesmen**) smákaupmaður m., iðnaðarmaður m.
tradition hefð f., erfðavenja f.
traditional adj. hefðbundinn, munnmæla-
traffic umferð f.; **t. light** umferðarljós n.; **t. jam** umferðaröngþveiti n.
trafficator stefnuljós n.
tragedy sorgarleikur m., harmleikur m., sorgaratburður m.
tragic adj. sorglegur, átakanlegur
trail spor n., slóð f.
trailer tengivagn m., (Am.) hjólhýsi n.
train (járnbrautar)lest f.; **stopping t.** drolllest f.; **through t.** hraðlest f.
train v. kenna, þjálfa, (animal) temja
train ferry lestarferja f.
training þjálfun f., fræðsla f., menntun f.
trait einkenni n., svipur m.
traitor svikari m., landráðamaður m.

trajectory braut f., ferill m.
tram sporvagn m.
tramp flækingur m., flakkari m.; **t. steamer** vöruflutningaskip n.
tranquil adj. friðsæll, kyrrlátur
tranquillizer róandi lyf n.
transaction framkvæmd f., viðskipti n.pl.
transatlantic adj. yfir Atlantshaf, handan Atlantshafs, Atlantshafs-
transcendental adj. yfirskilvitlegur, háspekilegur, torræður
transducer orkubreytir m
transept hliðarskip n., þverkirkja f.
transfer flutningur m., yfirfærsla f.; v. flytja, yfirfæra
transform v. umbreyta, gerbreyta
transformer spennubreytir m.
transient adj. skammvinnur, hverfull, tímabundinn, skammtíma-, bráðabirgða-
transit flutningur m.; millilending f., viðkoma f.;
transition breyting f., umskipti n.pl.
translate v. þýða
translation þýðing f.
translator þýðandi m.
transmission (út)sending f.; **t. shaft** öxulskaft n.
transmit v. senda (út)
transmitter senditæki n.
transparency gagnsæi n.; gagnsær hlutur m., glæra f.

transparent adj. glær, gegnsær, auðsær
transpire v. kvisast út, spyrjast, koma í ljós; gerast; svitna, gufa út
transplant ágræðsla f., ígræðsla f., líffæraflutningnur m.; v. umplanta
transport flutningur m.; v. flytja
transportation flutningur m., flutningatæki n.
trap gildra f.; v. veiða í gildru
trash rusl n.; (Am.) **t. can** ruslatunna f.
trauma (sálrænt) áfall n.; meiðsli n., áverki m., sköddun f.
travel ferð f., ferðalag n.; v. ferðast
travel agency ferðaskrifstofa f.
travel agent ferðaumboðsmaður m.
travel insurance ferðatrygging f.
traveller ferðamaður m.
traveller's cheque ferðatékki m.
travelling expenses ferðakostnaður m.
traverse þver(skurðar)lína f.; skásnið n.; krákustígur m.; adj. þver-
travesty skopstæling f., afskræming f.; v. skopstæla, afbaka
trawler togari m., botnvörpungur m.
tray bakki m.
treachery svik n.pl. landráð n.pl.
tread fótatak n., fótaburður m.; traðk n.; v. ganga, stíga, traðka, troða (niður)
treason svik n.pl., landráð n.pl.
treasure fjársjóður m., dýrgripur m.; v. meta mikils, varðveita sem dýrgrip

treasurer gjaldkeri m.
treasury (ríkis)fjárhirsla f., (ríkis)sjóður m., fjármálaráðuneyti n.
treat skemmtun f. veitingar f.pl.
treat v. fara með, meðhöndla, koma fram við, sinna
treatise fræðileg ritgerð f., fræðirit n.
treatment meðferð f.
treaty milliríkjasamningur m.
treble hæsta rödd f.; adj. þrefaldur; hár; diskant-, sópran-; v. þrefalda
tree tré n.
tremble v. skjálfa, titra
tremendous adj. hræðilegur, ógurlegur, gífurlegur
tremor skjálfti m., titringur m.; hrollur m.
trench skurður m. síki n.; skotgröf f.
trend stefna f., straumur m., framvinda f.; tíska f.
trendy adj. samkvæmt nýjustu tísku, smart
trespass v. ferðast í leyfisleysi, níðast á, misnota
trespasser yfirgangsmaður m., óviðkomandi (maður) m.
trial málsrannsókn f., réttarhald n., reynsla f., prófun f., tilraun f.
triangle þríhyrningur m.
triangular adj. þríhyrndur
tribe ættstofn m., ættflokkur m., kynkvísl f.
tribunal dómstóll m., réttur m.

tributary þverá f., skattland n.; adj. þver-, skattskyldur, skatt-
tribute skattgjald n., virðing f., lof n.
trick bragð n., (cards) slagur m.; v. (deceive) ginna, plata, svíkja
trickle leki m., seytl n.; v. leka, seytla
tricycle þríhjól n.
trifle lítilræði n.; eftirréttur m.
trigger (byssu)gikkur m.
trigonometry hornafræði m.
trim v. laga, stýfa, klippa, jafna
trinity þrennd f., þrenning f.
trip ferðalag n., skemmtiferð f.
tripe vinstur n.; vitleysa f., drasl n.
triple adj. þrefaldur, þrískiptur, þrí-; v. þrefalda(st)
triptych þrískipt altaristafla f.
triumph sigur m., sigurgleði f., fögnuður m.
triumphant adj. sigursæll, sigrihrósandi, hróðugur
trivial smávægilegur, ómerkilegur
trolley bus (rafknúinn) strætisvagn m., taugvagn m.
trombone básúna f.
troop flokkur m., hópur m.; **troops** herlið n.
trophy sigurtákn n., (veiði)minjagripur m., verðlaunagripur m.
tropical hvarfbaugur m.; adj. hitabeltis-
tropics hitabelti n.
trot brokk n., skokk n.; v. brokka, skokka

trouble (inconvenience) ónæði n., (difficulty) vandræði n.pl.; v. ónáða
troublesome adj. erfiður, þreytandi, viðsjárverður
trousers buxur f.pl.
trout silungur m.
trowel múrskeið f., plöntuskófla f.
truant skrópari m., hyskinn maður m.; **play t.** skrópa, svíkjast um
truce vopnahlé n., stundarfriður m.
truck vörubíll m., flutningabíll m.
true sannur
truly hreinskilnislega, sannarlega; **yours t.** þinn einlægur, virðingarfyllst
trump (at cards) tromp n.; v. trompa
trumpet trompet m., horn n., lúður m.
truncate vt. stýfa, stytta
trunk (tree) stofn m., bolur m. (elephant) fílsrani m., (box) koffort n.
trunk call langlínusamtal n.
trunks (stuttar) íþróttabuxur f.pl., leikfimibuxur f.pl.
trust traust n.; v. treysta
trustee fjárhaldsmaður m.; stjórnarmeðlimur m.
trustworthy adj. trúverðugur, áreiðanlegur
truth sannleikur m.
truthful sannsögull, sannur
try v. reyna, prófa; **t. on** máta, prófa
tubby adj stuttur, kubbslegur

tube túba f., pípa f., járnbrautargöng n.pl.
tuber (rótar)hnýði n.; hnjóskur m.
tuberculosis berklaveiki f.
tuck brot n., felling f.; v. stinga, smokra; bretta upp, falda; dúða, hlúa að
tuft brúskur m., skúfur m., toppur m.
tug rykkur m., togstreita f., (boat) dráttarbátur m.; v. draga, toga (**at**=í)
tuition kennsla f., kennslugjald n.
tulip túlipani m.
tumble fall n., bylta f.; óregla f., ringulreið f.; v. falla, hrapa, (kút)veltast
tumbler glas n.
tumour bólga f., æxli n.
tumult hávaði m., gauragangur m., læti n.pl., æsingur m., uppþot n.pl.
tuna túnfiskur m.
tune lag n., laglína f.
tuneful adj. hljómfagur, lagrænn
tunic kyrtill m., mussa f.
tuning-fork tónkvísl f.
tunnel (jarð)göng n.pl.; v. grafa (jarð)göng
turbid adj. gruggugur; ruglaður, ruglingslegur
turbine túrbína f., hverfill m.
turbojet þrýstihverfill m., skrúfuþota f.
turbot (fish) sandhverfa f.
turbulent adj. ófriðlegur, ólgandi, ókyrr, ofsafenginn
turf torf n., torfa f., (gras)svörður m., mór m.; skeiðvöllur m.

turkey kalkúnn m.
turmoil ringulreið f., uppnám n.
turn v. snúa, snúast, beygja
turning snúningur m., umbreyting f., beygja f., vegamót n.pl
turning point vendipunktur m., tímamót n.pl. sóttbrigði n.pl.
turnip rófa f.
turnover (viðskipta)velta f., verslunarmagn n.
turnpike (Am.) tollhlið n., tollvegur m.
turnstile snúningshlið n.
turntable snúningspallur m.; (plötuspilara)diskur m., plötuspilari m.
turpentine terpentína f.
turtle skjaldbaka f.
tusk skögultönn f., augntönn f.
tutor einkakennari m., aðstoðarkennari m.
tutorial einkatími m.
tuxedo (Am.) smóking m.
twang hvellur m.; nefjaður hreimur m.; v. gella, tala með hvellum, nefjuðum hreim
tweed gróft ullarefni n.
tweeter hátíðnihátalari m.
tweezers flísatöng f.
twelfth tólfti
twelve tólf
twentieth tuttugasti
twenty tuttugu
twice tvisvar sinnum; **t. as big** helmingi stærri
twiddle v. (snar)snúast; fitla við, gaufa við

twig smágrein f., sproti m.
twilight rökkur n.
twin tvíburi m.
twine (segl)garn n.; v. vinda saman, vefja utan um
twinkle (augna)blik n., depl n.; v. blika, tindra, tifa, depla augum
twirl v. snarsnúa(st), snúa upp á
twist beygja f., hlykkur m., snúningur m.
twist v. snúa (saman) vefja, vind(ast), bugðast
twit stríðni f.; bjáni m.; v. hæða, spotta, stríða
twitch rykkur m., stingur m., vipra f.; v. rykkja, kippa, stinga, vipra
twitter kvak n., tíst n.; fliss n., skríkjur n.pl.; v. kvaka, tísta, skrafa
two tveir
two-dimensional array tvívítt fylki n.
two-piece adj. tvískiptur
tycoon auðjöfur m., viðskiptajöfur m
type tegund f., gerð f.
type v. vélrita
typewriter ritvél f.
typewritten vélritaður
typhoid taugaveiki f.
typhoon hvirfilbylur m., fellibylur m.
typhus útbrotataugaveiki n., flekkusótt f., dílasótt f.
typical adj. dæmigerður, einkennandi, táknrænn
typist vélritari m.

tyranny harðstjórn f.
tyrant harðstjóri m.
tyre hjólbarði m.
tyre pressure dekkloftþrýstingur m.

U

ubiquitous adj. alls staðar nálægur
udder júgur n., mjólkurkirtill m.
ugly ljótur
ulcer (graftar)sár n.
ultimate adj. síðasti, endanlegur, loka-
ultimatum úrslitakostir m.pl.
ultraviolet adj. útfjólublár
umber adj. svarbrúnn, dökkrauðbrúnn
umbilical adj. nafla-, naflastrengs-
umbrella regnhlíf f.
umpire (íþrótta)dómari m., úrskurðaraðili m.
unable adj. ófær; **I was unable to come** ég gat ekki komið
unacceptable adj. óaðgengilegur, ótækur
unaccountable adj. óskiljanlegur, óábyrgður
unanimous adj. sammála, einróma, samhljóða
unanimously adv. í einu hljóði, einróma, samhljóða
unanswered adj. ósvaraður, óendurgoldinn
unauthorized adj. óleyfilegur, án leyfis
unavoidable adj. óhjákvæmilegur, óumflýjanlegur

unaware adj. óvitandi, ómeðvitandi, grunlaus
unawares adv. óafvitandi, óvart, í ógáti
unbearable adj. óþolandi, óbærilegur
unbelievable adj. ótrúlegur, lygilegur
unbiased adj. óhlutdrægur, óvilhallur
unbreakable adj. óbrjótandi
unbroken adj. óbrotinn, órofinn
unbutton v. hneppa frá
uncanny adj. skuggalegur, kynlegur, furðulegur, óskiljanlegur
uncertain adj. óviss, hikandi, óljós, óstöðugur, óútreiknanlegur
uncivilized adj. ósiðmenntaður, ókurteis
uncle föðurbróðir m., móðurbróðir m.
unclean adj. óhreinn, óþrifalegur
uncomfortable adj. óþægilegur, óvistlegur
uncommon adj. óvenjulegur, sjaldgæfur
unconditional adj. skilyrðislaus, óskilyrtur
unconscious adj. meðvitundarlaus, ómeðvitaður
uncork v. taka tappa úr
uncouth adj. óheflaður, grófur; klaufalegur, álappalegur
uncover v. afhjúpa, fletta ofan af, taka ofan af
uncultivated adj. óræktaður, ósiðaður, ómenntaður
undamaged adj. óskemmdur
undecided adj. óákveðinn, óráðinn
undeniable adj. óneitanlegur, óyggjandi
under prp. undir, fyrir neðan

undercarriage burðargrind f., hjólabúnaður m.
underclothes nærföt n.pl.
undercover adj. leynilegur, leyni-
undercurrent undiralda f., undirstraumur m.
underdog lítilmagni m.
underdone adj. of lítið soðinn eða steiktur
underestimate v. vanmeta, vanreikna
undergo v. verða fyrir, þola, sæta, gangast undir
undergraduate (próflaus) háskólastúdent m.
underground neðanjarðarlest f., neðanjarðargöng n.pl.
underground adj. neðanjarðar-, leynilegur, óopinber
underline v. undirstrika, leggja áherslu á
underline token undirstrikunartákn n.
underlining undirstrikun f.
undermine v. grafa (grundvöllinn) undan
underneath adv. & prp. fyrir neðan, undir
underpants (Am.) nærbuxur f.pl.
underpass gangbraut n., akbraut n. (undir brú, veg o.þ.u.l.)
underrate v. vanmeta, meta of lítils
undershirt nærskyrta f.
undersigned adj. undirritaður
understand v. skilja
understanding skilningur m.; adj. skilningsríkur
understatement úrdráttur m.

undertake v. taka að sér, skuldbinda sig, ábyrgjast
undertaker útfararstjóri m.
undertaking verkefni n., (promise) loforð n., skuldbinding f.
underwater adj. neðansjávar-
underwear nærfatnaður m.
underworld undirheimar m.pl.
undesirable adj. óæskilegur, óvelkominn
undivided adj. óskiptur, heill
undo v. losa, leysa, opna, ógilda, eyðileggja
undoubtedly adv. vafalaust, tvímælalaust
undress v. afklæða(st)
undulating adj. bylgjóttur, öldóttur
unduly adv. óviðeigandi, ótilhlýðilega, óhóflega
unearned adj. ómaklegur, óverðskuldaður
unearth v. grafa upp; uppgötva, upplýsa
uneasy adj. órólegur, áhyggjufullur, þvingaður, vandræðalegur
uneducated ádj. ómenntaður
unemployed adj. atvinnulaus
unemployment atvinnuleysi n.
unequal adj. ójafn, misjafn, óreglulegur
uneven adj. ósléttur, ójafn
unexampled adj. dæmalaus, óviðjafnanlegur
unexpectedly adv. óvænt
unfair adj. ósanngjarn, óheiðarlegur
unfaithful adj. ótrúr, svikull
unfamiliar adj. ókunnur, framandi

unfavourable adj. óhagstæður, neikvæður
unfit adj. óhæfur, ófær
unfold v. breiða út, opna, koma í ljós
unforgettable adj. ógleymanlegur
unfortunate adj. (person) óheppinn, (incident) óheppilegur
unfortunately adv. því miður, til allrar óhamingju
unfounded adj. ástæðulaus, tilefnislaus
unfruitful adj. ófrjósamur, árangurslaus
unfurl v. losa (um), opna, breiða úr (sér)
unfurnished adj. húsgagnalaus, án húsgagna
ungainly adj. klunnalegur, óásjálegur, ljótur
ungrateful adj. vanþakklátur
unhappy adj. óhamingjusamur, dapurlegur
unhealthy adj. óheilbrigður, heilsuveill, heilsuspillandi
unhurt adj. ómeiddur
unicorn einhyrningur m.
uniform einkennisbúningur m.; adj. jafn, svipaður, tilbreytingarlaus, samræmdur
unilateral adj. einhliða
unimportant adj. lítilvægur, óáríðandi
uninhabitable adj. óbyggilegur
uninhabited adj. óbyggður, auður
unintentional adj. óviljandi, óvilja-
uninteresting adj. leiðinlegur, óspennandi
union sameining f., bandalag n., ríkjasamband n.; trade u. stéttarfélag n.

unique adj. einstæður, einstakur, óviðjafnanlegur, framúrskarandi, afburða-
unison einröddun f., einhljómur m.; fullkomið samræmi n., samstilling f.
unit eining f., eind f., stykki n.
unite v. sameina(st)
unity sameining f., eindrægni f.
universal adj. alheims-, alþjóðlegur, almennur, allsherjar-
universe alheimur m.
university háskóli m.
unjust adj. óréttlátur, ósanngjarn
unkind adj. óvingjarnlegur
unknown adj. óþekktur, ókunnur
unlawful adj. ólöglegur
unlearn v. gleyma, venja sig af
unleash v. losa ól af, sleppa lausan tauminn
unless conj. nema (því aðeins)
unlike adj. ólíkur, misjafn, mismunandi
unlikely adv. ólíklega, ósennilega
unlimited adj. ótakmarkaður, takmarkalaus
unload v. losa, afferma, skipa upp
unlock v. taka úr lás, ljúka upp, opna
unlucky adj. óheppinn, óheppilegur, óhappa-
unmarried adj. ógiftur, einhleypur
unmerciful adj. ómiskunnsamur, miskunnarlaus
unnatural adj. ónáttúrulegur, óeðlilegur, tilgerðarlegur

unnecessary adj. ónauðsynlegur, þarflaus
unoccupied adj. óupptekinn, ónotaður, laus, iðjulaus
unofficial adj. óopinber
unpack v. taka upp (farangur)
unpaid adj. ógreiddur, ólaunaður
unpleasant adj. óþægilegur, ógeðfelldur
unprecedented adj. fordæmislaus
unprepared adj. óundirbúinn, óviðbúinn
unprofitable adj. óarðbær, gagnslaus
unprotected adj. óverndaður, óvarinn
unqualified adj. óhæfur, réttindalaus, skilyrðislaus
unquote v.. ljúka tilvitnun
unreal adj. óraunverulegur, ímyndaður
unreasonable adj. óskynsamur, ósanngjarn
unreliable adj. óáreiðanlegur, ótraustur
unrest ókyrrð f., órói m.
unripe adj. óþroskaður
unsafe adj. hættulegur, ótraustur, óáreiðanlegur
unsatisfactory adj. ófullnægjandi
unsavoury adj. bragðlaus, ólystugur, andstyggðar-, óþverra-
unscramble v. leysa úr, koma reglu á, gera skiljanlegt
unscrew v. skrúfa af eða úr
unscrupulous adj. samviskulaus, ófyrirleitinn
unselfish adj. óeigingjarn
unskilled adj. ófaglærður, ófagmannlegur

unsound adj. vanheill, skemmdur, ótraustur
unstable adj. óstöðugur, valtur
unstarched adj. óstífaður, óþvingaður
unsteady adj. óstöðugur, valtur, ótraustur, reikull
unsuccessful adj. árangurslaus, misheppnaður
unsuitable adj. óhentugur
unsuspecting adj. grunlaus, ugglaus
unsurpassed adj. óyfirstiginn, ósigraður, frábær
unthinkable adj. óhugsanlegur, óhugsandi
untidy adj. óþrifalegur, sóðalegur
untie v. leysa, losa
until prp. & adv. til, þar til, uns, þangað til, fyrr en
untouchable úrhrak n.; stéttleysingi m.; adj. ósnertanlegur; óhreinn
untrue adj. ósannur, rangur
untrustworthy adj. óáreiðanlegur
untruth ósannindi n.pl., lygi f.
unusual adj. óvenjulegur
unveil v. afhjúpa, fletta ofan af, birta(st), leiða í ljós
unwell adj. lasinn
unwilling adj. ófús, nauðugur
unwise adj. óvitur, óskynsamlegur
unworthy adj. óverðugur, ósamboðinn, ósæmilegur
unwrap v. taka umbúðir utan af, taka upp

up upp, uppi
upbraid v. ávíta, skamma
upbringing uppeldi n.
upheaval (jarð)ris n., umrót n., umbrot n.
upholster v. bólstra
upkeep viðhald n., viðhaldskostnaður m.
upland upplendi n., hálendi n.
upon prp. á, eftir
upper adj. efri, hærri, æðri
upper case hástafir m.pl., hástafaletur n.
uppermost adj. efstur, hæðstur, æðstur, yfirgnæfandi
upright uppréttur, (person) hreinskilinn, heiðarlegur
uproar uppnám n., háreysti n.
uproot v. rifa upp með rótum, uppræta útrýma, flæma (burt)
upset v. hvolfa, velta, trufla, raska, koma í uppnám
upside-down adv. á hvolfi, á ringulreið
upstairs upp (stigann), upp á loft, uppi á lofti
upstart uppskafningur m.; adj. nýríkur; hrokafullur, montinn
upstream adv. andstreymis, upp ána
upwards adv. upp (á við)
urban adj. borgar-, þéttbýlis-
urbane adj. (sið)fágaður, kurteis, stimamjúkur
urchin (tötralegur) snáði m., hrekkjalómur m.
urge v. hvetja, knýja, reka áfram
urgency bráðanauðsyn f., neyð f.

urgent adj. áríðandi, brýnn
urine þvag n., hland n.
urn krukka f.; duftker n.
us prn. okkur, okkar
usage notkun f., meðferð f., (custom) venja f., málvenja f.
use notkun f.; **be of u.** vera til gagns; v. nota
useful adj. gagnlegur, nytsamlegur
useless adj. gagnlaus, ónýtur
user notandi m.
user friendly adj. aðgengilegur
usher (dyra)vörður, sætavísir m.; v. vísa inn, vísa til sætis, boða komu
usual adj. venjulegur
usually adv. venjulega
usurp v. hrifsa völd, brjótast til valda
utensil áhald n.
utility gagnsemi f., nytsemi f., notagildi n.
utility program hjálparforrit n.
utilize v. hagnýta, nota
utmost adj. ystur, fjarlægastur, mestur, æðstur, fremstur, hæstur
utter v. segja, láta í ljós; adj. alger, fullkominn, afdráttarlaus
utterly adv. algerlega, gersamlega

V

vacancy tóm n., eyða f., skarð n., laus staða f., laust húsnæði n., andleysi n.

vacant adj. auður, tómur, andlaus, svipbrigðalaus
vacate v. rýma, tæma, fara frá, segja af sér
vacation frí n., leyfi n.
vaccinate v. bólusetja
vaccination bólusetning f.
vacillate v. hika, vera á báðum áttum; reika, flökta
vacuous adj. (innan)tómur, andlaus, grunnhygginn
vacuum tómarúm n., lofttæmi n.
vacuum cleaner ryksuga f.
vagabond flækingur m., umrenningur m.
vagina leggöng n.pl.
vagrancy flakk n., flækingslíf n.
vague adj. óljós, óákveðinn
vain hégómlegur ; **in v.** adv. árangurslaust
valentine ástarbréf n.; unnusti m., unnusta f.
valet (herbergis)þjónn m.
valid adj. gildur, lögmætur
valley dalur m.
valuable adj. dýrmætur, verðmætur
valuables verðmæti n., dýrgripir m.pl.
valuation (verð)mat n., matsverð n., gildismat n.
value (verð)gildi n., nytsemi f.; v. meta, verðleggja, meta mikils
valve loki m., loka f., ventill m.
vamp v. (music) leika af fingrum fram
vampire blóðsuga f., vampíra f.

van sendiferðabíll m., (train) farangurs- eða vöruvagn m.
vandal skemmdarvargur m.
vanish v. hverfa, verða að engu, deyja út
vanity hégómi m., hégómagirnd f.
vanquish v. sigra, yfirbuga, yfirstíga
vapour gufa f., eimur m.
variable breyta f., breytistærð f; adj. breytilegur, mismunandi
variation breytileiki m., breyting f., frávik n., mismunur m.
varicose veins æðahnútar m.pl.
varied adj. margvíslegur, margs konar
variety fjölbreytni f., úrval n.
variety show fjölleikasýning f.
variety theatre fjölleikahús n.
various adj. ýmis, ýmsir, mismunandi, margs konar, ólíkir
varnish lakk n., gljái m.; v. lakka
vary v. breyta, breyta út af, vera misjafn, vera ólíkur
vase (blóma)vasi m.
vasectomy sáðrásarúrnám n., sáðgangsrof n.
vast adj. gríðarstór, víðáttumikill, víðtækur
vault stökk n., (val)hopp n.; v. stökkva, hoppa
vault (graf)hvelfing f., hvolf n., bogagöng n.pl.
veal kálfakjöt n.
veer v. breyta um stefnu, kúvenda
vegetable grænmeti n., jurt f.; adj. grænmetis-, jurta-, plöntu-

vegetarian grænmetisæta f., jurtaæta f.
vegetation (jurta)gróður m., gróandi m.
vehemence ákafi m., ofsi m.
vehicle farartæki n., miðill m.
veil blæja f., slæða f.
vein (blá)æð f.
vellum bókfell n., pergament n., skinnbók f.
velocity hraði m.
velvet flos n., fauel n.
velveteen baðmullarflauel n.
vendetta blóðhefnd f., ættvíg n.
vending-machine sjálfsali m.
veneer spónn m., þunn plata f.; v. spónleggja
venerable adj. virðulegur, lotningarverður
venereal disease kynsjúkdómur m.
vengeance hefnd f.
venison hjartarkjöt n.
venom eitur n.; meinfýsi f., illkvittni f.
vent útstreymi n., frárennsli n., útrás; v. hleypa út, láta í ljós
ventilate v. loftræsa, viðra
ventilation loftræsting f., viðrun f.
ventilator loftræsitæki n.
ventriloquist búktalari m.
venture áhætta f., hættuspil n., áhættuframtak n., ævintýri n.
veracious adj. sannorður, trúverðugur, áreiðanlegur, sannur
veranda verönd f.
verb sögn f., sagnorð n.

verbal adj. orðréttur, munnlegur sagn-, sagnar-
verbatim adv. orðrétt, orð fyrir orð
verbose adj. fjölorður, langorður
verdict úrskurður (kviðdóms) m., dómur m.
verge barmur m., kantur m., rönd f.;
  on the v. of kominn að
verger kirkjuvörður m., kirkjuþjónn m.
verify v. staðfesta, sanna, sannreyna
vermin meindýr n.
vernacular þjóðtunga f., móðurmál n.
versatile adj. fjölhæfur, alhliða
verse vers n., ljóð n.
version þýðing f., útlegging f., útgáfa f.
versus prp. á móti, gegn, andstætt
vertebrate hryggdýr n.
vertical adj. lóðréttur
vertical coordinate lóðhnit n., y-ás m.
vertical tabulation dálkun f.
vertigo svimi m.
very adv. mjög, ákaflega
vessel ílát n. (ship) skip n., æð f.
vest nærskyrta f., (Am.) vesti n.
vestige leifar f.pl., vottur m., ögn f.
vestry skrúðhús n.
veteran uppgjafahermaður m.; gamalreyndur
  starfsmaður; adj. þaulreyndur
veterinary surgeon dýralæknir m.
veto neitunarvald n., synjunarvald n.; v. beita
  neitunarvaldi, stöðva, hafna, synja
vex v. áreita, ergja, þjá

via prp. um, með viðkomu á, með, í
viaduct járnbrautarbrú f., svifbrú f.
vial smáflaska f., meðalaglas n.
vibrant adj. titrandi, hljómandi; líflegur, fjörugur
vibrate v. titra, sveifla(st)
vibration titringur m., sveifla f.
vicar (sóknar)prestur m.
vicarage prestsetur n., prestakall n.
vice löstur m., spilling f.
vice versa adv. gagnkvæmt, öfugt
vice president varaforseti m., varaformaður m.
vicinity nágrenni n.
vicious adj. siðlaus, illgjarn, hættulegur, grimmur
victim fórnardýr n., fórnarlamb n.
victory sigur m.
victuals vistir f.pl.
videotape myndband n., myndsegulband n.
view útsýni n., (opinion) skoðun f.
viewpoint sjónarmið n.
vigilant adj. árvakur, aðgætinn
vigilante sjálfskipaður löggæslusveitarmaður m.
vigour kraftur m., þrek n.
vile adj. andstyggilegur, ósiðlegur
villa villa f., sveitasetur n.
village þorp n.
villain þorpari m., varmenni n.

vindicate v. veita uppreisn æru, verja, réttlæta
vine vínviður m.
vinegar edik n.
vineyard víngarður m., vínekra f.
vintage vínuppskera f., vínárgangur m.
vintner vínkaupmaður m., vínsali m.
viola lágfiðla f., víóla f.; (flower) fjóla f.
violate v. brjóta (lög), rjúfa, raska, óvirða, vanhelga
violence ofbeldi n., ofsi m.
violent adj. ofsafenginn, ofsalegur
violet fjóla f.; adj. fjólublár
violin fiðla f.
VIP (very important person) forréttindapersóna f.
viper höggormur m.
virgin jómfrú f., hrein mey f.
virile adj. karlmannlegur, þróttmikill, vaskur; karlkyns, karl-, karlmanns-
virology veirufræði f.
virtue dyggð f., kostur m.
virtuoso (tækni)snillingur m., kunnáttumaður m.;
virus veira f., vírus m.
visa vegabréfsáritun f.
viscera innyfli n.pl.
viscount greifi m.
visibility skyggni n.
visible adj. sýnilegur, augljós
vision sjón f., sýn f., vitrun f.

visionary draumóramaður m., hugsjónamaður m.
visionary adj. draumkenndur, ímyndaður, óraunverulegur, fjarstæður, óraunhæfur
visit heimsókn f.; v. heimsækja
visitation heimsókn f., vitjun f., skoðun f.; áfall n., ógæfa f.
visiting card nafnspjald n.
visiting hours heimsóknartími m.
visitor gestur m., aðkomumaður m.
visor hjálmgríma f., der n., skyggni n.
visual display unit skjár m., skjáeining f.
vital adj. lífsnauðsynlegur, áríðandi, lífshættulegur, banvænn
vitality lífsorka f., kraftur m., þróttur m.
vitamin vítamín n., fjörefni n.
vivacious adj. líflegur, fjörlegur
vivid adj. skær, fjörlegur
vixen refalæða f., tæfa f.; kvenskass n.
vocabulary orðasafn n., orðaforði m.
vocal adj. radd-, tal-, söng-
vocalist söngvari m.
vocation starfsgrein f., fag n.; köllun f.
vogue tíska f., vinsældir f.pl.
voice rödd f.
voice synthesizer raddhermir m.
void tóm n., tómarúm n.; adj. auður, tómur, ógildur
volcano eldfjall n.

volley (skot)hríð f., (örva)drífa f.; v. skjóta samtímis, láta dynja á
volt volt n.
voltage rafspenna f.
voluble adj. málglaður, mælskur
volume (book) bindi n., (capacity) rúmtak n., magn n.
voluminous adj. yfirgripsmikill, fyrirferðarmikill
voluntary adj. sjálfviljugur, sjálfboðinn, sjálfboðaliðs-
volunteer sjálfboðaliði m.; v. gerast sjálfboðaliði, bjóðast til
voluptuous adj. munaðargjarn, munaðar-; holdlegur, girnilegur
vomit v. kasta upp, æla
voracious adj. gráðugur, matfrekur, óseðjandi
vote atkvæði n.; v. greiða atkvæði
voter kjósandi m.
vouch for v. ábyrgjast, bera vott um
voucher skírteini n., fylgiskjal n., úttektarmiði m.
vouchsafe v. veita af náð sinni, heimila, leyfa
vow heit n.; v. heita, fullyrða
vowel sérhljóði m., sérhljóð n.
voyage sjóferð f., ferðalag n.
voyeur gluggagægir m.
vulgar adj. dónalegur, klúr, alþýðu-, almúga-
vulnerable adj. særanlegur, varnarlaus, berskjaldaður

vulture (hræ)gammur m.
vulva kvensköp n.pl.

W

wade v. vaða, ösla
waders vöðlur f.pl., bússur f.pl.
wafer obláta f., (lagskipt) ískex n.
waffle vaffla f.
wag v. dilla, dingla, sveifla(st)
wager veðmál n.; v. veðja, leggja undir
wages laun n.pl., kaup n.
wagon (flutnings)vagn m.
waist mitti n.
waistcoat karlmannsvesti n.
wait bið n.; v. bíða
wait for v. bíða eftir
wait on v. þjóna, snúast í kringum
waiter þjónn m.
waiting list biðlisti m.
waiting room biðstofa f.
waitress þjónustustúlka (í veitingahúsi) f., gengilbeina f.
wake vt. vekja; vi. vakna ; (be awake) vaka
walk v. ganga, labba
walker göngumaður m.
walkie-talkie labbrabbtæki n.
walking stick göngustafur m.
wall veggur m.

wallet peningaveski n., smáskjóða f.
wallpaper veggfóður n.; v. veggfóðra
walnut valhnota f.
walrus rostungur m.
waltz vals m.; v. dansa vals
wander v. ráfa, reika, rása, liðast
wane v. minnka, hnigna
want skortur m., þörf f.; v. þurfa, vanta
wanton adj. gáskafullur, óstýrilátur,
gegndarlaus, taumlaus; samviskulaus
war stríð n., ófriður m.
ward (town) borgarhverfi n., (hospital) deild f.
warden vörður m., umsjónarmaður m.
wardrobe klæðaskápur m., fatnaður m.
warehouse vörugeymsla f., pakkhús n.
wares vörur n.pl., (sölu)varningur m.
warfare hernaður m., ófriður m., átök n.pl.
warhead sprengioddur m.
warm adj. hlýr, heitur; v. hlýja, verma, hita
warm boot hálfræsing f.
warmth ylur m., hlýja f.
warn v. vara (við), aðvara, áminna, tilkynna
warning viðvörun f., aðvörun f., (notice)
fyrirvari m.
warrant ábyrgð f., trygging f., heimild f., leyfi n.
warranty ábyrgð f., trygging f., heimild f.
warrior stríðsmaður m., hermaður m.,
bardagamaður m.
wary adj. gætinn, varkár; **w. of** á verði gegn
was v. (p. **be**)

wash þvottur m.; v. þvo (**oneself** = sér); **w. up** þvo upp
wash-and-wear adj. straufrír
washable adj. þvottheldur
washbasin vaskur m., þvottaskál f.
washerwoman (pl. **w-women**) þvottakona f.
washing þvottur m.
washing machine þvottavél f.
washing powder þvottaduft n.
washing-up uppþvottur m.
washroom baðherbergi n., snyrtiherbergi n.
washstand þvottaskál f., þvottaborð n.
wasp vespa f., geitungur m.
waste eyðsla f., sóun f., úrgangur m.; v. eyða, sóa
wasteful adj. eyðslusamur
wastepaper-basket bréfakarfa f., ruslakarfa f.
watch vaka f., vakt f., varsla f., gæsla f.; **wrist w.** armbandsúr n.; v. horfa á, fylgjast með, vera á verði, vakta, gæta
watchmaker úrsmiður m.
watchstrap úrarmband n.
water vatn n.; **iced w.** ísvatn n.; **running water** rennandi vatn n.
water-polo sundhandknattleikur m.
water pump vatnsdæla f.
water ski sjóskíði n.
water softener vatnsmýkingarefni n.
watercolour vatnslitur m.,
watercress hrafnaklukka f., vætukarsi m.

waterfall foss m.
watermelon vatnsmelóna f.
waterproof adj. vatnsheldur
watershed vatnaskil n.pl.; tímamót n.pl.
waterway siglingaleið n., vatnsfarvegur m.
waterworks vatnsveita f., vatnsdælustöð f.
watt vatt n.
wave bára f., bylgja f.; v. bylgja(st), liða(st), krulla
wavelength bylgjulengd f.
waver v. titra, flökta, hika, vera á báðum áttum
wavy adj. bylgjaður, liðaður, bugðóttur, hlykkjóttur
wax vax n.; v. vaxbera, bóna
waxworks vaxmyndasafn n.
way vegur m., leið f., (method) háttur m.
way in inngönguleið f., inngangur m.
way out útgönguleið f., útgangur m.
wayside vegarbrún f.
we prn. við, vér
weak adj. máttlaus, veikbyggður
weakness veikleiki m., breyskleiki m.
wealthy adj. auðugur, ríkur
wean v. venja af brjósti, venja undan, venja af
weapon vopn n.
wear v. vera í (fötum), vera með; **w. out** slíta, þreyta
weary þreyttur; v. þreyta
weather veður n.
weather forecast veðurspá f.

weathercock vindhani m.
weave v. vefa, flétta (saman)
weaver vefari m.
web vefur m.; (sund)fit n.pl.; fanir f.pl.
wedding brúðkaup n., **silver w.** silfurbrúðkaup n.
wedding anniversary brúðkaupsafmæli n.
wedding ring giftingarhringur m.
wedge fleygur m.; v. fleyga
wedlock hjónaband n., hjúskapur m.
weed illgresi n.
week vika f.
weekday virkur dagur m.
weekly vikurit n.; adj. vikulegur , viku-
weep v. gráta, tárfella
weevil ranabjalla f.
weigh v. vega, vigta
weighing machine vog f.
weight þyngd f., þungi m.
weird adj. kynlegur, dularfullur, óhugnanlegur, draugalegur, yfirnáttúrulegur
welcome adj. velkominn, kærkominn; v. fagna, taka vel á móti
weld v. sjóða saman, sameina
welfare velferð f. félagsleg aðstoð f., framfærslustyrkur m.
well brunnur m.; adj. heilbrigður; adv. vel; (interjection) jæja
well-founded adj. rökstuddur
well-off adj. vel settur, efnaður

well-to-do adj. efnaður
wellington (hnéhá) stígvél n.
wellingtons gúmmistígvél (sem ná upp að kálfa) n.pl.
wen kýli n.
went v. (p. **go**)
were v. (p. **be)**
west vestur
westerly adj. vestlægur, vestur-, vestan-
western adj. vestlægur, vestrænn, vestur-, vestan-
wet bleyta f., væta f; adj. blautur, votur
wet through adj. gegnvotur, rennvotur
whale hvalur m.
whalebone hvalskíði n.
wharf bryggja f., hafnarbakki m.
what prn. hvað, það sem; adj. hvaða
whatever prn. hvað sem
wheat hveiti n.
wheel hjól n.
wheelbarrow hjólbörur f.pl.
wheelchair hjólastóll m.
wheeze v. mása, blása, anda með erfiðsmunum
when adv. hvenær; conj. þegar
whenever conj. hvenær sem; adv. hvenær í ósköpunum
where hvar, hvert, þar sem
whereas conj. en, en ... hins vegar; þar eð, með því að

whereupon adv. því næst, og síðan
wherever conj. hvar sem, hvert sem, adv. hvar, hvert í ósköpunum
whet v. brýna, örva, skerpa
whether hvort
whetstone hverfisteinn m., brýni n.
which (interrogative) hver, hvor;(relative) sem
whichever prn. hver sem, hvor sem, hvaða sem
while stund f.; conj. á meðan, þó að, enda þótt
whim duttlungur m.
whine v. ýlfra, væla, kveina, kvarta
whimsical adj. duttlungafullur, kenjóttur
whip svipa f.; v. hýða, flengja, slá með svipu, berja, slá
whiplash svipuhögg n.; svipuól f.; brákun á hálsi f.
whipper-snapper merkikerti n., oflátungur m.
whirl snúningur m., hringiða f.; v. snarsnúa(st), þyrla(st)
whirlpool hringiða f., svelgur m.
whisk snögg stroka f.; þeytari m.; lítill sópur m.; v. sópa (burt), þeyta
whiskers veiðihár n.; whiskers (vanga) skegg n., bartar m.pl.
whisper v. hvísla
whistle flaut n., flauta f.; v. flauta, blístra
white hvítur
white collar hvítflibba-
whitebait smáfiskur m.

whitewash kalkvatn n.; hvítþvottur m., yfirklór n.; v. kalka, hvítþvo, klóra yfir
whiting lýsa f.
Whitsun hvítasunna f.
whiz-kid undrabarn n.
who (interrogative) hver, (relative) sem
whoever prn. hver sem
whole heill, allur; **on the w.** yfirleitt, að öllu samtöldu
whole hearted adj. einlægur, innilegur, hjartanlegur
wholesale heildsala f.
wholesale dealer heildsali m.
wholesome adj. hollur heilnæmur, uppbyggilegur, hraustlegur
wholly adv. alveg, fullkomlega
whom prn. hvern, hverjum (see who)
whooping cough kíghósti m.
whore hóra f., vændiskona f.
whose prn. hvers (see who)
why hvers vegna, af hverju
wick kveikur m.
wicked adj. vondur, illkvittinn, syndsamlegur
wide adj. víður, breiður
widen v. víkka, breikka
widespread adj. útbreiddur, algengur, víðtækur
widow ekkja f.
widower ekkill m., ekkjumaður m.
width vídd f., breidd f.

wield v. nota, beita, fara með, stjórna, hafa vald yfir
wife (pl. **wives**) eiginkona f.
wig hárkolla f.
wild adj. villtur, villi-
wilderness óbyggð f., öræfi n.pl., auðn f.
wildlife náttúrulíf n., dýralíf n.; adj. náttúru-
wilful adj. þrjóskur, einþykkur; vísvitandi
will vilji m.; v. vilja; (auxiliary v.) munu, skulu
willing adj. viljugur, reiðubúinn
willingly adv. gjarna, fúslega
willow víðir m., pílviður m.
willpower viljastyrkur m.
win v. vinna, sigra
wince kveinkun f., snöggt viðbragð n.; v. kveinka sér, hrökkva við/saman
winch (akkeris)vinda f.
wind vindur m.
wind v. hlykkjast, bugðast, liðast, (clock) trekkja upp
windfall (fok)aldin n.; óvænt heppni f.
winding snúningur m., bugða f.; adj. bugðóttur, snúinn, undinn
windlass vinda f.; v. draga með vindu
windmill vindmylla f.
window gluggi m.
windowsill gluggakista f., sólbekkur m.
windpipe barki m.
windscreen framrúða f., vindhlíf f.

windscreen wiper framrúðuþurrka f., vinnukona f.
windshield (Am.) framrúða f., vindhlíf f.
windshield wiper (Am.) framrúðuþurrka f., vinnukona f.
windsock vindpoki m.
windy adj. hvass, hvassviðrasamur
wine (létt) vín n.
wine-list vínlisti m.
wine-merchant vínkaupmaður m.
wine-waiter vínþjónn m.
winecellar vínkjallari m.
wing vængur m., (building) álma f.
wink v. depla augunum, blikka
winner sigurvegari m.
winning adj. sigursæll, hrífandi
winnings vinningur m.
winter vetur m.
winter sports vetraríþróttir f.pl.
wipe v. þurrka, má burt, fjarlægja
wire vír m.
wire v. (house) leggja raflögn, (telegram) senda símskeyti
wireless v. senda loftskeyti
wireless set útvarpstæki n.
wisdom viska f, speki f., dómgreind f.
wise adj. vitur, hygginn, fróður
wisecrack smellið tilsvar n., brandari m.; v. gefa smellið tilsvar, segja brandara

wish ósk f., löngun f.; v. óska (**for** = eftir)
wisp hnoðri m.; lokkur m.; hnokki m., hnáta f.
wistful adj. löngunarfullur
wit vit n., vitsmunir m.pl., greind f.; hnyttni m.; orðheppinn maður m.
witch galdranorn f.
with prp. með, við, hjá
withdraw v. taka burtu, draga til baka, taka út (peninga)
wither v. skrælna, visna, sölna, fölna, skorpna
within prp. innan; adv. inni
without prp. án ; adv. úti
withstand v. þola, standast, standa í móti
witness vitni n., vottur m., (evidence) vitnisburður m.
witness v. vera vitni að, bera vitni um, votta, staðfesta
witticism fyndni f., hnyttiyrði n.
witty adj. fyndinn
wizard galdrakarl m., töframaður m.; snillingur m.
wobble rugg n., reik n., hik n.; v. vagga, riða, vafra, skjögra, hika
woe sorg f., kvöl f., ógæfa f. hörmung f.
wolf (pl. **wolves**) úlfur
woman (pl. **women**) kvenmaður m., kona f.
womb (móður)kviður m., leg n.
womenfolk kvenfólk n.
won v. (p., pp. **win**)`
wonder (surprise) undrun f., furða f.

wonder v. undrast, furða sig á, (be curious) hafa gaman af að vita
wonderful adj. furðulegur, dásamlegur
woo v. biðla til, , sækjast eftir, ganga eftir, sárbæna
wood viður m., tré n.,(forest) skógur m.
woodcarving tréskurður m.
woodcock skógarsnípa f.
wooded adj. skógi vaxinn
wooden shoe tréskór m.
woodland skóglendi n.
woodpecker spæta f.
woodwork tréverk n.
wool ull f., ullargarn n.; **darning w.** stoppgarn n.
woollen adj. ullar-
word orð n.,(promise) loforð n.; v. orða
word processing ritvinnsla f.
word processing language ritvinnslumál n.
word processor ritvinnslukerfi n.
word wraparound orðvending f.
wore v. (p. **wear**)
work verk n., vinna f., starf n.; v. vinna , starfa
work of art listaverk n.
work permit atvinnuleyfi n.
worker verkamaður m.
workhouse þurfamannahús n., ómagahæli n., (Am.) vinnuhæli n., betrunarhús n.
working starfsemi f., áhrif n.pl.; adj, vinnandi, vinnufær, vinnu-

working day vinnudagur m., rúmhelgur dagur m.
works verksmiðja f., verkstæði n., (gang)verk n.
workshop verkstæði n., smiðja f.
world veröld., heimur m., álfa f.
world war heimstyrjöld f.
world-famous heimsfrægur
worldwide adj. (al)heims-
worm (ána)maðkur m.
worn slitinn; **w. out** (clothes) útslitinn, (person) dauðþreyttur, uppgefinn
worry áhyggjur f.pl.; v. hafa áhyggjur, angra, skaprauna
worse adj. verri, lélegri, lakari
worship v. dýrka, tilbiðja
worst adj. verstur, lélegastur, lakastur
worsted kambgarn n., ullargarn n.
worth virði n., gildi n.; adj. verður, jafngildur
worthless adj. einskis verður, gagnlaus
worthwhile adj. tilvinnandi, ómaksins verður
worthy verðugur, maklegur
would v. (p. **will**)
wound v. (p., pp. **wind**)
wound sár n.; v. særa
wrangle deila f., rifrildi n.; v. þrátta, jagast, karpa
wrap v. sveipa, umvefja, pakka inn
wrapper umbúðir f.pl.; léttur innisloppur m.
wrath reiði f., heift f., bræði f.

wreath sveigur m., krans m.
wreck eyðilegging f., tortíming f., flak n.
wrench rykkur m. tognun f., skrúflykill m.; v. rykkja, togna, snúa sig
wrestle v. glíma (við)
wriggle v. iða, engjast, sprikla, hlykkjast, snúast
wrinkle hrukka f.
wrist úlnliður m.
wristwatch armbandsúr n.
write v. skrifa, rita
write-protected adj. ritvarinn, aðgangsverndaður
writer (author) rifhöfundur m.
writhe v. engjast, hlykkjast, liðast
writing letur n., skrift f., ritverk n., ritstörf n.pl.; **in w.** skriflega
writing pad skrifblokk f.
writing paper skrifpappír m.
written adj. skrifaður, skriflegur
wrong adj. rangur, skakkur, vitlaus; v. **be w.** hafa á röngu að standa
wrote v. (p. **write**)
wry adj. skældur, snúinn; kaldhæðnislegur, bitur

X

X-ray röntgengeisli m., röntgenmynd n.
v. gegnumlýsa
xenophobia útlendingahræðsla f.
xerox v. ljósrita

Y

yacht lystisnekkja f.
yachting lystisnekkjusigling(ar) f.(pl.)
Yankee norðurríkjamaður m.,
Bandaríkjamaður m., Kani m.
yard húsagarður m.; (measure) 3 ensk fet
(0.9144 m.)
yarn garn n., þráður m.; ýkjusaga f.
yawn v. geispa
year ár n.
yearly adj. árlegur, árs-; adv. árlega
yearn v. þrá heitt, langa ákaft
yeast ger n., gersveppur m.
yell óp n., öskur n.; v. æpa, öskra
yellow gulur
yes já, (in answer to negative question) jú
yesterday í gær
yet adv. samt, enn, enn þá
yield v. (of soil) gefa af sér; (surrender) gefas
upp, láta undan
yoke ok n., eykli n., klafi m.

yolk (eggja)rauða f.
you prn. þú, þér, þið
young adj. ungur
your adj. þinn (þín, þitt); yðar, ykkar
yours prn. þinn (þín, þitt) ; yðar, ykkar
yourself prn. þú sjálfur
yourselves prn. þið sjálfir
youth æska f., æskuár n.pl.; (young people) æskulýður m.
youth hostel farfuglaheimili n.
Yugoslav Júgóslavi m.
Yugoslavia Júgóslavía

Z

zeal ákafi m., brennandi áhugi m.
zealous adj. ákafur, kappsamur
zebra sebradýr n., sebrahestur m.
zebra crossing sebrabraut f., gangbraut f.
zenith hvirfilpunktur m., hátindur m. hámark n.
zero núll n. núllpunktur m.
zest bragðauki m., þróttur m., táp n., fjör n.
zinc sink n.
zip rennilás m.
Zip Code (Am.) póstnúmer n.
zip-fastener rennilás m.
zipper rennilás m.
zither zítar m.
zodiac dýrahringur m.

zombie uppvakningur m., uppvakinn draugur m.; dauðyfli n., bjáni m.
zone loftlagsbelti n., svæði n.
zoo dýragarður m.
zoology dýrafræði f.
zoom v. þjóta, stíga hratt; súma, breyta brennivídd linsu

THE DAYS — DAGARNIR

Sunnudagur	Sunday
Mánudagur	Monday
Þriðjudagur	Tuesday
Miðvikudagur	Wednesday
Fimmtudagur	Thursday
Föstudagur	Friday
Laugardagur	Saturday

THE MONTHS — MÁNUÐIRNIR

Janúar	January
Febrúar	February
Mars	March
Apríl	April
Maí	May
Júní	June
Júlí	July
Ágúst	August
September	September
Október	October
Nóvember	November
Desember	December

THE NUMERALS – TÖLUORÐIN

	Cardinals Frumtölur	Ordinals Raðtölur
0	nought	
1	one	first
2	two	second
3	three	third
4	four	fourth
5	five	fifth
6	six	sixth
7	seven	seventh
8	eight	eighth
9	nine	ninth
10	ten	tenth
11	eleven	eleventh
12	twelve	twelfth
13	thirteen	thirteenth
14	fourteen	fourteenth
15	fifteen	fifteenth
16	sixteen	sixteenth
17	seventeen	seventeenth
18	eighteen	eighteenth
19	nineteen	nineteenth
20	twenty	twentieth
21	twenty-one	twenty-first

30	thirty	thirtieth
40	forty	fortieth
50	fifty	fiftieth
60	sixty	sixtieth
70	seventy	seventieth
80	eighty	eightieth
90	ninety	ninetieth
100	hundred	hundredth
1,000	thousand	thousandth
1,000,000	million	millionth

IRREGULAR VERBS – ÓREGLULEGAR SAGNIR

R means that the verb can also be regular
R þýðir að sögnin beygist líka reglulega

Nafnháttur	Þátíð	Lýsingarháttur þt.
bear	bore	borne(e): *fæða, ala*
beat	beat	beaten: *slá, sigra*
become	became	become: *verða*
begin	began	begun: *byrja*
bend	bent	bent: *beygja (sig)*
bet, R	bet	bet: *veðja*
bid	bid	bid: *bjóða í*
bind	bound	bound: *binda, festa*
bite	bit	bitten: *bíta*
bleed	bled	bled: *blæða*
blow	blew	blown: *blása, feykja*
break	broke	broken: *brjóta, brotna*
breed	bred	bred: *ala upp*
bring	brought	brought: *koma með*
broadcast, R	broadcast	broadcast: *útvarpa*
build	built	built: *byggja, reisa*
burn, R	burnt	burnt: *brenna*
burst	burst	burst: *springa*
buy	bought	bought: *kaupa*
catch	caught	caught: *ná í, grípa*
choose	chose	chosen: *velja*
come	came	come: *koma*
cost	cost	cost: *kosta*
creep	crept	crept: *skríða, læðast*
cut	cut	cut: *skera*
deal	dealt	dealt: *fást við, versla*
dig	dug	dug: *grafa*
do	did	done: *gera*
draw	drew	drawn: *teikna, draga*
dream, R	dreamt	dreamt: *dreyma*

drink	drank	drunk: *drekka*
drive	drove	driven: *aka, reka*
dwell	dwelt	dwelt: *dveljast, búa*
eat	ate	eaten: *borða*
fall	fell	fallen: *falla, detta*
feed	fed	fed: *mata, fæða*
feel	felt	felt: *líða, finnast*
fight	fought	fought: *berjast, slást*
find	found	found: *finna(st)*
flee	fled	fled: *flýja*
fly	flew	flown: *fljúga*
forbid	forbade	forbidden: *banna*
forget	forgot	forgotten: *gleyma*
forgive	forgave	forgiven: *fyrirgefa*
freeze	froze	frozen: *frjósa, frysta*
get	got	got(ten): *fá, verða*
give	gave	given: *gefa*
go	went	gone: *fara*
grind	ground	ground: *mala, mylja*
grow	grew	grown: *vaxa, rækta*
hang, R	hung	hung: *hanga, hengja*
have	had	had: *hafa, eiga*
hear	heard	heard: *heyra*
hide	hid	hidden: *fela, geyma*
hit	hit	hit: *slá, rekast á*
hold	held	held: *halda*
hurt	hurt	hurt: *meiða*
keep	kept	kept: *geyma, halda*
kneel, R	knelt	knelt: *krjúpa*
knit, R	knit	knit: *tengja, binda*
know	knew	known: *vita*
lay	laid	laid: *leggja*
lead	led	led: *leiða*
lean, R	leant	leant: *halla (sér)*
leap, R	leapt	leapt: *hlaupa, stökkva*
learn, R	learnt	learnt: *læra*
leave	left	left: *yfirgefa, fara*

lend	lent	lent: *lána*
let	let	let: *láta, leigja*
lie, R	lay	lain: *liggja*
light	lit	lit: *kveikja*
lose	lost	lost: *týna*
make	made	made: *búa til, gera*
mean	meant	meant: *meina, halda*
meet	met	met: *hitta*
pay	paid	paid: *borga*
put	put	put: *láta, setja*
quit, R	quit	quit: *yfirgefa, fara*
read	read	read: *lesa*
rid	rid	rid: *losa, losna*
ride	rode	ridden: *ríða*
ring	rang	rung: *hringja*
rise	rose	risen: *rísa, koma upp*
run	ran	run: *hlaupa*
say	said	said: *segja e-ð*
see	saw	seen: *sjá*
seek	sought	sought: *leita*
sell	sold	sold: *selja*
send	sent	sent: *senda*
set	set	set: *setja*
shake	shook	shaken: *hrista*
shine	shone	shone: *skína*
shoot	shot	shot: *skjóta*
show	showed	shown: *sýna*
shut	shut	shut: *loka*
sing	sang	sung: *syngja*
sink	sank	sunk: *sökkva*
sit	sat	sat: *sitja*
sleep	slept	slept: *sofa*
slide	slid	slid: *renna*
slit	slit	slit: *rífa, rista*
smell, R	smelt	smelt: *lykta*
speak	spoke	spoken: *tala*
speed, R	sped	sped: *geysast*

spell, R	spelt	spelt: *stafa*
spend	spent	spent: *eyða*
spill, R	spilt	spilt: *hella niður*
split	split	split: *kljúfa, klofna*
spoil, R	spoilt	spoilt: *skemma, spilla*
spread	spread	spread: *dreifa*
spring	sprang	sprung: *stökkva*
stand	stood	stood: *standa*
steal	stole	stolen: *stela*
stick	stuck	stuck: *festa(st)*
stride	strode	stridden: *skálma, stika*
strike	struck	struck: *slá*
strive	strove	striven: *keppast við*
swear	swore	sworn: *sverja, bölva*
sweep	swept	swept: *sópa*
swim	swam	swum: *synda*
swing	swung	swung: *sveifla(st)*
take	took	taken: *taka*
teach	taught	taught: *kenna*
tear	tore	torn: *rífa*
tell	told	told: *segja e-m e-ð*
think	thought	thought: *hugsa*
throw	threw	thrown: *kasta*
thrust	thrust	thrust: *þrýsta, ýta*
tread	trod	trodden: *stíga á*
understand	understood	understood: *skilja*
upset	upset	upset: *æsa*
wake	woke	woken: *vekja, vakna*
wear	wore	worn: *vera í, klæðast*
weave	wove	woven: *vefa*
weep	wept	wept: *gráta, skæla*
win	won	won: *vinna, sigra*
wind	wound	wound: *bugðast*
write	wrote	written: *skrifa*

íslensk-ensk
vasaorðabók

---

icelandic-english
pocket dictionary

ritstýrt af Bjarna Gunnarssyni
með aðstoð Sævars Hilbertssonar

---

edited by Bjarni Gunnarsson
with Sævar Hilbertsson

Orðabókaútgáfan

Prentvinnsla:
Prentsmiðjan Grafík hf.

EFNISYFIRLIT – CONTENTS

FORMÁLI

Þessari vasaorðabók er fyrst og fremst ætlað að vera lykill að algengum orðum í ensku, og er langt frá því að hún geti talist tæmandi. Bókin er byggð á fyrri útgáfu að nokkru leyti, en inn í hana hefur verið bætt um 5000 nýjum orðum. Þau voru valin með hliðsjón af enskum og íslenskum orðabókum. Þá var skeytt inn nokkrum orðum úr tölvumáli. Fjöldi uppsláttarorða er um 10.000. Ekki hefur verið reynt að útskýra merkingarmun einstakra orða, og vísast til góðra orðabóka hvað það varðar. Einnig hefur orðið að takmarka málfræðiupplýsingar, og eru eingöngu gefnir upp helstu orðflokkar íslenskra orða. Við orðaval var reynt að hafa í huga að bókin kæmi hinum almenna lesanda að notum, og eru allir ágallar í því efni á kostnað ritstjóra.

PREFACE

This pocket dictionary is primarily intended as a key to common English words, and is far from being complete. The book is based on the first editon in part, but some 5000 new entries have been selected from English and Icelandic dictionaries. Also, some computer terms have been added. The total number of entries is about 10.000. No attempt has been made to explain the differences in meaning between English words and the reader is referred to good dictionaries in this respect. The amount of grammtical information has been limited to Icelandic word classification and gender. This book is intended to be useful to the general reader, and any faults in the choice of words must entirely be ascribed to the editor.

SKAMMSTAFANIR — ABBREVIATIONS

a.	abdjective	lýsingarorð
adv.	adverb	atviksorð
conj.	conjunction	samtenging
f.	feminie	kvenkyns
interj.	interjection	upphrópun
lat.	Latin	latína
m.	masculine	karlkyns
n.	neuter	hvorugkyns
num.	numeral	töluorð
pl.	plural	fleirtala
prn.	pronoun	fornafn
prp.	preposition	forsetning

A

abbadís f. abbess
að conj. that; prp. to(wards)
að eilífu for ever
að jafnaði as a rule, usually, generally
að lokum at last, finally
aðal- chief, main, cardinal, principal
aðalbraut f. thoroughfare
aðalefni n. main subject, theme
aðaleinkunn f. final grade
aðalgata f. main street
aðall m. nobility, gentry, aristocracy
aðallega adv. mainly, chiefly
aðalminni n. main memory
aðalpersóna f. protagonist
aðalrökrásabretti n. main circuit board
aðalsmaður m. nobleman, aristocrat
aðalstýriverk n. main control unit
aðalvalmynd f. main menu
aðalþilfar n. main deck
aðbúnaður m. accommodation
aðdáun f. admiration, respect
aðdáandi m. admirer, fan
aðdráttarafl n. attraction; gravity
aðdráttarlinsa f. telescopic lens
aðeins adv. only, exclusively

aðfall n. rising tide
aðfangadagur m. Christmas Eve
aðferð f. method, technique, procedure
aðfinnslusamur a. critical
aðflug n. approach (to a landing)
aðgangseyrir m. entrance fee
aðgangsverndaður a. copy-protected, write-protected
aðgangur m. admission, access
aðgangur bannaður no entry
aðgengilegur a. acceptable, accessible; user friendly
aðgerðahnappur m. function key
aðgerðarlaus a. passive, inactive, idle
aðgerðartákn n. operator
aðgreining f. distinction, difference, separation
aðgreiningarmerki n. delimiter
aðgæsla f. care, attention
aðgætinn a. careful, vigilant
aðgöngumiðavörður m. ticket collector
aðgöngumiði m. admssion ticket, coupon
aðili m. party, person
aðlaðandi a. good-looking, attractive
aðleiðsla f. induction
aðmíráll m. admiral
aðsetur n. residence
aðskilja v. separate
aðsókn f. attendance
aðstoð f. help, assistance

aðstoðarmaður m. assistant, attendant, supporter
aðstæður f.pl. circumstances, surroundings; atmosphere
aðvara v. warn, caution, admonish
aðvörun f. warning, caution
af hendingu by chance
af prp. from, of, by
afarstór a. huge, immense, vast
afborgun f. instalment, part-payment
afbrigði n. variant, variation
afbrigðilegur a. exceptional, abnormal
afbrotamaður m. delinquent
afbrýðisemi f. jealousy
afdráttarlaus a. explicit, plain, clear
afferma v. unload
affrysta v. defrost
afföll n.pl. bank-rate
afgangur m. remainder, rest, remnant, surplus, residue
afgirða v. fence off, put a fence round
afgjald n. toll, dues
afgreiða v. attend to, serve (in a shop)
afgreiðsla f. service, delivery, forwarding, dispatch
afgreiðslumaður m. (shop-)assistant, salesman, agent
afhenda v. hand over, deliver; hand out
afhjúpa v. uncover, reveal, expose
afhýða v. peel, pare

afi m. grandfather
afkasta v. accomplish, perform
afkastageta f. capacity
afklæða v. undress
afkomandi m. descendant, offspring
afkvæmi n. offspring
afköst n.pl. output, performance
afl n. force, power, might
afla v. earn; acquire
aflangur a. oblong
afleiðing f. consequence, result
afleiðsla f. derivation; deduction
afleitur a. outrageous, hideous
aflfræði f. mechanics
afli m. catch (of fish)
aflíðandi a. sloping, gradual
aflúsa v. debug; delouse
aflýsing f. cancellation
afmá v. obliterate, erase
afmynda v. disfigure, deform
afmæli n. birthday; anniversary
afmælisgjöf f. birthday present
afneita v. deny; disavow
afnema v. abolish, annul, repeal
afnot n.pl. use
afpöntun f. cancellation
afrek n. achievement, feat
afreka v. achieve, accomplish
afrit n. copy
afrita v. copy, duplicate

Afríka f. Africa
Afríkubúi m. African
afrískur a. African
afsaka v. excuse; justify
afsaka sig v. apologise
afsíðis adv. aside
afskaplegur a. enormous, tremendous
afskekktur a. remote, secluded, out of the way
afskiptalaus a. indifferent
afskiptasamur a. meddlesome
afskræma v. distort
afsláttur m. discount
afstaða f. attitude
afstýra v. prevent, avert
afstæði n. relativity
afsögn f. resignation
afsökun f. excuse, apology
aftaka f. execution
aftan adv. from behind, behind
aftanívagn m. trailer
aftengja v. disengage
aftra v. hinder, prevent, restrain
aftur adv. back
afturför f. relapse
afturkalla v. revoke, recall
afturkast n. reaction; recoil
afturkippur m. recession
afturljós n. taillight
aftökupallur m. scaffold
afurð f. product

afurðir f.pl. produce, product(s)
afvopnun v. disarmament
afþreying f. diversion, relaxation; hobby
agi m. discipline
agnúi m. snag, bug, fault
agúrka f. cucumber
aka v. drive (a car)
akkeri n. anchor
akrein f. lane (on a road)
akstur m. driving, motoring
aktygi n.pl. harness
akur m. field, arable land
akurhæna f. partridge
akuryrkja f. agriculture
ala v. give birth to; feed, breed
ala upp v. bring up
alda f. wave
aldamót n.pl. turn of a century
aldin n. fruit
aldingarður m. orchard
aldraður a. elderly
aldrei adv. never
aldur m. age
aldurhniginn a. aged, advanced in years
aleinn a. alone
alfræðibók f. encyclopaedia
algengur a. common, ordinary, commonplace
alger a. absolute, complete, perfect
algerlega adv. completely, quite
algleymi n. rapture, ecstasy

algrím n. algorithm
alheims- worldwide
alheimur m. universe
alhliða a. comprehensive, global
alhæfing f. generalization
alkunnur a. famous, well known
alls adv. altogether, in total
alls konar a. of all kinds, various
alls staðar adv. everywhere
allsnægtir f.pl. affluence
allt í lagi all right, okay
alltaf adv. always
allur a. all, whole, entire, complete
almanak n. calendar
almannatryggingar f.pl. social security
almáttugur a. omnipotent
almennilegur a. kind; proper; civil
almenningur m. the public, people
almennur a. common, customary; catholic
alpahúfa f. beret
alríkis- federal
alræmdur a. notorious
alræsing f. cold boot
Alsír n. Algeria
Alsírbúi m. Algerian
alsírskur a. Algerian
alsæla f. bliss
altari n. altar
alúðlegur a. friendly, cordial, kind
alvara f. earnest

alvarlegur a. serious, grave
alveg adv. quite, completely
alvitur a. omniscient
alvörugefni f. seriousness, gravity
alþekktur a. prominent
alþingi n. parliament
alþjóðlegur a. international
alþýða f. the public, people
alæta f. omnivore
Ameríka f. America
Ameríkumaður m. American
amma f. grandmother
ammóníak n. ammonia
ananas m. pineapple
anda v. breathe
anda að sér v. inhale
anda frá sér v. exhale
andardráttur m. breath, breathing, respiration
andarteppa f. asthma
andast v. die, pass away
anddyri m. lobby, entrance hall, foyer
andheiti n. antonym
andi m. breath, spirit
andlát n. death
andlegur a. spiritual, mental
andlit n. face, countenance
andlitsfarði m. make-up, rouge
andlitslitur m. complexion
andlitsnudd n. face massage
andófsmaður m. dissident

andrúmsloft n. atmosphere
andskoti m. devil; Satan
andspænis prp. opposite
andstyggð f. repulsion
andstyggilegur a. disgusting, revolting, obnoxious
andstæða f. contrast, antithesis
andstæðingur m. opponent, antagonist
andúð f. antipathy, aversion
andvaka a. sleepless, lie awake
andvígur a. opposed to, adverse
angist f. agony
angra v. bother, exasperate
annar prn. other, another; (number) second
annar hvor prn. every other; either (of two)
annars adv. otherwise, else, really
annars staðar adv. elsewhere
annast v. look after, take care of, attend, take charge of, see to
annatími m. rush hour, peak season
annmarki m. fault, blemish
annríki n. preoccupation
ansa v. answer, reply
ansjósa f. anchovy
apalhraun n. block lava
api m. monkey, ape
apótek n. chemist's (shop), drugstore
appelsína f. orange
apríkósa f. apricot
Arabi m. Arab

arabískur a. Arab
arðmiði m. coupon
arðræna v. exploit
arður m. dividend; profit
arfgengur a. hereditary
arfleiða að v. bequeath
arfleifð f. heritage
arfur m. inheritance
Argentína f. Argentina
Argentínubúi m. Argentine
arinhilla f. mantelpiece
arinn m. fireplace, hearth
arkitekt m. architect
armband n. bracelet, bangle
armbandsúr n. wrist watch
asbest n. asbestos
asfalt n. asphalt
Asía f. Asia
asískur a. Asian
aska f. ashes
asma n. asthma
asnaskapur m. foolishness, stupidity
asni m. donkey; fool
atburðarás f. proceedings, sequence of events
atburður m. event, incident
atferli n. procedure, behaviour
athafnasemi f. activity
athuga v. consider, think over, check

athugasemd f. remark, observation, commentary
athugun f. observation, analysis, checkup, probe
athygli f. attention
athöfn f. ceremony
atkvæðagreiðsla f. poll, vote
atkvæðaseðill m. ballot
atkvæði n. vote; syllable
atkvæðisréttur m. suffrage, right to vote
Atlantshaf n. Atlantic Ocean, the Atlantic
atóm- atomic
atómorka f. atomic energy
atómsprengja f. atom bomb
atriðaskrá f. index, list
atvik n. incident, event
atviksorð n. adverb
atvinna f. work, employment, livelihood
atvinnu- professional
atvinnuleyfi n. work permit, labor permit
auðjöfur m. tycoon; capitalist
auðkenni n. identification mark; subscript
auðmjúkur a. humble, respectful
auðmýkt f. humility
auðsveipni f. submission
auðsær a. obvious, clear; glaring, self-evident
auðtrúa m. credulous
auðugur a. wealthy, rich
auður a. empty, vacant, void, uninhabited

auður m. wealth, fortune, riches
auðvaldssinni m. capitalist
auðvelda v. facilitate
auðveldur a. easy
auðvitað adv. of course, naturally
auðæfi n.pl. riches
auga n. eye
augabragð n. moment, instant
augabrún f. eyebrow
auglýsingastarfsemi f. advertising
auglýsa v. advertise; announce
auglýsing f. advertisement, ad; commercial
auglýsingaspjald n. poster, placard
augnablik n. moment, twinkling of an eye
augnabliks- momentary
augnahár n. eyelash
augnalok n. eyelid
augnaráð n. look, regard
augnatóft f. eye socket
augnháralitur m. mascara
augnlæknir m. opthalmologist, eye specialist
augnlæknisfræði n. pl. ophthalmology
augnskuggi m. eye-shadow
auk adv. besides; prp., in addition to
auka v. increase, enlarge, extend
aukabás m. auxiliary slot
aukagrein f. minor (subject)
aukalag n. encore
aukastarf n. sideline
aukatæki n.pl. accessories

aukning f. increase, growth; increment
auli m. simpleton, fool
aumkunarverður a. piteous
aumur a. sore; miserable
aur m. mud
auralaus a. penniless
ausa f. ladle, bale
austrænn a. Asian, eastern
austur n. east
Austurland n. the East (of Iceland)
austurlenskur a. oriental
Austurlönd n.pl. the East, the Orient
Austurríki n. Austria
Austurríkismaður m. Austrian
axarskaft n. blunder
axlabönd n.pl. suspenders, braces

Á

á f. river
á prp. on, in
á meðan while, meanwhile, in the interim
ábatasamur a. profitable, advantageous
áberandi a. striking, obvious, significant
ábóti m. abbot
ábreiða f. cover, blanket
ábreiðsla f. cover, tarpaulin

áburður m. ointment, salve; manure, fertilizer; accusation
ábyggilegur a. reliable, trustworthy
ábyrgð f. responsiblity, liabilty
ábyrgðarbréf n. registered letter
ábyrgðarlaus a. irresponsible
ábyrgðarmaður m. guarantee, guarantor
ábyrgjast v. be responsible for, answer for
ábyrgur a. responsible, accountable, liable
áðan adv. a moment ago, just now
áður adv. before
áður en conj. before
áfangastaður m. destination
áfengi n. spirits, alcohol
áfengisverslun f. wine shop, off-licence
áfengur a. alcoholic, intoxicating
áferð f. texture
áform n. purpose, intention, project
áfram adv. forward(s), onwards
áframhaldandi a. continuing
áfrýja v. appeal
ágalli m. fault, defect
ágirnd f. greed, avarice
ágiskun f. guess, conjecture, surmise
ágjarn a. greedy, avaricious
ágóði m. profit, gain
ágreiningur m. disagreement, dispute
ágrip n. summary, outline, excerpt, abridgement
ágætlega adv. well, excellently

ágætur a. excellent, fine, splendid, swell, distinguished
áhald n. implement, tool, utensil, thing
áheyrendasalur m. auditorium
áheyrendur m. pl. audience
áhlaup n. attack, assault, charge
áhorfandi m. spectator, onlooker
áhrif n.pl. effect, influence, impression,
áhrifamikill a. effective, influential, impressive
áhugamaður m. amateur, enthusiast
áhugaverður a. interesting
áhugi m. interest, zest
áhyggjufullur a. anxious, worried, concerned
áhyggjulaus a. carefree
áhyggjur f.pl. anxiety
áhætta f. risk, hazard
ákafi m. eagerness, enthusiasm
ákafur a. enthusiastic, passionate, intense, acute
ákveða v. decide, determine
ákvæði n. stipulation; provision; clause
ákæra v. accuse, charge
álagning f. margin, extra amount
álft f. swan
álfur m. elf, fairy, goblin; silly person
álit n. opinion, view, consideration; appearance, looks
álitamál n. matter of opinion
álitlegur a. substantial, massive; attractive
álíta v. consider, think

áll m. eel; channel
álmviður m. elm
álykta v. conclude, deduce; reason
ályktun f. conclusion, inference
áminna v. remind; admonish, reprimand, warn
áminning f. reprimand, warning
án prp. without
ánamaðkur m. earthworm
ánægður a. pleased, content
ánægja f. pleasure
ár f. oar, paddle
ár n. year
árangur m. result, effect, outcome
árangurslaust adv. in vain, without result
árangursríkur a. successful, effective
árás f. attack, assault, charge
árásargjarn a. aggressive
árátta f. obsession
árbók f. year-book, annual
árbækur f.pl. annals
árdegi n. forenoon
árdegis adv. before noon, a.m.
áreiðanlegur a. dependable, reliable, trustworthy
árekstur m. collision; conflict
áreynsla f. exertion, struggle
árferði n. (good or bad) season
áríðandi a. urgent, pressing
áróður m. agitation, propaganda
árós m. estuary

ársfjórðungslegur a. quarterly
árstíð f. season (of year)
ártal n. year, date (in years)
ártíð f. anniversary
árvakur a. watchful, vigilant
áræði n. courage, daring
áræðinn a. courageous
ás m. ace (in cards); pole; axis
ásaka v. accuse, charge
ásamt prp. together with
áskorun f. challenge
áskrifandi m. subscriber
áskrift f. subscription
ást f. love, affection
ástand n. state, condition
ástarsaga f. love-story, romance
ástfanginn a. in love
ástkær a. beloved, dear
Ástralía f. Australia
Ástralíubúi m. Australian
ástríða f. passion
ástríðufullur a. passionate
ástúð f. affection, love
ástúðlegur a. affectionate, amiable
ástæða f. reason, motive, grounds
ásökun f. accusation, charge
át n. eating
átak n. exertion, use of force
átakanlegur a. tragic, touching, dramatic
átján eighteen

átjándi eighteenth
átrúnaðargoð n. idol
átt f. direction, course
átta num. eight
áttatíu num. eighty
áttaviti m. compass
átylla f. pretext
ávani m. habit; addiction
ávallt adv. always
ávalur a. rounded
ávarpa v. address, speak to
ávaxtakjarni m. pip
ávaxtamauk n. fruit jam
ávísanahefti n. cheque book, check book (Am.)
ávísun f. cheque, check
ávíta v. rebuke, reprimand
ávöxtur m. fruit
áþreifanlegur a. tangible, real, palpable
áætla v. estimate; plan
áætlun f. intention, plan, project, estimate; timetable
áætlunarbíll m. (motor) coach; bus

B

babl n. babble
bað n. bath
baða v. bathe; have a bath

baða út höndunum v. gesticulate
baðherbergi n. bathroom
baðhetta f. bathing-cap
baðmull f. cotton, cotton wool
baðsloppur m. bathrobe
baðstofa sauna; living room (old farms)
badmintonbolti m. shuttlecock
baggi m. pack, bundle, burden
bak n. back
bak- posterior
baka v. bake
bakari m. baker
bakarí n. bakery
bakdyr f.pl. backdoor
bakgrunnur m. background
bakki m. bank (of river); tray
bakpoki m. rucksack, backpack, sack
bakslag n. recoil
baksvið n. background
bakverkur m. backache, lumbago
baldursbrá f. daisy
ball n. ball, dance
ballett m. ballet
bambusreyr m. bamboo
banani m. banana
band n. string, cord; binding
bandamaður m. ally
Bandaríkjamaður m. American, Yankee
Bandaríkin n.pl. the United States
bandstrik n. hyphen

bandvefur m. tissue (in an animal body)
bani m. death
banka v. knock
bankaábyrgð f. letter of credit
bankamaður m. bank official; banker
bankareikningur m. bank account
bankaseðill m. banknote
bankastjóri m. bank manager
banki m. bank
bann n. prohibition, ban
banna v. prohibit, ban; forbid
banvænn a. deadly, mortal, lethal
bardagi m. fight, battle, combat, conflict
barefli n. club, cudgel
barkabólga f. laryngitis
barkakýli n. larynx
barki m. windpipe, trachea
barmur m. brim, edge; bosom
barn n. child
barnableia f. napkin, nappy, diaper
barnaheimili n. kindergarten
barnalegur a. childish, simplistic
barnarúm n. cot, crib
barnaskóli m. elementary (primary) school
barnavagn m. baby carriage, pram
barnaveiki f. diphtheria
barnfóstra f. nurse, nurse-maid
barnsburður m. childbirth
barnshafandi a. pregnant
barokk a. baroque

barr n. pine needles
barrtré n. firtree
barsmíð f. battery, thrashing
bartar m.pl. sideburns
barþerna f. barmaid
barþjónn m. barman, bartender
bassi m. bass
bati m. recovery, improvement
batna v. recover, get better, improve
baugfingur m. ringfinger
baun f. bean, pea
baut n. baud
báðir prn. both
báðum megin adv. on both sides
bágur a. poor, sad
bál n. blaze, flame
bálkun f. vertical tabulation
bálstofa f. crematorium
bára f. wave
bás m. stall; slot
básúna f. trombone
bátsmaður m. boatswain
bátur m. boat
beddi m. camp bed, cot
beiðni f. request, petition
bein n. bone
beinhákarl m. basking shark
beinlínis adv. directly, straight
beinn a. straight, direct
beint (áfram) adv. straight ahead, straight on

beiskur a. bitter
beisli n. bridle
beita f. bait
beitiland n. pasture
beitiskip n. cruiser
beittur a. sharp, keen
bekkjarfélagi m. classmate
bekkur m. bench; class
Belgi m. Belgian
Belgía f. Belgium
belgískur a. Belgian
belgur m. bellows; balloon
belgvettlingar m.pl. mittens
belja v. roar, bellow
belti n. belt; track; girdle
benda v. point
bendill m. cursor, pointer
bensín n. petrol, gasoline
bensíndæla f. petrol pump
bensíngjöf f. throttle, gas pedal
bensínstöð f. service station, petrol station, filling station
bensíntankur m. petrol tank
ber a. naked, bare
ber n. berry
bera v. carry, bear; give birth to (animals)
bera af v. excel, stand out
bera af sér v. parry
bera á borð v. lay the table
bera fram v. pronounce

bera fyrir sig v. plead
bera kennsl á v. identify
bera saman við v. compare (with)
berfættur a. bare-footed
berg n. rock
bergflétta f. ivy
bergfræði f. petrography
bergmál n. echo
berja v. strike, hit, beat, thump, thrash
berjast v. fight, combat
berklaveiki f. tuberculosis
bernska f. childhood
berorður a. outspoken, explicit
bersýnilegur a. evident, obvious
bestur a. best
betla v. beg
betlari m. beggar
beygja v. bend, curve
beygjanlegur a. flexible, pliant
beygla v. batter, dent
beykir m. cooper
beykitré n. beech
biblía f. bible
bið f. wait
biðill m. suitor
biðja v. ask, beg; pray
biðla til v. woo
biðlisti m. waiting list
biðminni n. buffer
biðröð f. queue, line

biðstofa f. waiting-room
bifreið f. car, automobile, motorcar
bifreiðarstjóri m. driver, chauffeur
bik n. pitch, tar
bil n. clearance, space; interval
bila v. break down, fail
bilun f. breakdown, failure
binda v. tie, fasten, bind
bindi n. tie, bow; book, volume
bindindi n. temperance
birgðaskrá f. inventory
birgðir f.pl. stores, provisions, inventory
birgja v. supply, furnish, provide (with)
birki n. birch(wood)
birta v. become light, brighten; publish
birting f. daybreak, dawn; publication, announcement
birtustillir m. brightness control
biskup m. bishop
biskupsdæmi n. diocese
bit n. bite; sharpness
bitatíðni f. baud
bitbein n. bone of contention
biti m. bit (0 or 1)
bitlaus a. dull
bíða (eftir) v. wait (for)
bílaleiga f. car hire, car rental
bílastæði n. car park, parking, parking lot
bílastæðisgjald n. parking fee
bílastöð f. taxi rank, taxi stand

bílaverkstæði n. garage, auto shop
bílgrind f. chassis
bíll m. auto, car
bílstjóri m. driver, chauffeur
bíó n. cinema, movie theater
bíta v. bite
bjalla f. bell; beetle
bjarg n. cliff, crag
bjarga v. save, rescue
bjargvættur f. saviour
bjarndýr n. bear
bjartsýni f. optimism
bjartsýnn a. optimistic
bjartur a. bright, light
bjálki m. beam, log
bjáni m. fool, twit
bjóða v. offer, invite
bjór m. beer; beaver
björgun f. rescue, salvage
björgunarbátur m. lifeboat
björgunarflokkur m. rescue party
björk f. birch
björn m. bear
blað n. leaf, blade; newspaper; sheet of paper
blaðamaður m. journalist, reporter
blaðamennska f. journalism
blaðasali m. newsagent, newsdealer
blaðra f. balloon; bladder
blaðsíða f. page (of a book)
blaðsölustaður m. newsstand

blaka v. wave, flutter
blanda f. mixture, medley
blanda v. mix, blend
blandaður a. mixed, miscellaneous
blautur a. wet
bláber n. blueberry
blágrýti n. basalt
blár a. blue
blása v. blow; puff, pant
blása upp v. inflate
blásturshljóðfæri n. wind instrument
blásýra f. cyanide
bleia f. nappy
bleikja f. char
blek n. ink
blekking f. deception, deceit
blekkja v. deceive, cheat, trick
bless int. goodbye, bye-bye
blessa v. bless
blessun f. blessing, benediction
blettavatn n. stain remover
blettur m. stain, spot, blot, speck
bleyta v. soak, moisten, wet
blika f. cirro-stratus, gathering storm
blika v. twinkle
blikk n. tin, sheet iron
blindbylur m. blizzard, snowstorm
blindgata f. dead end, cul-de-sac
blindflug n. instrument flying
blindni f. blindness; folly

blindraletur n. braille
blindur a. blind
blíða f. affection; gentleness; mild weather
blíður a. gentle, mild
blístra v. whistle
blístrurshljóð n. sibilant
blossi m. blaze, flame
blotna v. get wet
blóð n. blood
blóðberg n. thyme
blóðhefnd f. vendetta
blóðkreppusótt f. dysentery
blóðleysi n. anaemia
blóðnasir f.pl. nosebleed
blóðrauði m. haemoglobin
blóðrás f. circulation, bloodstream
blóðsuga f. vampire
blóðsúthelling f. bloodshed
blóðugur a. bloody, covered with blood
blóðvatn n. serum
blóm n. flower
blómabeð n. flowerbed
blómaverslun f. flower-shop, florist's (shop)
blómkál n. cauliflower
blómknappur m. bud
blómstra v. bloom
blómvöndur m. bouquet, bunch (of flowers)
blóraböggull m. scapegoat
blóta v. curse, swear
blundur m. nap

blússa f. blouse
blygðun f. shame
blý n. lead (metal)
blýantur m. pencil
blæða v. bleed
blæbrigði n.pl. hue, tint, nuance
blæðing f. hemorrage
blær m. gentle breeze
blævængur m. fan
blöðrubólga f. cystitis
blökkumaður m. black, negro
blöndungur m. carburettor
boð n. offer, invitation; party
boða v. announce; premonish
boðberi m. messenger
boðrás f. input-output channel
boðskort n. invitation card
boðunardagur Maríu m. Annunciation
bogadreginn a. curved, arched
bogagöng n.pl. arcade
bogi m. bow, arch
boginn a. bent, arched
boli m. bull; bogey man
bolla f. bun; punch
bollapar n. cup and saucer
bolli m. cup
bolti m. ball (to play with)
bolur m. trunk ; torso; undershirt
bor m. drill
bora v. drill, bore

borð n. table, desk; plank
borða v. eat; dine
borðdúkur m. tablecloth
borði m. ribbon, edge, fringe
borðstofa f. dining room
borðtennis m. table tennis
borg f. city, town
borga v. pay
borgaralegur a. civic, civilian
borgarastyrjöld f. civil war
borgari m. civilian, citizen, townsman
borgarísjaki m. iceberg
borgarstjóri m. mayor
borgun f. payment
borpallur m. drilling rig
botn m. bottom
botnlangabólga f. appendicitis
botnlangi m. appendix
botnleðja f. silt
botnvarpa f. trawl
bófi m. villain, crook
bógur m. shoulder
bók f. book
bókabúð f. bookshop
bókahilla f. bookshelf
bókband n. binding
bókasafn n. library
bókaverslun f. bookshop, bookstore
bókfell n. vellum
bókfærsla f. book-keeping, accountancy

bókhald n. book-keeping, accountancy
bókmenntalegur a. literary
bókmenntir f.pl. literature
bóksali m. bookseller
bókstafareikningur m. algebra
bókstaflega adv. literally
bókstafur m. letter (of alphabet)
bókun f. booking; entry
bóla f. acne, pimple; bubble; stud
bólga f. inflammation, swelling
bólginn a. septic
bólgna v. swell, become inflamed
bólstrari m. upholsterer
bólugrafinn a. pockmarked
bóluminni n. bubble memory
bólusetja v. vaccinate, inoculate
bólusetning f. vaccination, inoculation
bólusótt f. smallpox
bómull f. cotton
bón f. request
bón n. polish
bóna v. polish
bóndabær m. farm
bóndi m. farmer; peasant
bónorð n. proposal (of marriage)
bót f. improvement, cure; patch
bragð n. trick, intrigue, artifice; taste
bragða v. taste
bragðgóður a. tasty, savoury
bragðsterkur a. piquant; pungent

bragfræði f. metrics, prosody
braggi m. barracks
brak n. creak; crash; remains, ruins
braka v. creak
bralla v. speculate, be up to some mischief
Brasilía f. Brazil
brasilískur a. Brazilian
brask n. speculation
brattur a. steep, precipitous
brauð n. bread
brauðrist f. toaster
brauðsneið f. slice of bread, open sandwich
braut f. road, avenue; trajectory
brautryðjandi m. pioneer
bráð f. prey
bráðabirgða- temporary
bráðinn a. melted
bráðlátur a. hasty
bráðlega adv. soon, shortly, quickly
bráðlyndur a. hot-tempered, irritable
bráðna v. melt
bráðum adv. soon, presently
bráður a. acute; hasty; quick-tempered
bregða v. start; react
bregðast v. fail
breiða v. spread, scatter
breiða út v. unfurl
breiðgata f. avenue, boulevard
breiður a. broad, wide
breidd f. breadth, width

brekka f. slope, hillside
brekkusnigill m. slug
brella f. trick
bremsa v. brake, put the brakes on
brenna v.. burn
brennidepill m. focus
brennisteinn m. sulphur
brennsla f. combustion, burning
brennsluolía f. fuel oil
brennuvargur m. pyromaniac
breskur a. British
bresta v. burst, crack
brestur m. snap
bretta upp v. tuck
breyskleiki m. weakness, frailty
breyta f. variable; argument
breyta v. change, alter, modify, convert
breyting f. change, alteration
bréf n. letter
bréfakarfa f. wastepaper basket
bréfaskriftir f.pl. correspondence
bréfberi m. postman
bréfspjald n. postcard
brim n. surf
brima v. surge
brimbretti n. surfboard
brimbrjótur m. mole, pier
brimgarður m. surf
bringa f. chest, breast
bringusund n. breaststroke

brjálaður a. mad, insane
brjósk n. cartilage, disc
brjósklos n. slipped disc
brjóst n. breast
brjóst- a. pectoral
brjósthaldari m. bra, brassiere
brjóstkassi m. chest
brjóstnál f. brooch
brjóstsykur m. candy, fruit drops
brjóta niður v. demolish
brjóta v. break, crash
brjóta (lög) v. violate
brjótast inn v. burgle, break in
broddgöltur m. porcupine
broddur m. point, spike
brokk n. trot
brosa v. smile
broslegur a. amusing, humorous
brot n. fragment; breach
brotajárn n. scrap iron
brothættur a. fragile, breakable
brotinn a. broken
brotlending f. crash landing
brotna v. break, crash
brott adv. away, off
brottfarartími m. time of departure
brottför f. departure
bróðerni n. brotherhood
bróðir m. brother
bruðla v. squander

brugga v. brew
brunaboði m. fire alarm
brunastigi m. fire escape
bruni m. fire, combustion
brunnur m. well, spring
brú f. bridge
brúða f. doll
brúðgumi m. bridegroom
brúðkaup n. wedding
brúður f. bride
brúka v. use, employ
brún f. edge, brow, border
brúnn a. brown
brúsi m. tin, can, jug
brúskur m. tuft
bryggja f. dock, jetty, pier
bryti m. steward, purser
brynja f. suit of armour, coat of mail
brytja v. mince
brýna v. sharpen, whet
brýni n. whetstone
brýnn a. urgent, pressing
bræða v. smelt (metal); melt
bræði f. wrath
bræðralag n. fraternity
bræðsluofn m. furnace
bræla f. heavy smoke; a mix of fog, rain and wind
budda f. purse
bugða f. curve, winding

bull n. nonsense
bulla f. piston
bulla v. bubble; babble, talk nonsense
bumba f. potbelly, paunch; drum
buna f. squirt, jet; spurt
bunga f. swelling
burðargjald n. postage
burður m. carrying, load
burkni m. fern
bursta v. brush
burt adv. away
busla v. splash, bask
buxur f. pl. trousers, jeans, pants
bú n. household, farm
búa v. live, dwell; farm
búa húsgögnum v. furnish
búast við v. anticipate, expect
búð f. shop, store
búðarborð n. counter
búðarmaður m. shop assistant
búðarþjófur m. shoplifter
búðingur m. pudding
búfastur a. resident, living at
búfræði f. agronomy
búgarður m. ranch
búinn a. finished; equipped, fitted; endowed
búktalari m. ventriloquist
búningsklefi m. dressing room
búningur m. dress, attire, uniform
búr n. pantry, larder; cage

búsettur a. resident, living at
búskapur m. farming, keeping house
bústjórn f. housekeeping
bústýra f. housekeeper
bygg n. barley
byggilegur a. inhabitable
bygging f. building, construction, edifice
byggja v. build, construct; inhabit
bylgja f. wave, ripple
bylgjulengd f. wavelength
bylta v. tumble, turn over
bylting f. revolution
bylur m. blizzard, snowstorm
byrði f. burden
byrgja v. hide, cover up
byrja v. begin, start
byrjandi m. beginner, learner
byrjun f. start, beginning; opening; initiative
byssa f. gun
byssukúla f. bullet
býfluga f. bee
býflugnabú n. beehive
bæjarfógeti m. sheriff
bæjarskrifstofa f. town hall
bæjarstjórn f. town council
bæklaður a. disabled, crippled
bæli n. den, lair
bæn f. prayer; petition
bænarskrá f. petition
bær m. farm; town

bæta v. improve; repair, mend; compensate
bætur f.pl. compensation, damages
böðull m. executioner, hangman
böggull m. parcel, package
böl n. adversity, evil
bölsýnn a. pessimistic
bölva v. swear, curse
bölvun f. curse, spell

D

daðla f. date
daðra v. flirt
dafna v. thrive
daga v. dawn, become light
dagblað n. newspaper, daily paper
dagbók f. diary
daglaun n. pl. daily wages
daglegur a. daily
dagsbirta f. daylight
dagsetning f. date
dagskrá f. programme, agenda
dagstofa f. living room, sitting room
dagur m. day
dalur m. valley
dama f. lady
damm n. draughts
dani m. Dane

Danmörk f. Denmark
dansa v. dance
danska f. Danish (language)
danskur a. Danish
danssalur m. dance hall, ballroom
dapur a. sad, downcast; sombre; depressed
dauði m. death
dauðlegur a. deadly, mortal, fatal
dauður a. dead
dauðþreyttur a. exhausted, tired
dömubindi n. tampon, sanitary napkin
daufur a. sad; dull, flat
dá n. coma, torpor; trance
dádýr n. deer
dáinn a. dead, deceased
dáleiða v. hypnotize
dálítill a. very small, little
dálkastillir m. tabulator
dálkur m. column
dálæti n. fondness
dánarbú n. estate
dánarvottorð n. death certificate
dásamlegur a. wonderful, glorious, adorable
dást að v. admire, marvel
dáti m. soldier
deig n. dough, batter
deila v. divide; quarrel, dispute, contest
deild f. part, department; division
deildarforseti m. dean
deiling f. division

dekk n. tyre
della f. craze
demantur m. diamond
demba f. rain shower
demba v. dump
depill m. dot, speck; cursor
depla v. blink, twinkle
detta v. fall, tumble
deyfa v. anaesthetize
deyfandi a. numbing, stupefying
deyfð f. apathy, dullness
deyfilyf n. anaesthetic
deyfing f. anaesthesia
deyja v. die
digur a. stout, thick, big
dilkur m. sucking lamb
dimma f. dark, darkness
dimmur a. dark, black
dingla v. dangle, swing
dingull m. pendulum
diskadrif n. disk drive
disklingur m. diskette, floppy disk, flexible disk
diskótek n. discotheque
diskur m. plate; disk
díll m. spot
dívan m. couch, sofa
djarfur a. bold, daring
djúp n. the deep (sea), chasm, abyss
djúpur a. deep; profound

djöfull m. devil
djöfullegur a. diabolical
dofinn a. numb
doktor m. doctor, Ph.D.
dollari m. dollar
dotta v. nod, doze
dómari m. judge; referee, umpire
dómgreind f. judgement
dómkirkja f. cathedral
dómsdagur m. doomsday
dómsmálaráðherra m. minister of justice
dómstóll m. court (of juctice), tribunal
dómur m. judgement, verdict, sentence
dónalegur a. rude, coarse; vulgar
dópisti m. junkie, drug addict
dós f. tin, canister, can
dósahnífur m. tin opener
dósamatur m. tinned food
dót n. belongings; toys
dóttir f. daughter
drafa v. drawl
draga v. drag, pull, draw, tow
draga (ályktun) v. infer; conclude
dragt f. two-piece dress
dramb n. arrogance, haughtiness
drasl n. junk, trash, odds and ends
draugalegur a. weird, eerie
draugur m. ghost, phantom, spook
draumur m. dream
dráp n. killing, slaughter

dráttarvél f. tractor
dráttur m. draught, traction; delay
dreifa v. scatter, spread; disperse
dreifingaraðili m. dealer, distributor
dreifibréf n. circular letter
dreifing f. distribution; diffusion
dreki m. dragon
drekka v. drink, imbibe
drekkja v. drown
drengskapur m. honour
drengur m. boy, young man
drep n. gangrene
drepa v. kill, slay
dreyma v. dream
dreypa á v. sip
drif n. drive
drifskaft n. drive shaft
drjúpa v. drip, trickle
dropasteinn m. stalactite
dropasteinskerti n. stalagmite
dropi m. drop (of liquid)
drottinhollur a. loyal, faithful
drottinn m. ruler; God
drottna v. govern, rule
drottning f. queen
drukkinn a. drunk, intoxicated
drukkna v. drown, be drowned
drulla f. mud, dirt
drumbur m. block (of wood)
drykkja f. drinking, drinking spree

drykkjarvatn n. drinking water
drykkjusjúkur a. alcoholic
drykkur m. drink
drynja v. rumble
dufl n. buoy
duft n. powder, dust
duga v. help, aid; suffice
duglegur a. capable, energetic, efficient
dularfullur a. mysterious, mystic
dulbúningur m. camouflage
dulmál n. cipher
dulmálslykill m. code
dulnefni n. pseudonym
dulvitund f. subconscious
duttlungafullur a. capricious, whimsical
dúfa f. pigeon, dove
dúkka f. doll
dúkur m. cloth, tablecloth
dúnn m. down, eiderdown
dúnsæng f. quilt, eiderdown
dúr m. nap, doze; major key
dvelja v. stay, delay
dveljast v. stay, lodge, remain
dvergur m. midget, gnome, pygmy, dwarf
dvöl f. stay, stop
dyggð f. virtue
dylja v. hide, conceal
dynja v. boom, resound
dynkur m. bump, thump, thud
dyr f. pl. door

dyrabjalla f. doorbell
dyravörður m. (door) porter, doorkeeper, doorman, usher
dýfa v. dip, immerse
dýfing f. dive
dýna f. mattress
dýpi n. depth, deepness
dýpka v. deepen
dýpt f. depth
dýr a. dear, expensive
dýr n. animal, beast
dýrafræði f. zoology
dýrahringurinn m. zodiac
dýralíf n. wildlife
dýralæknir m. veterinary surgeon
dýrð f. glory, splendour
dýrgripur m. gem, valuable(s)
dýrka v. worship
dýrkun f. cult
dýrlegur a. glorious
dýrlingur m. saint
dýrslegur a. brutal, ferocious
dægradvöl f. pastime; puzzle
dæla f. pump
dæld f. depression, hollow; dent
dæma v. judge; sentence
dæma úr leik v. disqualify
dæmi n. example
dæmigerður a. typical
dæmisaga f. fable

dögg f. dew
dögun f. dawn, daybreak
dökkur a. dark, darkish
dömubindi n. tampon, sanitary napkin

E

edik n. vinegar
eða conj. or
eðla f. lizard
eðli n. nature, (innate) character
eðlilegur a. natural, normal
eðlisfræði f. physics
eðlisfræðingur m. physicist
eðlishvöt f. instinct
eðlisþyngd f. specific gravity
ef conj. if
ef til vill adv. maybe, possibly
efagjarn a. sceptical
efalaust adv. without doubt, undoubtedly
efast um v. doubt, call in question
efi m. doubt
efla v. strengthen, promote
efling f. advancement, promotion
efna v. carry out, fulfil (a promise)
efnaður a. prosperous, rich, well off
efnablanda f. mixture
efnafræði f. chemistry

efnafræðingur m. chemist
efnahagsreikningur m. balance sheet
efnalaug f. dry cleaner's (shop)
efnasamband n. compound
efni n. material, matter, substance; subject
efnilegur a. promising, hopeful
efnishyggja f. materialism
efnismikill a. massive, bulky
efnisskrá f. programme, catalogue
efnisyfirlit n. table of contents; directory
efsta stig n. superlative
efstur a. uppermost, highest, topmost
eftir prp. after; by; according to
eftirfarandi a. following
eftirför f. pursuit, chase
eftirgjöf f. remission
eftirlaun n.pl. pension
eftirlit n. control, supervision, inspection
eftirlitsmaður m. supervisor, inspector
eftirlíking f. imitation, fake; replica
eftirlætis- favourite
eftirmatur m. dessert
eftirmáli m. epilogue; postscript
eftirmiðdagur m. afternoon
eftirnafn n. surname, family name
eftirspurn f. demand
eftirstöðvar f.pl. remnant, remainder
eftirtekt f. attention, notice
eftirtektarsamur a. attentive, considerate
eftirtektarverður a. remarkable, noticeable

eftirvinna f. overtime
egg f. edge
egg n. egg
eggjabikar m. egg cup
eggfruma f. ovum
eggjahvítuefni n. protein
eggjakaka f. omelette
eggjarauða f. yolk
eggleg n. ovary
Egyptaland n. Egypt
eiði m. isthmus
eiður m. oath, vow, pledge
eiga v. own, possess, have
eiga skilið v. merit, deserve
eigandi m. owner, proprietor
eigi adv. not
eigingirni f. selfishness, egoism
eigingjarn a. selfish, egoistic
eiginhandaráritun f. autograph
eiginlega adv. really, actually, in fact
eiginlegur a. proper, correct
eiginleiki m. quality, property
eiginn a. one's own
eign f. property, possession, belongings
eignarfall n. genitive
eik f. oak
eilífð f. eternity
eilífur a. eternal, everlasting, perpetual
eiming f. distillation
eimskip n. steamship

eimur m. steam, vapour
einangra v. isolate; insulate
einangrun f. isolation; insulation
einangrunarefni n. insulator
einbeita sér v. concentrate
einbeiting f. concentration, complete attention
einber a. mere, simple, pure
eindrægni f. unity, unanimity, concord
einfalda v. simplify
einfaldur a. simple; naive
einfeldningur m. simpleton
eingöngu adv. merely, exclusively
einhleypur a. single, unmarried
einhliða a. unilateral
einhver prn. someone, somebody
einhvers staðar somewhere
einhvern tíma some day, some time
einhvern veginn somehow
einhyrningur m. unicorn
einhæfur a. monotonous
eining f. unity, unit; component; module
einka- pref. personal, private
einkadóttir f. only daughter
einkaleyfi n. patent
einkamál n. private affair
einkaréttur m. privilege; franchise
einkasala f. monopoly
einkasonur m. only son
einkatími m. private lesson
einkatölva f. personal computer

einkenna v. characterize, mark, distinguish
einkennandi a. typical, distinguishing
einkenni n. characteristic, distinctive feature
einkennilegur a. peculiar, singular, queer
einkum adv. especially, particularly
einkunn f. mark, grade (Am.)
einkunnarorð n. motto
einlífi n. celibacy
einlægni f. sincerity
einlægur a. candid, sincere
einmana a. lonely, friendless
einmitt adv. exactly, precisely; just so
einnig adv. also, too, likewise
einrása prentari m. serial printer
einræðis- totalitarian
einræðisherra m. dictator
eins adv. as, likewise
eins og conj. as, as if
eins...og conj. as...as; like
einsamall a. alone
einsetumaður m. hermit, recluse
einskisverður a. worthless, cheap
einstaklingur m. individual
einstakur a. singular, unique
einstefna f. one-way traffic
einsöngur m. solo (singing)
eintal n. monologue
eintala f. singular (grammar)
eintómur a. sheer, mere
eintrjáningur m. canoe

einu sinni adv. once
einvaldur m. dictator; monarch
einveldi n. absolute power; monarchy
einvígi n. duel
einþekja f. monoplane
eir m. copper
eitra v. poison
eitraður a. poisonous, toxic
eitthvað prn. something
eitur n. venom
ekkert prn. nothing; nil, nought
ekki adv. not
ekki neinn prn. no, none
ekkill m. widower
ekkja f. widow
ekla f. lack, shortage
ekta a. genuine, authentic
elda v. cook
eldast v. grow old
eldfimur a. flammable, combustible
eldfjall n. volcano
eldflaug f. rocket, missile
eldgos n. volcanic eruption
eldhús n. kitchen
eldhætta f. fire hazard
elding f. lightning
eldiviður m. firewood
eldspýta f. match
eldspýtustokkur m. box of matches
eldstæði n. fireplace

eldur m. fire
elgur m. elk, moose
ellefti num. eleventh
ellefu num. eleven
elli f. old age
elliheimili n. old people's home
elska v. love, like
elskhugi m. lover, sweetheart
elstur a. oldest, eldest
elta v. chase, pursue, follow
embætti n. office, post, (official) position
embættismaður m. official
en conj. but
enda conj. and indeed, and what is more, even
enda v. end, conclude; fulfil
endalaus a. endless, infinite
endanlegur a. ultimate, final; definitive
endast v. last
endastöð f. terminal
endamörk n.pl. boundary, limit; goal line
endi m. end
ending f. durability
endilega adv. by all means
endingargóður a. lasting, durable
endir m. conclusion, end
endurbót f. improvement, repair; reform
endurbyggja v. reconstruct
endurgjalda v. reciprocate
endurgreiða v. repay, reimburse
endurheimt f. recovery, retrieval

endurheimta v. retrieve
endurholdgun f. reincarnation
endurhæfa v. rehabilitate
endurkastast v. rebound, ricochet, bounce
endurminning f. remembrance, memoir
endurnýja v. renew, replace; replenish
endurnýta v. recycle
enduróma v. resound, reverberate
endurreisnartíminn m. the Renaissance
endurskoðandi m. auditor
endurskoðun f. revision, review
endurtekning f. repetition
endurvarpa v. relay
engi n. meadow, outfield
engill m. angel
enginn prn. no one, nobody
engispretta f. grasshopper
engjast v. squirm, wriggle
Englendingur m. Englishman
engu að síður adv. anyway
enn adv. still, yet
ennfremur adv. furthermore, also, besides
enni n. forehead; headland
enska f. English (language)
enskur a. English
epli n. apple
er conj. when, as, because
er prn. who, which, that
erfa v. inherit
erfðafæði f. genetics

erfðagripur m. heirloom
erfðavenja f. tradition
erfiði n. toil, labour
erfiðleiki m. difficulty, trouble
erfiður a. difficult, troublesome
erfingi m. heir
ergja v. frustrate
erindi n. errand, business; stanza
erindreki m. agent, envoy
erkibiskup m. archbishop
erlendis adv. abroad, overseas
erlendur a. foreign; exotic, alien
erlendur gjaldeyrir m. foreign currency
ermahnappur m. cuff link
Ermarsund n. the English Channel
ermi f. sleeve
espa v. irritate, exasperate, inflame
eter m. ether
ey f. island
eyða f. blank, gap, lacuna
eyða v. destroy; squander, waste (money)
eyðilegging f. destruction, ruination
eyðileggja v. destroy, spoil
eyðilegur a. desolate
eyðing f. destruction, devastation
eyðsla f. consumption; waste
eyðslusamur a. extravagant, wasteful
eyja f. island
eyjarskeggi m. islander
eymd f. misery, unhappiness

eyra n. ear; handle
eyrir m. coin (worth 1/100th of a króna)
eyrnasnepill m. lobe

ég prn. I
él n. snow shower
éta v. eat

F

faðir m. father
faðma v. embrace, hug, cuddle
faðmlag n. embrace, hug
faðmur m. fathom
fag n. subject, trade
fagmannslegur a. expert, skilful
fagna v. welcome, rejoice, juibilate
fagnaðarerindi n. gospel
fagnaður m. jubilee, entertainment
fagott n. bassoon
fagur a. beautiful, fair
fagurfræði f. aesthetics
fall n. fall, downfall; case
falla v. fall, tumble, be killed

falla úr gildi v. expire, end
fallast á v. accept, approve
fallbyssa f. cannon
fallegur a. beautiful, good-looking
fallhlíf f. parachute
fallöxi f. guillotine
falsa v. forge, falsify, counterfeit
falsaður a. forged, false
falskar tennur f. pl. false teeth, dentures
falskur a. false, phoney
fangabúðir f.pl. prison camp, concentration camp
fangamark n. initials, monogram
fangavörður m. jailer, gaoler
fangelsa v. imprison
fangelsi n. prison, gaol, jail
fangelsisvist f. imprisonment
fangi m. prisoner
far n. journey, passage; trace
fara v. go
farandsali m. travelling salesman
farangur m. luggage, baggage
farangursgeymsla f. boot, trunk; left luggage office
farangursgrind f. luggage rack
farangursvagn m. luggage van
farartálmi m. hindrance, obstacle
farast v. be killed, perish, die
farfugl m. migratory bird
farfuglaheimili n. youth hostel

farga v. dispose of
fargjald n. fare
farmaður m. merchant seaman
farmgjald n. freight, freightage, cargo fare
farmiði m. ticket (for a journey)
farmiði báðar leiðir m. return (ticket), round trip ticket
farmur m. cargo, freight, shipment
farseðill m. ticket
farsæll a. prosperous, lucky
farþegaskip n. passenger ship, liner
farþegi m. passenger
fasismi m. fascism
fast adv. firmly, securely, tightly
fasta v. fast
fastaminni n. firmware
fasteign f. property, real estate; premises
fasteignasali m. estate agent
fastheldinn a. tenacious
fasti m. literal
fastur a. fixed, firm, steady
fat n. dish; garment
fata f. bucket, pail
fatabursti m. clothes-brush
fatageymsla f. cloakroom, checkroom
fatahreinsun f. dry cleaner's
fatlaður a. handicapped, disabled
fatli m. sling
fatnaður m. clothing, clothes
fax n. mane

fá v. get, obtain, acquire
fáanlegur a. obtainable, attainable
fábjánalegur a. idiotic, foolish
fábrotinn a. simple, spartan
fáeinir prn.pl. a few
fáfróður a. ignorant
fága v. polish, cleanse
fágæti n. rarity, curiosity
fágætur a. rare, extraordinary
fáir prn. few
fákur m. steed
fálki m. falcon, hawk
fálma v. grope, fumble
fámáll a. taciturn
fáni m. flag
fáránlegur a. preposterous
fátæklegur a. poor, scanty
fátækt f. poverty
fátækrahverfi n. slum
fátækur a. poor, penniless, destitute
feginn a. glad, pleased
fegurð f. beauty, loveliness
feiminn a. shy, timid, coy
feimni f. shyness, timidity
feiti f. fat, grease
feitletur n. boldface type
feitur a. fat, corpulent
fela v. hide, conceal
feldskeri m. furrier
feldur m. fur

felgujárn n. tyre iron
fella v. fell, throw down
fella gengi v. devalue
fella saman v. merge
fellibylur m. hurricane, typhoon; tempest
felling f. wrinkle; pleat
felustaður m. hiding place, hideout
fen n. bog, swamp
fengur m. acquisition
ferð f. journey, trip; speed
ferðaáætlun f. time-table, itinerary
ferðafélag n. tourist association
ferðalag n. trip, journey
ferðamaður m. traveller, tourist
ferðaskrifstofa f. tourist office, travel agent
ferðast v. travel
ferðast á puttanum v. hitchhike
ferðataska f. suitcase
ferðatékki m. traveller's cheque
ferðatrygging f. travel insurance
ferðaþjónusta f. tourism
ferhyrndur a. square, quadrangular
ferhyrningur m. quadrangle
ferja v. ferry
ferma v. confirm (a child); load (a boat)
ferming f. confirmation
ferskja f. peach
festa v. fasten, fix
festi f. chain, cable
festing f. socket, bracket, fastener

feykilegur a. enormous, huge, tremendous
fé n. property, money; sheep, livestock
féfletting f. extortion
fégjarn a. greedy, avaricious
féhirðir m. treasurer, cashier
félag n. society, company, association; partnership
félagi m. comrade, partner, companion, associate
félagsfræði f. sociology
félagslegur a. social
félagsheimili n. town hall, guildhall, meeting house
félagsráðgjafi m. social worker
félagsskapur m. partnership, society
fémæti n. value, valuables
fiðla f. violin, fiddle
fiðrildi n. butterfly
fiður n. feathers, plumage
filma f. film
fimleikar m.pl. gymnastics
fimleikasalur m. gymnasium
fimm num. five
fimmtán num. fifteen
fimmtíu num. fifty
fimur a. agile, nimble, dexterous
fingrafar n. fingerprint
fingrafimi f. dexterity
fingur m. finger

fingurbjörg f. thimble
finna v. find
Finni m. Finn
fiska v. fish,
fiskabúr n. aquarium
fiskiðnaður m. fishing industry
fiskimaður m. fisherman
fiskimið n. fishing grounds
fiskimjöl n. fishmeal
fiskirækt f. aquaculture
fiskiskip n. fishing vessel
fisksali m. fishmonger
fiskur m. fish
fiskveiðar f.pl. fishery
fita f. fat, fatness, grease
fitna v. grow fat, put on weight
fitugur a. greasy, fatty, oily
fífill m. dandelion
fífl n. fool, idiot
fífldjarfur a. foolhardy
fíkniefnaneytandi m. drug addict, junkie
fílabeinsturn m. ivory tower
fíll m. elephant
fínlegt a. fine, delicate
fínn a. fine, swell, dressy, delicate
fjaðraskúfur m. plume
fjaðurmagn n. elasticity, resilience
fjalaköttur m. mousetrap
fjall n. mountain

fjallaskarð n. mountain pass
fjallganga f. mountaineering, mountain climbing
fjallgarður m. mountain range
fjallvegur m. mountain pass
fjandi m. fiend, demon; enemy
fjandmaður m. enemy, antagonist
fjandsamlegur a. hostile
fjandskapur m. hostility, enmity, animosity
fjara f. beach; ebb, low tide
fjarlægð f. distance
fjarlægðarmælir m. range finder
fjarlægja v. take away, remove
fjarlægur a. distant, remote, faraway
fjarri adv. far away, far off
fjarriti m. telex, teleprinter
fjarskalega adv. immensely, exceedingly
fjarskynjun f. telepathy, clairvoyance
fjarstaddur a. absent, away
fjarstæður a. absurd, fantastic
fjartenging f. remote connection
fjarvera f. absence
fjarverandi a. absent, away
fjarvistarsönnun f. alibi
fjarvídd f. perspective
fjárdráttur m. embezzlement
fjárfesta v. invest
fjárfestandi m. investor
fjárfesting f. investment
fjárhagsáætlun f. budget

fjárhagslegur a. financial
fjárhaldsmaður m. guardian, trustee
fjárhættuspil n. gambling
fjárkúgun f. blackmail
fjárlög n.pl. budget proposal
fjármál n.pl. financial affairs, finances
fjármálaráðherra m. finance minister, Chancellor of the Exchequer
fjármálaráðuneyti n. Exchequer, Treasury Department
fjármunir m.pl. property, valuables; investment
fjársvikari m. embezzler
fjárveiting f. appropriation
fjóla f. violet
fjólublár a. violet
fjórðapartsnóta f. crochet, quarter note
fjórðungur m. quarter
fjórir num. four
fjórtán num. fourteen
fjós n. cowshed, byre
fjóshaugur m. dung hill
fjúka v. blow away
fjöðrun f. suspension; springiness
fjöður f. feather
fjölbrautaskóli m. comprehensive secondary school
fjölbreytni f. variety
fjölbreyttur a. miscellaneous, various
fjöldaframleiðsla f. mass production

fjöldamorð n. massacre, holocaust
fjöldi m. number, multitude, crowd
fjölfalda v. copy, duplicate
fjölfræðibók f. encyclopaedia
fjölga v. increase (in number)
fjölhæfur a. versatile, all-round
fjölkvæni n. polygamy
fjölkynngi f. witchcraft
fjölleikahús n. variety theatre
fjölmenni n. crowd
fjölmiðlar m.pl. mass media
fjölorður a. verbose
fjölrása prentari m. parallel printer
fjölrása tengibretti n. parallel interface card
fjölskylda f. family
fjölvinnslukerfi n. multi-user operating system
fjör n. vigour, liveliness; gaiety
fjörður m. fjord, firth
fjörefni n. vitamin
fjörlegur a. vivacious
fjörugur a. lively, hearty
fjörutíu num. forty
flaðra v. fawn (on)
flagg n. flag
flagga v. hoist a flag
flaggstöng f. flagstaff, flagpole
flak n. fillet; wreck
flakk n. vagrancy, wanderings
flakkari m. wanderer, tramp, gipsy

flan n. haste, hurry, precipitation
flas n. rashness
flasa f. dandruff
flaska f. bottle, flask
flatkaka f. flatbread
flatur a. flat, level
flauel n. velvet
flauta f. flute, whistle, hooter
flauta v. whistle, toot, hoot, honk
flá v. skin, flay; strip
fleinn m. pike
fleipra v. prattle, talk rubbish
fleipur n. blarney
fleirtala f. plural
flekklaus a. unblemished, spotless; immaculate
flekkóttur a. pied, spotted
flekkur m. blemish, spot; field
flensa f. flu, influenza
flesk n. bacon, ham; pork
flestir pron. most
fletta v. flip
fletta upp á v. look up
fleygja v. throw away, discard
fleygur m. wedge, bolt
fleyta v. skim; float
flétta f. braid; lichen
flétta v. weave, braid, twist
flibbi m. collar
flinkur a. dexterous

flipi m. tab
flís f. splinter, chip
flísa v. chip
fljót n. (wide) river
fljóta v. float
fljótfær a. rash
fljótlega adv. quickly, soon, presently
fljótt adv. quickly, swiftly
fljótur a. quick, fast, swift
fljúga v. fly, go by air
fljúga upp v. take off
flogaveiki f. epilepsy
flokka v. classify, group, grade
flokkun f. classification, assortment
flokkur m. flock, company, class, grade, (political) party
floti m. fleet, navy
fló f. flea
flóð n. flood, high tide; deluge
flóðgátt f. floodgate, sluice
flóðhestur m. hippopotamus
flói m. bay, broad fjord
flókinn a. complex, complicated
flón n. sucker
flóttamaður m. fugitive, refugee, runaway
flótti m. flight, escape
flug n. flight, flying, aviation
fluga f. fly
flugdreki m. kite
flugfélag n. airline (company)

flugfreyja f. air hostess, stewardess
flugher m. airforce
flughöfn f. airport
flugmaður m. pilot, aviator
flugpóstur m. air mail
flugskeyti n. missile
flugskýli n. hangar
flugsund n. butterfly stroke
flugtak n. take-off
flugvél f. (aero)plane, airplane
flugvélamóðurskip n. aircraft carrier
flugvélarræningi m. hijacker, skyjacker
flugvélarskrokkur m. fuselage
flugvirki m. aircraft mechanic
flugvöllur m. airfield, airport, aerodrome
flutningabíll m. lorry, truck
flutningaflugvél f. transport aircraft
flutningaskip n. cargo vessel, tramp
flutningur m. transport(ation), conveyance, consignment
flyðra f. flounder
flygill m. grand piano
flytja v. carry, transport; move, immigrate
flytja á brott v. evacuate
flytja mál v. defend, plead
flytjanlegur a. movable, portable
flýja v. flee, run away from
flýta v. hasten, hurry
flýtir m. haste, speed
flæða v. flood, flow

flæðirit n. flowchart
flækingur m. vagabond, stray
flækja v. entangle
flökkumaður m. vagrant, tramp
flökta v. waver, flutter
flökurleiki m. nausea, qualm
flöskuháls m. bottleneck
fnykur m. stench
fokka f. jib
foksandur m. driftsand
folald n. foal
forað n. fen, mire
forða v. save, rescue
forðast v. avoid, keep away from, shun
forði m. store, supply provisions
forðum adv. formerly, in former times
fordómar m.pl. prejudice
fordrykkur m. aperitif
fordæma v. denounce
foreldrar m.pl. parents
forfaðir m. forefather, ancestor
forgangsröð f. priority, precedence
forgjöf f. handicap
forgrunnur m. foreground
foringi m. leader, chief, officer
forkaupsréttur m. option
forlag n. publisher, publishing company
forleikur m. overture
forlög n.pl. fate, destiny
form n. form, pattern, shape

formaður m. chairman
formáli m. preface, foreword
formlegur a. formal, ceremonious
formsatriði n. formality
formúla f. formula
formælandi m. spokesman
formæling f. curse, damnation
forn a. old, ancient, antique
fornafn n. Christian name; pronoun
fornfálegur a. old-fashioned
fornleifafræðingur m. archaeologist
fornminjar f.pl. antiquities
fornmunur m. antique
fornöld f. antiquity
forréttindi n.pl. privilege, prerogative
forréttur m. appetizer, hors-d'oeuvre
forrit n. program
forritanlegt lesminni n. programmable read-only memory, PROM
forritun f. programming
forritunargrind f. template
forritunarmál n. programming language
forsenda f. premise, prerequisite
forseti m. president
forsetning f. preposition
forsjá f. foresight, prudence
forsjón f. providence
forskeyti n. prefix
forskóli m. kindergarten
forskrift f. procedure, model

formóta v. format
forsprakki m. leader
forstjóri m. (managing) director
forstofa f. (entrance) hall, lobby
forstöðukona f. matron
forstöðumaður m. superintendent, director
forsætisráðherra m. prime minister, premier
forsögulegur a. prehistoric
fortjald n. curtain
forysta f. leadership
forveri m. predecessor
forviða a. amazed, astounded
forvitinn a. curious, inquisitive
forvitni f. curiosity
forvígismaður m. advocate, champion
forþjappa f. supercharger
fosfór m. phosphorus
foss m. waterfall, cascade
fóðra v. feed (livestock); line (clothes)
fóður n. fodder; lining (in garments)
fógeti m. sheriff
fólk n. people, folk
fólksfjöldi m. population; crowd of people
fórna v. sacrifice, offer
fórnarlamb n. victim, prey
fóstur n. embryo, foetus
fóstureyðing f. abortion
fósturforeldrar m.pl. foster-parents, adoptive parents
fósturjörð f. native country

fósturlát n. miscarriage
fótsnyrtir m. chiropodist
fótatak n. tread
fótbolti m. football
fótbremsa f. brake pedal
fótbrotna v. break one's leg
fótgangandi a. walking, on foot
fótgönguliö n. infantry
fótleggur m. leg, shank
fótsnyrting f. pedicure
fótspor n. footprint, footstep
fótstallur m. pedestal
fótur m. foot, leg
fótviss a. surefooted
Frakki m. Frenchman
frakki m. coat, overcoat
Frakkland n. France
fram adv. forward, onwards
framan adv. from the front, from in front
framandi a. exotic, foreign
framar adv. farther on, further, more
frambjóðandi m. candidate
framburður m. pronunciation
framferði n. conduct, behaviour
framfylgja v. enforce
framfærslueyrir m. alimony; stipend
framför f. progress, improvement
framhald n. continuation, sequel
framhaldssaga f. serial (story)
framhaldsskóli m. upper secondary school

framhandleggur m. forearm
framhlið f. front, facade
framhluti m. front
frami m. advancement, career
framkoma f. manner, demeanour, deportment
framkvæma v. perform, bring about, carry out
framkvæmanlegur a. feasible, possible
framkvæmd f. process, execution, performance, achievement
framkvæmdastjóri m. managing director, manager
framleiða v. produce, manufacture, generate
framleiðandi m. producer, manufacturer, generator
framleiðni f. productivity
framleiðsla f. production, manufacture; produce, output, generation
framlenging f. lengthening, extension, renewal
framlengingarsnúra f. extension cord
framlengja v. lengthen, extend, prolong
framljós n. headlamp, headlight
frammi adv. out, away
framrúða f. windscreen, windshield (Am.)
framsegl n. foresail
framselja v. extradite
framsýni n. foresight
framsækinn a. progressive
framsögn f. diction
framsöguháttur m. nominative

framtakssamur a. enterprising, energetic
framtíð f. future
framtönn f. incisor
framúrskarandi a. excellent, eminent, outstanding
framvegis adv. in future
framþróun f. evolution, progress
franska f. French (language)
franskbrauð n. white bread
franskur a. French
frauðgúmmí n. foam rubber
frá adv. away
frá prp. from, off
frábrugðinn a. different, anomalous
frábær a. excellent, superb, exquisite, smashing
frádráttarmerki n. minus sign
frádráttur m. subtraction, deduction
fráfall n. death
frágangur m. finish, worksmanship
fráhrindandi a. repellent, repulsive
fráleitur a. absurd, preposterous
frárennsli n. vent
fráskilinn a. divorced
frásögn f. narrative, account
frátengdur a. disconnected, offline
frávik n. deviation, aberration
fregn f. news, tidings
freista v. tempt
freisting f. temptation

frekar adv. rather, more; in addition
frekja f. impudence, forwardness
frekna f. freckle
frelsa v. set free, liberate; save
frelsari m. saviour
frelsi n. freedom, liberty
frelsun f. liberation, emancipation
fremja v. perform; commit (an offence)
fremstur a. chief, leading, foremost
fremur adv. somewhat, rather
fress n. tomcat
fresta v. postpone, put off, delay, procrastinate
frestur m. delay, respite
freyðandi a. sparkling, foaming
frétt f. news
frétta v. hear, get news of
fréttabréf n. bulletin
fréttamynd f. newsreel
fréttaritari m. correspondent, reporter
friða v. pacify, placate; conciliate
friðarhreyfing f. peace movement
friðarsamningur m. peace treaty
friðarsinni m. pacifist
friðarstefna f. pacifism
friðsamur a. peaceful, restful
friðsæll a. peaceful, placid
friður m. peace, quietness
frí n. holiday, vacation
fríður a. handsome, pretty
frímerki n. (postage) stamp

frímerkjasafnari m. philatelist
frímínútur f.pl. break, interval
frískur a. well, in good health
frítími m. spare time, leisure
frjáls a. free, independent
frjálsíþrótt f. pl. athletics, track and field
frjálslegur a. liberal; casual
frjálslyndur a. liberal, broad-minded
frjóangi m. germ
frjór a. fertile, fruitful
frjósa v. freeze
frjósamur a. prolific
frjóvga v. fertilize
froða f. froth, lather, scum
frosinn a. frozen
froskur m. frog
frost n. frost
frostbólga f. chilblain
frostlögur m. antifreeze
frostmark n. freezing point
fróðlegur a. instructive, interesting
fruma f. cell
frumbyggi m. aborigine
frumdráttur m. sketch, draft
frumefni n. element
frumeind f. proton
frumkvæði n. initiative, incentive
frumkvöðull m. originator, pioneer
frummynd f. original, prototype
frumraun f. debut

frumrit n. original (text)
frumskógur m. jungle
frumstig n. positive (degree)
frumstæður a. primitive
frumsýning f. premiére
frú f. Mrs.
frymi n. protoplasm
frysta v. freeze, refrigerate
frystihús n. freezing plant
frystikista f. deep freeze
frysting f. freezing
frystir m. freezer
fræ n. seed
fræða v. instruct, inform
fræðikenning f. theory
fræðilegur a. theoretical, academic
fræðisetning f. theorem
fræðsla f. instruction, training
frægð f. fame, renown, glory
frægur a. famous, well-known, distinguished, noted
frændfólk n. relations, relatives
frændi m. kinsman, uncle, nephew, (male) cousin
frændsemi f. relationship, kinship
frænka f. aunt, niece, (female) cousin
fugl m. bird
fuglafræði n. ornithology
fuglahræða f. scarecrow
fullgera v. finish, complete

fullkominn a. perfect, complete
fullkomlega adv. perfectly, completely
fullkomnun f. perfection
fullnægja v. satisfy, fulfil
fullorðinn a. grown-up, adult
fulltrúi m. representative, deputy
fullur a. full; crowded; drunk
fullveldi n. sovereignty
fullvissa f. certainty, assurance
fullyrða v. affirm, assert
fundargerð f. minutes
fundarstjóri m. chairman
fundur m. meeting, assembly
fura f. fir, pine
furða sig á v. wonder, marvel
furðulegur a. unusual; wonderful, astonishing
fúinn a. rotten, decayed
fúkalyf n. antibiotic
fúll a. foul, stinking; surly, bad-tempered
fúna v. rot, decay
fús a. willing, eager, ready
fylgd f. guidance, escort, attendance
fylgdarlið n. entourage
fylgibréf n. letter of conveyance
fylgibúnaður m. peripheral device
fylgigögn n.pl. accessories; enclosures
fylgihnöttur m. satellite
fylgiskjal n. enclosure
fylgja v. accompany; follow
fylki n. array, matrix; shire; regiment

fylla v. fill
fylla aftur v. refill; replenish
fyllibytta f. drunkard
fyndinn a. witty, humorous
fyndni f. witticism
fyrir prp. before, in front of, for
fyrirbrigði n. phenomenon; apparition
fyrirbyggja v. prevent
fyrirfram adv. in advance, beforehand
fyrirgefa v. forgive, pardon
fyrirhafnarlaus a. effortless
fyrirhafnarmikill a. laborious, troublesome
fyrirhleðsla f. embankment, protective wall
fyrirhöfn f. trouble, difficulty
fyrirkomulag n. arrangement, organization
fyrirlestur m. lecture
fyrirliggjandi a. available, at hand, in stock
fyrirlitlegur a. despicable
fyrirlitning f. contempt, disdain
fyrirlíta v. scorn, despise
fyrirmynd f. model, example; ideal
fyrirrennari m. predecessor
fyrirsát f. ambush
fyrirskipa v. order, prescribe
fyrirskipun f. order, command
fyrirsláttur m. pretext, pretence
fyrirspurn f. enquiry
fyrirsögn f. headline, heading
fyrirtæki n. undertaking, business; firm

fyrirvaralaust adv. without notice, straightaway
fyrirvari m. notice; reserve, warning, reservation
fyriræltun f. intention, plan
fyrnast v. decay, age; lose value
fyrr adv. before, sooner
fyrst og fremst adv. primarily, essentially
fyrtinn a. quick-tempered, irritable
fýll m. fulmar
fýsn f. desire
fæða f. food; nourishment
fæða v. breed, bear offspring; feed
fæði n. board; food
fæði og húsnæði room and board, board and lodgings
fæðing f. birth; nativity
fæðingardeild f. maternity ward
fæðingarlækningar f.pl. obstetrics
fæðingarstaður m. place of birth
fægja v. polish
fælinn a. (of horse) shy, nervous
fælni f. phobia
fær a. able, capable; competent, skilled
færa v. bring, move
færð f. road conditions
Færeyjar f.pl. the Faroe Islands
færi n. fishing-line
færiband n. conveyor belt

færibreyta f. parameter
föðurland n. fatherland, native country
föðurlandssvikari m. traitor, quisling
föðurlandsvinur m. patriot
föðurlandsást f. patriotism
föðurlegur a. paternal; fatherly
fögnuður m. rejoicing, exultation, triumph
fölna v. turn pale, grow pale; wither
fölsun f. falsification; forgery, fake
fölur a. pale, sallow
fönn f. snowdrift
för f. journey, voyage
föstudagurinn langi m. Good Friday
föt n.pl. clothes, dress
fötlun f. handicap

G

gabb n. trick, bluff, gag
gabba v. cheat, fool, mock, ridicule
gaddavír m. barbed wire
gaddur m. spike; frost
gaffall m. fork
gafl m. gable
gagga v. cackle
gagn n. gain, advantage, use, profit
gagnabanki m. data bank
gagnagrunnskerfi n. data base management

gagnasafn n. data base
gagnauga n. temple, side of the head
gagnavinnsla f. data processing
gagnfræðaskóli m. lower secondary school
gagngert adv. on purpose, straight
gagnkvæmt adv. vice versa
gagnkvæmur a. mutual; reciprocal
gagnlegur a. useful, advantageous, beneficial
gagnnjósnir f.pl. counter-espionage
gagnorður a. succinct
gagnrýna v. criticize, review
gagnrýnandi m. critic, reviewer
gagnrýninn a. critical
gagnsemi f. usefulness
gagnslaus a. useless, worthless
gagnsær a. transparent
gagntaka v. seize, charm, penetrate
gagnvart prp. opposite to
gala v. crow
galdramaður m. sorcerer, warlock, wizard
galdranorn f. witch
galdur m. witchcraft, sorcery, magic
gall n. gall, bile
gallabuxur f.pl. jeans
gallaður a. faulty, defective
gallalaus a. faultless, impeccable
gallblaðra f. gall bladder
galli m. fault, flaw, blemish; overalls
gallsteinn m. gallstone
gamaldags a. old-fashioned

gamall a. old, aged
gaman n. fun, amusement
gamanleikur m. comedy
gamansaga f. anecdote, joke
gamansamur a. merry, jocular
gamlárskvöld n. New Year's Eve
gammur m. vulture
ganga v. walk; march
gangbraut f. pedestrian crossing
gangráður m. pacemaker; governor
gangsetning f. startup, bootup
gangstétt f. pavement, sidewalk
gangstígur m. footpath
gangur m. walking, gait; passage, corridor
gap n. gap, opening, chasm
garðhús n. pavilion
garðsláttuvél f. lawn mower
garður m. garden, yard; fence, wall
garðyrkja f. gardening; horticulture
garðyrkjumaður m. gardener
gardína f. curtain
garga v. shriek, croak
garn n. yarn, twine
garpur m. hero, champion
gas n. gas
gasbrennari m. bunsen burner
gaskenndur a. gaseous
gat n. hole, gap, aperture; puncture
gata f. street, road, path
gatabil n. feed pitch

gatari m. keypunch
gataræma f. punch tape
gataspjald n. punch card
gatnamót n.pl. crossroads, intersection
gaukur m. cuckoo
gaul n. howl, whine
gaumgæfilega adv. carefully, attentively
gaumur m. attention, notice; consideration
gauragangur m. uproar, racket, bustle
gá v. look
gáfa f. gift, talent
gáfaður a. gifted, clever, talented, intellectual
gáfnapróf n. intelligence test
gáfur f.pl. ability, intelligence, intellect
gálaus a. reckless, heedless
gálgi m. gallows, gibbet
gámur m. container
gára f. ripple
gát f. attention, care
gáta f. riddle, puzzle
geð n. mood, temper, disposition
geðfelldur a. pleasant, pleasing, delightful
geðgóður a. good-tempered
geðillur a. bad-tempered
geðjast v. like, be pleased with
geðklofi m. schizophrenia
geðlækningar f.pl. psychiatry, psychotherapy
geðlæknir m. psychiatrist
geðshræring f. emotion, passion
geðsjúklingur m. mental patient

geðveiki f. mental derangement, psychosis, lunacy
geðveikur a. mentally deranged, psychotic, insane
geðvondur a. bad-tempered
gedda f. pike
gefa v. give, donate, grant; (at cards) deal
gefa gaum v. pay attention to
gefa út v. issue, publish
gefandi m. donor, giver
gefast upp v. concede, give up
gefins adv. free, gratis
geggjaður a. crazy, insane, mad
gegn prp. against; versus
gegna v. obey; answer
gegndarlaus a. exorbitant
gegnt prp. opposite
gegnum prp. through
gegnumlýsa v. X-ray
geigvænlegur a. sinister, terrific
geimfar n. spacecraft
geimfari m. astronaut
geimferja f. space shuttle
geimstöð f. space station
geimþoka f. nebula
geiri m. sector
geisa v. rave, rage
geislabaugur m. halo
geislavirkur a. radioactive
geisli m. ray, beam

geislun f. radiation
geispa v. yawn
geit f. goat
gelda v. castrate
geldingur m. eunuch, castrato
gelgjuskeið n. puberty, adolescence
gelta v. bark, bay
gen n. gene
gengi n. good luck, success; rate of exchange
gengisfelling f. devaluation
ger n. swarm, cloud; yeast
gera v. do, make
gera kleift v. enable
gerast v. take place, happen, occur
gerð f. make, kind; structure
gerðardómur m. arbitration
gereyða v. liquidate, annihilate
gereyðing f. holocaust
gerilsneyða v. sterilize, pasteurize
gerja(st) v. ferment
gerill m. bacterium
gerviefni m. synthetic material
gervigómur m. dental plate, denture(s)
gervigreind f. artificial intelligence
gervihnöttur m. satellite
gestamóttaka f. reception
gestgjafi m. host, hostess, landlord, proprietor
gestrisinn a. hospitable
gestur m. guest, visitor
geta v. beget; guess

getnaðarlimur m. penis
getnaðarvörn f. contraceptive
getnaður m. conception, birth
getulaus a. powerless; impotent
getuleysi n. inability; impotence
geyma v. keep, preserve
geymir m. container, tank, reservoir
geymsla f. keeping; store-room, storage (space)
geymsluhólf n. safe-deposit box
geysilegur a. immense, enormous
gifta v. marry
gifting f. marriage, wedding
giftingarhringur m. wedding ring
gigt f. rheumatism, gout
gikkur m. trigger; fastidious person
gilda v. be valid; be worth
gildi n. worth, value
gildislok n.pl. expiration date, expiry
gildistími m. duration; period
gildleiki m. thickness, stoutness
gildra f. trap, pitfall
gimsteinar m.pl. jewellery
gimsteinn m. gem, jewel, precious stone
ginna v. allure, decoy; cheat
gips n. plaster (of Paris), gypsum
girða v. fence
girðing f. fence, enclosure
girnast v. aspire, long, desire
girnd f. lust, desire

girnilegur a. desirable, appetizing
gisinn a. sparse, thin, leaky
giska v. guess
gista v. pass the night, stay
gistihús n. hotel, motel, inn
gífurlegur a. immense, violent
gígur m. crater
gína f. (dressmaker's) dummy, mannequin
gír m. gear
gírkassi m. gearbox
gírstöng f. gear lever
gísl m. hostage
gítar m. guitar
gjald n. payment; charge, fee
gjalda v. pay; suffer
gjalddagi m. maturity
gjaldeyrir m. currency
gjaldfallinn a. overdue, mature
gjaldkeri m. cashier, treasurer
gjaldþrot n. bankruptcy
gjall n. slag, cinder
gjalla v. blare, yell; resound
gjarnan adv. willingly
gjá f. ravine, gorge, chasm, fissure
gjósa v. gush, spout; erupt
gjóta f. hollow, fissure
gjöf f. present, gift, donation
gjörbreyta v. transform, change completely
gjörð f. girdle, belt; hoop
gjörningar m.pl. witchcraft, sorcery

gjörvilegur a. handsome, well-bred
glaðlegur a. cheerful
glaðlyndi n. cheerfulness
glaðlyndur a. cheerful, good-tempered, good-humoured
glaður a. glad, cheerful; pleased
glaðværð f. cheerfulness, gaiety, jollity
glampi m. sparkle, flash
glans n. gloss; brilliance
glappaskot n. lapse
glas n. small bottle; glass (of liquid)
glaumglosi m. playboy
glápa v. stare
gleði f. joy, gladness, happiness
gleðikona f. prostitute
gleðileg jól Merry Christmas
gleðilegt nýár Happy New Year
gleðilegur a. joyful; festive
gleðja v. cheer
glenna v. open wide
glens n. fun, joke
gler n. glass
glerauga n. glass eye
gleraugu n.pl. glasses, spectacles
glerhallur m. chalcedony
glerja v. glaze
glerungur m. enamel; glaze, glazing
glettinn a. playful, teasing
gleyma v. forget
gleyminn a. forgetful

gleymska f. oblivion
gleypa v. swallow, devour, gulp
glitra v. sparkle, glint
glíma v. wrestle; tackle (a problem)
gljái m. gloss, varnish
gljáandi a. glossy, shiny
gljúfur n. canyon, gorge, glen
gljúpur a. porous
glotta v. sneer, leer; grin
glóa v. glow, shine
glóð f. embers, fire
glóðarauga n. black eye
glóðarsteikja v. grill
glóðvolgur a. tepid, warm
glópur m. fool
gluggakarmur m. window frame
gluggakista f. windowsill
gluggatjald n. curtain, blind
gluggi m. window
glundroði m. confusion, disarray
glymur m. clash, ringing
glys n. tinsel, finery
glæða v. further, promote; kindle
glæfraför f. dangerous journey
glænýr a. brand-new, crisp
glæpamaður m. criminal, gangster
glæpur m. crime, offence, felony
glær a. transparent, clear
glæra f. transparency
glæsilegur a. elegant, splendid, handsome

glæsileiki m. elegance, splendour, handsomeness
glæta f. faint light
glöggur a. sharp, intelligent
glötun f. damnation, destruction
gnýr m. din, clash
gnæfa v. tower (over), dominate
gnægð f. abundance, plenty, profusion
goð n. deity, (Norse) god; idol
goðafræði f. mythology
goði m. chieftain, heathen priest
goðsögn f. myth; fable
gogga v. peck, gaff (fish)
gola f. light breeze
golfkylfa f. golf club
golfvöllur m. golf course, golf links
gorkúla f. toadstool
gormur m. spiral, spring
gorta v. boast, brag
gos n. eruption, outburst
gosbrunnur m. fountain
gosdrykkur m. soft drink
goshver m. geyser
góðfús a. benevolent, kind
góðgerðastofnun f. charity
góðglaður a. tipsy
góðlyndur a. good-natured
góður a. good, kind
góðvild f. benevolence, kindness; favour
góðviljaður a. benevolent

gólf n. floor
gólfdúkur m. linoleum
gólfteppi n. carpet, rug
gómsætur a. palatable, tasty
gómur m. palate, gum; fingertip
graðfoli m. stallion
grafa v. dig, bury; engrave
grafa undan v. undermine
grafari m. gravedigger
grafhvelfing f. vault, crypt; catacomb
grafhýsi n. tomb, sepulchre, mausoleum
grafkyrr a. motionless
grafreitur m. graveyard, cemetery
grafskrift f. epitaph
gramm n. gram, gramme
grammófónn m. record player, gramophone
gramur a. annoyed, vexed
grand n. no trump
grandi m. isthmus
grandskoða v. scan, examine
grannur a. slim, slender
gras n. grass, herb
grasafræði f. botany
grasbítur m. herbivore
grasflöt f. lawn
grasker n. pumpkin, gourd
graslaukur m. chives
grautur m. gruel, porridge
gráða f. degree, grade
gráðugur a. voracious, greedy

gráhærður a. grey-haired
grár a. grey
gráta v. weep, cry
grátlegur a. pitiable, deplorable
grátur m. weeping, crying
greiða v. comb; pay
greiðfarinn a. passable
greiði m. service, favour, good turn
greiðsla f. payment
greiðvikinn a. helpful, obliging
greifi m. viscount
greifingi m. badger
greifynja f. countess
grein f. branch, bough; essay, article
greina á milli v. discriminate
greinarmerki n. punctuation mark
greindur a. intelligent, discerning
greinilega adv. clearly, apparently, distinctly
greinilegur a. obvious, perceptible
greining f. analysis; sorting
greinir m. article (in grammar)
gremja f. annoyance, vexation, indignation
greni n. den, lair
grennd f. vicinity
gresja f. prairie
grið n.pl. truce, peace, pardon
griðastaður m. sanctuary
Grikki m. Greek
Grikkland n. Greece
grill n. grill; grill-room; rotisserie

grimmd f. cruelty, brutality
grimmur a. ferocious, cruel, savage, fierce
grind f. frame; grate; chassis (on a car)
grip n. grasp, clutch
gripgat n. feed hole, sprocket hole
grisja f. gauze
gríma f. mask
grímudansleikur m. masked ball, masquerade
grípa v. seize, grasp; snatch
grjón n. grain, rice
grjónagrautur m. rice pudding
grjót n. stone, boulder, rocks
grjótnáma f. quarry
grobba v. boast, brag
gróa v. grow; heal
gróði m. profit, gain
gróðrarstöð f. nursery garden
gróður m. growth, vegetation
gróðurhús n. hot-house, greenhouse
gróðursetja v. plant
gróðurvin f. oasis
grófur a. coarse; rough; vulgar
gróp f. groove, slot
gróskumikill a. luxuriant, lush, exuberant
gruggugur a. turbid, muddy
gruna v. suspect
grund f. plain, field
grundvallar- fundamental, basic
grundvöllur m. basis, foundation

4

grunnlína f. base
grunnmálning f. primer
grunntónn m. fundamental
grunnur a. shallow; superficial
grunnvatn n. ground water
grunsamlegur a. suspicious
grunur m. suspicion, misgiving
grúi m. swarm, crowd
gryfja f. pit, hole
grýttur a. stony
græða v. heal; make money, profit
græðgi f. greed, voracity
grænkál n. kale
grænmeti n. vegetables, greens
grænn a. green
grænsápa f. soft soap
gröf f. grave, pit
gröftur m. digging; pus
grösugur a. grassy
gubba v. vomit, puke, eject
guð m. god, God, deity
guðdómlegur a. divine, godlike
guðfaðir m. godfather
guðfræði f. theology, divinity
guðhræddur a. god-fearing, pious
guðlast n. blasphemy
guðlaus a. atheistic, godless
guðleysi n. atheism
guðleysingi m. atheist
guðspeki f. theosophy

guðspjall n. gospel
guðsþjónusta f. divine service
gufa f. steam, vapour
gufa upp v. evaporate
gufubað n. steam bath, sauna, Turkish bath
gufuskip n. steamship, steamer
gufuvél f. steam-engine
gugginn a. pale, downcast
gula f. jaundice
gull n. gold
gullfallegur a. charming, splendid
gullhamrar m.pl. compliment, flattery
gullinn a. golden
gullnáma f. goldmine
gullsmiður m. goldsmith
gullvægur a. golden
gulrófa f. turnip, swede
gulrót f. carrot
gulur a. yellow
gusast v. spurt
gúmmí n. rubber, gum
gúmmíbátur m. rubber dinghy
gúmmíslanga f. inner tube
Gyðingatrú f. Judaism
Gyðingur m. Jew
gyðja f. goddess
gylla v. gild
gyllinæð f. hemorrhoids, piles
gylltur a. golden, gilt
gylta f. sow

gys n. ridicule
gæðaeftirlit n. quality control
gæði n.pl. quality; benefit
gæðingur m. saddlehorse
gæfa f. good luck, good fortune
gæfur a. good-natured, gentle
gægjast v. peep, peek
gæludýr n. pet (animal)
gæra f. sheepskin
gærdagur m. yesterday
gærkvöld n. yesterday evening, last night
gæs f. goose
gæsalappir f.pl. inverted commas, quotation marks
gæslumaður m. guard, warden, custodian
gæta v. take care of, look after, watch
gæta sín v. look out, watch out
gætilega adv. cautiously, carefully
gætinn a. cautious, careful, wary
göfugur a. noble, generous
gögn n.pl. data, information, facts
göltur m. boar
göng n.pl. passage, corridor
göngumaður m. walker; pedestrian
göngustafur m. walking-stick, cane, staff
götuhorn n. street corner
götuljós n. street lamp
götun f. perforation
götunarvél f. keypunch
göturæsi n. gutter

H

ha ? interj. what? pardon?
haf n. sea, ocean, span
hafa v. have
haffræði f. oceanography
haffær a. seaworthy
hafís m. sea ice, icepack
hafmeyja f. mermaid
hafna v. refuse, reject, turn down, discard; decline
hafnarbakki m. dock, quay
hafnarborg f. port, seaport
hafnargjöld n.pl. port dues
hafnarverkamaður m. dockworker, longshoreman
hafnbann n. blockade; embargo
hafnsögumaður m. pilot
haframjöl n. porridge oats, oatmeal
hafrar m.pl. oats
hafskip n. ocean liner, sea-going vessel
haft n. restraint, bond
haförn m. fishing eagle
haga v. arrange, manage
hagamús f. field-mouse, vole
haganlega adv. suitably, conveniently
hagfræði f. economics
hagfræðingur m. economist
hagi m. pasture, pasture-land

hagkerfi n. economic system
hagkvæmur a. profitable, efficient
hagl n. hail; pellet
haglabyssa f. shotgun
haglél n. hailstorm
hagnaður m. profit, benefit, advantage
hagnýta v. make (profitable) use of, exploit
hagnýting f. use, employment
hagnýtur a. practical, applied
hagræða v. adjust, arrange; modify, rationalize
hagræðing f. rationalization
hagskýrsla f. statistical report
hagsmunir m.pl. interest, profit
hagstofa f. statistical bureau
hagstæður a. favourable, advantageous; auspicious
hagsýnn a. practical, economical
hagur m. condition; advantage, benefit
hagvöxtur m. economic growth
hak n. notch
haka f. chin
hakakross m. swastika
haki m. pickaxe
hakk n. mince, minced meat
hakka v. grind, mince
hakkavél f. food grinder
halakarta f. tadpole
halastjarna f. comet
hald n. grasp; arrest, custody

halda v. hold, retain; believe, think
halda áfram v. continue, carry on, keep on
haldast v. continue, last
haldlaus a. baseless, unfounded, unreliable
hali m. tail (of cow etc.)
halla v. lean, slope, incline, slant
hallamælir m. spirit level, bank indicator
hallandi a. sloping, inclined
hallast a. incline, lean, slope, tilt
halli m. tilt, inclination, slope; loss (of money)
hallmæla v. defame, speak ill of
hallæri n. dearth; famine
haltra v. limp, hobble
haltur a. lame, limping
hamar m. hammer; cliff
hamast v. rage, work feverishly
hamfarir f.pl. fury, frenzy; catastrophe
hamingja f. luck, good fortune, happiness
hamingjuóskir f.pl. congratulations
hamingjusamur a. happy, lucky
hamla v. prevent, hinder
hampur m. hemp
hamra v. hammer, bang
hamskipti n. pl. metamorphosis, transformation
hamslaus a. wild, furious
hamur m. mode; skin (of a bird)
handaband n. handshake
handahófstala f. random number
handalögmál n. fistfight

handavinna f. handwork, needlework
handbók f. handbook, manual, reference manual
handbremsa f. handbrake
handbær a. available, disposable
handfang n. handle, grip, lever
handfylli f. handful
handhafi m. bearer
handiðnaður m. handicraft, cottage industry
handjárn n.pl. handcuffs, manacles
handklæði n. towel
handlagni f. dexterity
handleggur m. arm
handleiðsla f. guidance, direction
handleika v. manipulate
handlæknir m. surgeon
handrið n. handrail, banister
handrit n. manuscript, script
handsama v. seize, catch
handslökkvitæki n. fire extinguisher
handsmíðaður a. hand-made
handsprengja f. grenade
handtaka v. arrest, seize, capture
handtaska f. handbag
handverksmaður m. craftsman
handvirkur a. manual
hanga v. hang
hangikjöt n. smoked lamb
hani m. rooster, cock
hanki m. handle, ear

hann prn. he
hanna v. design
hanski m. glove; gauntlet
happ n. luck, chance
happadrætti n. lottery, sweepstakes
happasæll a. lucky, fortunate, prosperous
harðbrjósta a. heartless, pitiless
harðfiskur m. dried fish
harðgeðja a. callous
harðgerður a. rugged, hardy
harðkúluhattur m. bowler hat
harðlega adv. severely, strictly
harðlífi n. constipation
harðna v. harden, become hard
harðsnúinn a. tough
harðsoðinn a. hard-boiled
harðstjóri m. tyrant, despot
harður a. hard; stern, harsh, stringent
harka f. severity; hard frost
harma v. lament, mourn
harmleikur m. tragedy
harmónikka f. accordion
harmur m. grief, sorrow
harpa f. harp
harpix n. resin
hasar m. clamor, excitement
hass n. hashish
hastur a. harsh, rough; badly sprung
hata v. hate
hattur m. hat

hatur n. hate, hatred
haugur m. heap; dunghill; mound
haukur m. hawk
haus m. head; heading
hauskúpa f. skull
haust n. autumn; fall
háð n. mockery, ridicule
háðslegur a. mocking, derisive
háðung f. shame, disgrace
háður a. dependent
hádegi n. noon, midday
hádegisbaugur m. meridian
hádegisverður m. lunch
háhyrningur m. killer whale
hákarl m. shark, dried shark meat
hálendi n. plateau, highland, uplands
hálfbróðir m. half-brother
hálfhringur m. crescent
hálfleikur m. half time
hálfnóta f. minim, half note
hálftími m. half an hour
hálftónn m. semitone
hálfur a. half
hálfvegis adv. halfway, almost
hálfviti m. idiot
hálfvolgur a. lukewarm
hálka f. slipperiness
háll a. slippery
hálmur m. straw
háls m. neck, throat; hill

hálsbindi n. (neck)tie
hálsbólga f. tonsilitis
hálskirtill m. tonsil
hálsklútur m. scarf, muffler
hálsmen n. necklace; pendant
háma í sig v. gobble, devour, gorge
hámark n. maximum
hápunktur m. climax
hár a. high, tall
háreysti f. pandemonium
hárflétta f. plait
hárgreiðsla f. hairdo, hairstyle
hárgreiðslustofa f. hairdresser's, hair saloon
hárkolla f. wig, periwig
hárlakk n. hair spray
hárnál f. hairpin
hárskeri m. hair dresser, hair stylist
hártoppur m. toupee
hárugur a. hairy
hárþurrka m. hairdryer
hás a. hoarse; husky
háseti m. deckhand, seaman
hásin f. Achilles tendon
háskalegur a. dangerous, perilous
háskóladeild f. university faculty
háskólakennari m. university teacher
háskólalóð f. campus
háskólanemi m. undergraduate
háskóli m. university, college
háslétta f. plateau

háspenna f. high tension, high voltage
háspennukefli n. induction coil
háspennulína f. power line
hástafur initial, uppercase character
hásæti n. throne
hátalari m. loudspeaker
hátign f. majesty
hátindur m. top, summit; zenith
hátíð f. festival, feast, holiday
hátíðahöld n. celebration, festivity
hátíðasalur m. festival hall
hátíðlegur a. ceremonial, festive, grand, solemn
hátíðnihátalari m. tweeter
hátta v. go to bed, undress
hátterni n. behaviour, conduct
háttur m. mode, manner, way
hávaði m. noise, fuss, racket
hávær a. noisy, boisterous, rowdy
háþróað tölvumál n. high-level language
háþrýstisvæði n. high pressure area
hebreskur a. Hebrew
hefð f. tradition, custom
hefðbundinn a. traditional, customary
hefill m. plane
hefja v. lift, raise; begin, commence
hefjast v. begin, commence
hefla v. plane (wood)
hefna v. avenge, revenge
hefnd f. revenge, vengeance

hefnigjarn a. vindictive, revengeful
heftari m. stapler
heftiplástur m. band aid, sticking plaster
hegðun f. conduct, behaviour
hegna v. punish
hegning f. punishment, penalty
hegningarhús n. penitentiary
hegri m. heron; crane
heiðarlegur a. honest, honourable
heiðhvolf n. stratosphere
ha ? interj. what? pardon?
haf n. sea, ocean, span
hafa v. have
haffræði f. oceanography
heiði f. heath, moor
heiðinn a. heathen, pagan
heiðra v. honour
heiðríkur a. cloudless, clear, serene
heiður m. honour
heiður a. clear, cloudless
heiðursmaður m. gentleman
heiðursmerki n. decoration, medal
heift f. rage, wrath; spite
heiftugur a. vehement, violent; spiteful
heigull m. coward
heilablóðfall n. stroke, cerebral thrombosis
heiladingull m. pituitary gland
heilagfiski n. halibut
heilagur a. holy, sacred
heilahristingur m. concussion

heilbrigði n. health
heilbrigðisyfirvöld n.pl. health authorities
heilbrigður a. healthy
heild f. wholeness, unity, total
heildsala f. wholesale
heildsali m. wholesale dealer, wholesaler
heili m. brain
heill a. whole, complete
heilla v. fascinate, bewitch
heillaður a. spellbound
heillagripur m. mascot
heillandi a. charming, glamorous
heillaóskir f.pl. congratulations
heilnóta f. semibreve, whole note
heilnæmur a. healthy, wholesome, hygienic
heilræði n. good advice, maxim
heilsa f. health
heilsa v. greet, salute
heilsufræði f. hygiene
heilsugóður a. healthy, in good health, well
heilsugæslustöð f. health centre, clinic
heilsulind f. spa
heiltala f. integer
heim adv. home
heima adv. at home
heiman adv. from home
heimaunninn a. homemade
heimanmundur m. dowry
heimavist f. dormitory
heimavistarskóli m. boarding school

heimboð n. invitation, party
heimila v. allow, permit; license
heimild f. authority; source (of information); permission
heimili n. home, household
heimilisfang n. address (on letter); domicile
heimilisfastur a. resident
heimilishald n. household
heimilishjálp f. domestic service
heimilistölva f. home computer
heimill a. permitted, rightful
heimsborgari m. cosmopolitan
heimskautsbaugur m. polar circle
heimskingi m. imbecile
heimskur a. stupid, foolish
heimsókn f. visit, call
heimsóknartími m. visiting hours
heimspeki f. philosophy
heimstyrjöld f. world war
heimsækja v. visit
heimta v. demand
heimur m. world, universe
heimþrá f. homesickness
heit n. pledge, promise
heita v. promise
heiti n. name, term
heitur a. hot, warm
hekla v. crochet
hel f. hell
heldur conj. but

heldur...en conj. rather...than
helgi f. weekend; holiness
helgidagur m. holiday, feast day
helgidómur m. sacred thing, shrine
helgimynd f. icon
helgisiðir m.pl. ritual
helgur a. sacred, holy
hella f. slate, slab; cooking plate
hella v. pour
hellir m. cave, cavern; grotto
helmingaleit f. binary search
helmingur m. half
helvíti n. hell, inferno; damn, darn
hemill m. brake; restraint
hemla v. brake
hempa f. gown, cassock
henda v. throw, fling
hending f. chance, accident; rhyme
hengibrú f. suspension bridge
hengilás m. padlock
hengirúm n. hammock
hengja v. hang (up), suspend
henta v. suit, be convenient
hentugleiki m. convenience, suitability
hentugur a. suitable, convenient
heppilegur a. appropriate, suitable
heppinn a. lucky, fortunate
heppnast v. succeed
heppni f. good fortune, luck
her m. army

herafli m. military force, armed forces
herbergi n. room
herbergisþjónusta f. room service
herbúðir f.pl camp, barracks
herða v. harden, tighten; temper
herðar f.pl. shoulders, upper back
herðatré n. (coat)hanger
herfang n. booty, plunder
herferð f. campaign, crusade
herfi n. harrow
herfilegur a. hideous, ugly, abominable
herflugstöð f. military airbase
herforingi m. (army) officer, commander
herforingjaráð n. general staff
herganga f. march
hergögn n.pl. armament, weaponry
herkví f. blockade
herkænska f. tactics
herma eftir v. imitate, take off
hermaður m. soldier, warrior
hermálaráðherra m. minister of war, secretary of war
hermdarverk n. act of terrorism, sabotage
hernaður m. war, warfare
hernám n. occupation, conquest
herpast v. contract
herprestur m. (army) chaplain
herra m. Mr., Sir
herragarður m. manor
herseta f. occupation

hershöfðingi m. general
herskip n. naval vessel, man-of-war
herskráning f. conscription
herstjórnarlist f. strategy
herstöð f. military base
hersveit f. troops; regiment
hertogi m. duke
herþjónusta f. military service
hespa f. reel (of yarn)
hestamaður m. horseman
hestamennska f. horsemanship
hestasveinn m. groom
hesthús n. stable, stall
hestur m. horse, pony; stallion
hetja f. hero, champion
hetta f. hood, cap
hettusótt f. mumps
hey n. hay
heyja v. make hay
heyra v. hear, listen
heyrn f. (sense of) hearing
heyrnarlaus a. deaf
heyrnarleysi n. deafness
heyrnartól n.pl. headphones
heysáta f. haystack
héðan adv. from here
hégómi m. vanity, nonsense
hér adv. here
hérað n. district, province
héri m. hare

hérna adv. here
hik n. hesitation
hika v. hesitate, falter, waver
hiksta v. hiccup
hilla f. shelf, bracket
hillingar f.pl. mirage
himinlifandi a. delighted, jubilant
himinn m. heaven, sky
himna f. membrane
himnaríki n. heaven
himneskur a. celestial
himnuflæði n. osmosis
hindber n. raspberry
hindra v. hinder, frustrate, impede, prevent
hindrun f. obstruction, hurdle, barrier, impediment
hindrunarhlaup n. steeplechase
hingað adv. here
hingað til adv. so far
hinn, hin, hið definite article, the
hinn, hin, hitt prn. that, that one, the other
hinum megin adb. & prep. on the other side (of)
hirð f. court
hirða a. pick up; tend; take care of
hirðingi m. nomad
hirðulaus a. careless, neglectful
hirsla f. box, chest
hirta v. scourge
hissa a. surprised, astonished

hita v. heat
hitabelti n. (the) tropics
hitabrúsi m. thermos flask, vacuum flask
hitaeining f. calorie
hitamælir m. thermometer
hitapúði m. heating pad
hitari m. heater
hitastig n. degree; temperature
hitastillir m. thermostat
hitaveita f. communal heating system (geothermal)
hiti m. heat, warmth; temperature; fever
hitta v. meet, come across, find, visit
hittast aftur v. meet again, reunite
híbýli n. tenement
híði n. lair
hífa v. hoist, lift
hjal n. chat
hjara f. hinge
haffær a. seaworthy
hjarta n. heart
hjartagalli m. heart defect
hjartanlegur a. hearty, cordial
hjartaslag n. heart attack
hjartkær a. dear, beloved
hjartsláttur m. heart beat; palpitation
hjá prp. near, with
hjákona f. mistress, concubine
hjálmur m. helmet
hjálp f. help, aid, assistance

hjálpa v. help, assist
hjálparforrit n. utility program
hjálpargögn n.pl. resources, aids
hjálpfús a. helpful
hjátrú f. superstition
hjól n. wheel; bicycle
hjóla v. (bi)cycle
hjólabúnaður m. undercarriage
hjólaskip n. paddle steamer
hjólastóll m. wheelchair
hjólbarði m. tyre
hjólbörur f.pl. wheelbarrow
hjólfar n. rut
hjólhýsi n. caravan, trailer
hjólnöf f. wheel hub, nave
hjólreiðamaður m. cyclist
hjólsög f. circular saw
hjón n.pl. married couple
hjónaband n. wedlock
hjónavígsla f. wedding ceremony
hjúfra sig v. cuddle
hjúkra v. nurse
hjúkrun f. nursing
hjúkrunarkona f. (registered) nurse
hjúpur m. covering, shroud
hjúskapar- marital
hjúskaparbrot n. adultery
hjörð f. herd, flock
hjörtur m. stag
hlaða f. barn

hlaða v. load; charge; build (a wall)
hlaði m. pile, stack
hlaðinn a. charged; built of bricks
hlakka til v. look forward to
hlakka yfir v. exult over; chuckle
hland n. urine
hlass n. load
hlaup n. run; barrel; jelly
hlaupa saman v. coagulate; clot
hlaupa v. run
hlaupari m. runner
hlaupár n. leapyear
hlána v. thaw
hlátur m. laughter, laugh
hleðsla f. load, lading; charge
hlekkja v. chain, link
hlekkur m. link
hlemmur m. lid, cover
hlera v. eavesdrop; monitor, bug
hleri m. lid, hatch, shutter, trap-door
hlerunartæki n. bugging device, bug
hleypidómur m. prejudice
hlé n. break, recess, pause, intermission, interruption
hlið f. side
hlið n. gate
hliðargata f. side street
hliðarlína f. sideline
hliðarljós n. sidelight
hliðarstýri n. rudder

hliðstæður a. parallel, comparable
hlíð f. slope, hillside
hlíf f. cover; screen
hlífa v. shelter, protect; spare
hljóð n. sound, tone; hearing
hljóða v. cry out, scream
hljóðdeyfir m. silencer, muffler
hljóðfall n. rhythm
hljóðfrár a. supersonic
hljóðfræði f. phonetics
hljóðfæraflokkur m. ensemble
hljóðfæri n. musical instrument
hljóðhimna f. eardrum
hljóðhraði m. supersonic speed
hljóðlaus a. soundless, silent
hljóðlátur a. quiet, soundless, silent
hljóðmúr m. sound barrier
hljóðnemi m. microphone
hljóðpípa f. flute, fife
hljóðritun n. recording
hljóðstafur m. vowel
hljóður a. silent, taciturn
hljóma v. sound, reverberate
hljómblær m. timbre
hljómfagur a. melodious, tuneful
hljómfræði f. theory of harmony
hljómleikar m.pl. concert
hljómsveit f. orchestra, band, group
hljómsveitarstjóri m. conductor, bandleader
hljómur m. sound, chord

hljóta v. must, have to
hlóð f. fireplace
hlusta v. listen
hlustandi m. listener
hlustunarpípa f. stethoscope
hlutabréf n. stock, share
hlutaðeigandi a. concerned; respective
hlutafélag n. limited company, joint-stock company
hlutdrægur a. biased, partial
hlutfall n. proportion, ratio; quotient
hluthafi m. shareholder
hluti m. lot, share, portion; quota
hlutlaus a. neutral; passive
hlutlægur a. subjective
hlutskipti n. lot, destiny
hlutstæður a. concrete, objective
hlutur m. thing, part
hlutverk n. part, role, task
hlúa að v. cherish; tuck in
hlykkjast v. writhe, twist
hlykkjóttur a. winding, curved
hlynur m. maple
hlýða v. obey
hlýðinn a. obedient
hlýðni f. submission
hlýja f. warmth
hlýna v. get warmer
hlýr a. warm, mild
hlægilegur a. ridiculous, laughable, ludicrous

hlæja v. laugh
hnakki m. back of the head
hnakkur m. saddle
hnappagat n. buttonhole
hnappur m. button, stud; push-button
hnattlaga a. spherical
hnefaleikar m.pl. boxing
hnefi m. fist
hneigður a. inclined to, liable, apt
hneigja sig v. bow
hneppa v. button (up)
hnerra v. sneeze
hneyksla v. offend
hné n. knee
hnéskel f. kneecap
hnignun f. decline, decay, fall
hnit n. coordinate
hnitmiðaður a. precise, to the point
hnífapör n.pl. cutlery
hnífur m. knife
hníga v. sink (down); descend
hnísa f. porpoise
hnoðnagli m. rivet
hnoðri m. wisp
hnotskurn f. nutshell
hnotubrjótur m. nutcracker
hnugginn a. sad, downcast, depressed
hnullungur m. boulder
hnupla v. pilfer
hnúi m. knuckle

hnútur m. knot
hnykill m. ball of thread; bulge
hnyttinn a. witty, (quietly) funny
hnýta v. tie (in a knot), bind
hnöttur m. ball; globe
hof n. temple
hola f. hole, pit, cavity; pothole
hola v. hollow out, make a hole in
hold n. flesh
holdanaut n. beef cattle
holdlegur a. voluptuous
holdsveiki f. leprosy
holdugur a. corpulent, stout, plump
Holland n. the Netherlands, Holland
Hollendingur m. Dutchman
hollenska f. Dutch
hollenskur a. Dutch
hollur a. wholesome, healthy
hollusta f. wholesomeness, hygiene; loyalty
holóttur a. porous, full of potholes
holur a. hollow
hoplykill m. escape key, backspace key
hopp n. hop
horaður a. lean, emaciated
horfa v. look; watch
horfinn a. lost, out of sight
horfur f.pl. prospects, outlook
horn n. corner, angle; horn
hornabolti m. baseball
hornafræði m. trigonometry

hornhimna f. cornea
hornklofi m. bracket
hornsíli n. stickleback
hosa f. thick stocking
hossast v. bob, bounce
hóf n. banquet, feast
hófsamur a. temperate, moderate
hófur m. hoof
hógvær a. gentle, calm, modest
hól n. praise, flattery
hólf n. compartment
hólkur m. cylinder, tube
hóll m. hill; mound, knoll
hólmi m. islet
hópur m. group, crowd, flock
hóra f. whore, prostitute
hósta v. cough
hóta v. threaten
hótel n. hotel
hótelíbúð f. suite
hótun f. threat, menace
hraða v. hasten, speed
hraðamælir m. speedometer
hraðbraut f. motorway, expressway
hraðbréf n. express letter, special delivery
hraðfrystir m. deep freeze, freezer
hraði m. speed, haste; tempo, velocity
hraðlest f. express train, through train
hraðritari m. stenographer
hraðsending f. special delivery

hrafn m. raven
hrammur m. paw
hrapa v. fall, tumble down
hrasa v. falter, stumble
hraun n. lava
hraustur a. healthy; physically strong; bold, valiant, brave
hráefni n. raw material
hráolía f. crude oil
hrár a. raw, uncooked
hráslagalegur a. bleak, chilly
hreiður n. nest
hreimur m. accent, intonation
hreindýr n. reindeer
hreinlegur a. clean, neat
hreinlæti n. cleanliness, hygiene
hreinn a. clean, immaculate
hreinræktaður a. pure, thoroughbred
hreinsa v. clean, dry clean; clarify
hreinskilinn a. frank, sincere
hreinsun f. cleaning, refinement, purge
hreinsunareldur m. purgatory
hreistur n. scales
hrekkur m. trick, mischief
hrekja v. refute, disprove
hremma v. catch, grab, pounce on
hreppsnefnd f. rural community council
hreppstjóri m. sheriff
hreppur m. rural community, parish
hressa v. refresh, cheer up, invigorate

hressandi a. refreshing
hressing f. refreshment
hreyfa v. move, stir; budge
hreyfanlegur a. movable, mobile
hreyfifræði f. dynamics
hreyfill m. engine, motor
hreyfing f. motion, movement
hreyfiorka f. kinetic energy
hreykinn a. proud
hreysti f. bravery, valour
hrifning f. rapture, ecstasy
hrifsa v. snatch, grab
hrinda v. push
hringaður a. spiral
hringekja f. roundabout, merry-go-round
hringferð f. round trip
hringiða f. whirlpool
hringja v. ring; telephone
hringrás f. circulation
hringsnúast v. gyrate, rotate
hringtorg n. roundabout, traffic circle
hringur m. circle, ring, cycle
hrista v. shake
hristingur m. vibration, quake
hríð f. snowstorm
hrífandi a. charming, breathtaking, enchanting
hrím n. frost
hrísla f. branch, twig
hrjá v. harass
hrjóstrugur a. craggy

hrjóta v. snore
hrjúfur a. rough, harsh
hroðvirknislegur a. slipshod
hrognamál n. gibberish
hrognkelsi n. lumpfish
hrokafullur a. haughty, presumptuous, supercilious
hroki m. insolence, arrogance
hrokkinhærður a. curly, crisp
hrollur m. shiver, shudder, thrill
hrollvekjandi a. thrilling, creepy
hross n. horse
hrossagaukur m. snipe
hrottalegur a. brutal, rough
hróðugur a. proud, triumphant
hrókur m. castle, rook
hróp n. cry, shout
hrópa v. shout, yell, call out, cry out
hrós n. praise, compliment
hrósa v. praise, compliment
hrukka f. wrinkle, crease
hrukkóttur a. wrinkled
hrun n. downfall, crash, collapse, ruin
hrúga f. heap, pile
hryðjuverk n. atrocity; act of terrorism
hryðjuverkamaður m. terrorist
hryggð f. grief, sadness, sorrow
hryggdýr n. vertebrate
hryggja v. grieve, distress
hryggur a. sad, sorrowful

hryggur m. backbone, spine; ridge
hrygna v. spawn
hrylla við v. abhor
hryllilegur a. horrible, terrible
hrynja v. collapse, fall, tumble (down)
hrynjandi f. rhythm, beat
hryssa f. mare
hræ n. carcass
hræða v. frighten, scare
hræðilegur a. frightful, dreadful
hræðsla f. fear, terror
hræðslugjarn a. timid
hræddur a. frightened, afraid
hrægammur m. vulture
hræra v. stir, move
hrærivél f. food mixer
hræsnari m. hypocrite
hræsni f. hypocrisy
hrökkva v. jump, start; break
hrörlegur a. run down, dilapidated
hrörnun f. decay, regression
huga að v. attend to, see to
hugaður a. brave, courageous, plucky
hugarburður m. fantasy, illusion
hugarfar n. mentality
hugboð n. premonition, foreboding
hugbúnaður m. software
hugdetta f. inspiration, brainwave
hugga v. comfort, console
huggun f. comfort, consolation

hugleiða v. meditate, consider; contemplate
hugleysi n. cowardice
hugleysingi m. coward
hugmynd f. idea, notion, concept
hugmyndafræði f. ideology
hugrakkur a. brave, courageous, plucky
hugsa v. think
hugsanlegur a. imaginable, potential, conceivable
hugsjón f. ideal; vision
hugsjónamaður m. idealist, visionary
hugsuður m. thinker
hugsun f. thought
hugsunarlaus a. thoughtless
hugtak n. concept
hugur m. mind; courage
hugvitsamur a. ingenious, inventive
hugvitsmaður m. inventor
hugvísindi n.pl. the arts, the humanities
huldufólk n. fairies
hulinn a. concealed, hidden
humall m. hop
humar m. lobster
hunang n. honey
hundahús n. kennel
hundasúra f. sorrel
hundaæði n. rabies
hundrað n. hundred
hundraðshluti m. percentage
hundur m. dog; hound

hungraður a. hungry, starving
hungur n. hunger
hurð f. door
húð f. skin, hide
húfa f. cap
húka v. slouch
hún prn. she
húnn m. knob, handle; cub
hús n. house
húsagarður m. yard, court
húsagerðarlist f. architecture
húsaleiga f. rent
húsameistari m. architect, master builder
húsbátur m. barge
húsbóndi m. head of the family, master (of the house)
húsdýr n. domestic animal
húsfreyja f. housewife, mistress (of the house)
húsgagnasmiður m. cabinetmaker
húsgögn n.pl. furniture
húsmóðir f. mistress of the house
húsmæðraskóli m. domestic science college
húsnæði n. lodgings; accommodation
húsvörður m. caretaker, janitor
hvað prn. what
hvaða a. what
hvaðan adv. from where
hvalur m. whale
hvar adv. hvar

hvarvetna adv. everywhere, throughout
hvass a. sharp (of edge), keen; windy
hvassviðri n. gale, storm
hvatvíslegur a. precipitous, premature
hveiti n. wheat, flour
hvelfdur a. arched, concave
hvelfing f. arch, vault, dome
hvellur m. bang
hvenær adv. when
hver m. hot spring, geyser
hver prn. who, which, what; every, each
hverfa v. disappear, vanish
hverfi n. neighbourhood, quarter (of a town), district
hverfill m. turbine
hverfisteinn m. whetstone, grindstone
hverfull a. unstable, transient
hvergi adv. nowhere
hvernig adv. how
hversdagslegur a. commonplace; prosaic
hvert adv. where (to)
hvessa v. sharpen; increase (of wind)
hvetja v. encourage, stimulate, incite
hvetjandi a. encouraging
hvilft f. hollow, depression; socket
hvirfilbylur m. cyclone, tornado
hvirfilpunktur m. zenith
hvíla v. rest, pause
hvíld f. rest

hvíldarheimili n. rest home
hvísla v. whisper
hvítasunna f. Pentecost
hvítasunnudagur m. Whitsun
hvítblæði n. leukaemia
hvítlaukur m. garlic
hvítmáfur m. seagull
hvítur a. white
hvolfa v. turn over, invert
hvolfþak n. vault, dome, arched roof
hvolpur m. pup
hvor prn. who, which (of two)
hvor tveggja prn. each of two, both
hvorki...né conj. neither...nor
hvort conj. if, whether
hvorugkyn n. neuter
hvorugur prn. neither
hvönn f. angelica
hvöt f. motive, impulse
hyggilegur a. wise, prudent
hyggindi n.pl. prudence
hygginn a. prudent, wise
hyggja v. think, mean, believe
hyldýpi n. abyss
hylja v. hide, conceal, cover
hylki n. capsule, canister
hýða v. flog
hýsa v. house, lodge, accommodate
hæð f. height; hill; floor, storey

hæð (yfir sjávarmáli) f. elevation
hæðast að v. sneer
hæðinn a. ironical, satrirical
hæðni f. irony, mockery, sarcasm
hæfa v. hit; suit, be fitting or proper
hæfileikaríkur a. talented, gifted
hæfileiki m. ability, faculty, gift
hæfur a. suitable, eligible, fit; qualified, skilled
hægagangur m. idling speed
hægðalyf n. laxative
hægfara a. slow, gradual
hægja á sér v. slow down
hæglátur a. quiet, easy-going, sedate
hægri a. right, on the right-hand side
hægt adv. slowly, gently
hægur a. easy, quiet
hækja f. crutch
hækka v. rise, grow taller; increase, raise
hæla v. praise, flatter
hæli n. asylum, place of refuge; hospital
hæll m. heel
hæna f. hen
hænsnakjöt n. chicken (meat)
hænsni n.pl. poultry
hætta f. danger, peril
hætta v. cease, stop, quit, discontinue, pack up
hættulegur a. dangerous, unsafe
hættumerki n. alarm, alert

hæverska f. modesty, politeness
höfði m. cape, headland, promontory
höfðingi m. chief, chieftain, governor
höfn f. harbour, port
höfrungur m. dolphin
höfuð n. head
höfuðborg f. capital, chief town
höfuðstöðvar f.pl. headquarters
höfuðverkur m. headache
höfundarlaun n.pl. royalty
höfundarréttur m. copyright
höfundur m. author, writer
högg n. blow, percussion, stroke, bump, impact
höggdeyfir m. shock absorber
höggmynd f. sculpture
höggormur m. viper
höggprentari m. impact printer
höggva v. hew, cut, strike
höll f. palace
hömlur f.pl. inhibition
hönd f. hand
hörfa v. retreat, retire
hörgull m. scarcity, dearth
hörkulegur a. grim, cruel
hörmulegur a. deplorable; disastrous
hörmung f. disaster, catastrophe
hörund n. skin
hörundsflúr n. tattoo

I

iða v. squirm, wriggle
iðgjald n. premium
iðinn a. diligent, industrious
iðja f. work, task, business
iðjulaus a. idle, unemployed
iðjuleysi n. idleness
iðn f. craft, trade, occupation, business
iðnaðar- industrial
iðnaðarmaður m. craftsman, tradesman, artisan
iðnaður m. industry
iðni f. diligence, industry
iðnnemi m. apprentice
iðnrekandi m. manufacturer
iðnskóli m. vocational school, technical college
iðrast v. repent, regret
iðrun f. penitence, repentance, remorse
iðulegur a. frequent; continual
iður n.pl. bowels, intestines; interior
il f. sole (of the foot)
illa adv. badly, poorly
illgirni f. malice, spite
illgjarn a. wicked, malicious, evil-natured, spiteful, vicious
illgresi n. weed
illkvittni f. malice, spite

illkynjaður a. malignant, cancerous
illmenni n. ruffian
illur a. bad, evil, wicked
illviðri n. bad weather
illvilji m. malice, spite
illvirki m. evil deed; evil-doer
ilmur m. fragrance, odour, aroma
ilmvatn n. perfume, scent
indíáni m. (red) Indian
Indland n. India
Indónesía f. Indonesia
Indverji m. Indian
indæll a. delightful
inflúensa f. influenza, flu
inn adv. in, into
innan skamms adv. presently, soon
innanlands adv. within the country, internal
innanlandsflug n. domestic flight
innanríkisráðherra m. Secretary of State, Home Secretary
innblástur m. inspiration
innborgun f. deposit
innbrot n. burglary, house-breaking
innbrotsþjófur m. burglar, housebreaker
innbyggt fall n. function
innflutningur m. import, importation
innflytjandi m. immigrant; importer
innfærsla f. entry
inngangur m. entrance, entry, opening, way in; overture, introduction

innheimta v. collect (money)
innheimtumaður m. collector
innhverf íhugun f. transcendental meditation
innhverfa f. interior
innhverfur a. introverted
inni adv. inside, indoors
innifalinn a. included
innihald n. content(s)
innilokunarkennd f. claustrophobia
innkaup n. purchase
innlán n. deposit
innlegg n. insert; deposit
innlendur a. native, indigenous, domestic
innlima v. incorporate; annex
innmatur m. variety meats, innards
innrás f. invasion
innrauður a. infrared
innrennsli n. inlet
innritun f. registration, inscription
innræta v. instil
innræting f. propaganda, brainwashing
innsigla v. seal
innsigli n. seal; copy-protection
innskotsmerki n. caret
innsog n. choke
innspýting f. injection
innstunga f. socket, electrical outlet
innsýn f. insight, perspective
innsæi n. intuition
inntak n. input

innvortis adv. internally, inwardly
innyfli n.pl. intestines, bowels

Í

í prp. in, into, during
íbenholt n. ebony
íburðarmikill a. luxurious, showy
íbúð f. flat, apartment (Am.)
íbúðarhús n. house, bungalow, villa
íbúi m. inhabitant, resident, occupant
ídýfa f. dip, sauce
ígulker n. sea-urchin
íhald n. conservatism
íhaldsflokkur m. conservative party
íhaldsmaður m. conservative
íhaldssamur a. conservative
íhuga v. consider, think about, meditate on, deliberate, speculate
íhugun f. consideration, contemplation, meditation
íhvolfur a. concave
íkorni m. squirrel
ílangur a. oblong
ílát n. vessel, container
ímynd f. image; emblem
ímyndaður a. imaginary
ímyndun f. imagination, fantasy

Írland n. Ireland
írskur a. Irish
ís m. ice, ice cream
ísbjörn m. polar bear
ísbrjótur m. icebreaker
íshús n. icehouse, cold storage
ískaldur a. frigid, ice cold
ískyggilegur a. suspicious, ominous, critical
Íslendingur m. Icelander
íslenska f. Icelandic (language)
íslenskur a. Icelandic
ístað n. stirrup
ístra f. pot-belly, paunch
Ítalía f. Italy
ítalskur a. Italian
ítarlegur a. detailed, thorough
ítreka v. repeat, reiterate
ívilnun f. concession, favour
íþrótt f. sport
íþróttamaður m. sportsman, athlete
íþróttavöllur m. sports grounds, stadium
íþróttir f.pl. athletics, sports
íþyngja v. burden

J

ja interj. well
jaðar m. edge, border, fringe, margin
jaðartæki n. peripheral device, external equipment

jafn a. even; equal
jafna v. make even, level, equalize; trim
jafnaðarmaður m. social democrat, socialist
jafnan adv. constantly, always
jafnast v. be equal to, match
jafndægur n.pl. equinox
jafnhliða a. equilateral, parallel; coordinate
jafningi m. equal, peer
jafnóðum adv. as quickly, at the same time
jafnrétti n. equality
jafnskjótt og conj. as soon as
jafnt adv. equally, evenly
jafnvel adv. even
jafnvægi n. equilibrium
jagast v. nag
jakki m. jacket, coat; blazer
Japan n. Japan
japanskur a. Japanese
jarða v. bury, inter
jarðarber n. strawberry
jarðarför f. funeral
jarðeigandi m. landowner
jarðeign f. landed property
jarðeðlisfræði f. geophysics
jarðfræði f. geology
jarðhneta f. peanut
jarðlag n. stratum, layer
jarðneskur a. earthly, terrestrial
jarðrækt f. agriculture
jarðskjálftamælir m. seismograph

jarðskjálfti m. earthquake
jarðsprunga f. chasm, fissure
jarðtenging f. ground connection
jarðyrkja f. agriculture
jarðýta f. bulldozer
jarl m. earl
jarma v. bleat
jata f. crib, manger
jaxl m. molar
já adv. yes, ay
jákvæður a. positive, affirmative
járn n. iron
járnbentur a. reinforced
járnbraut f. railway, railroad
járnbrautarbrú f. railway bridge, viaduct
járnbrautarferja f. train ferry
járnbrautarlest f. (railway) train
járnbrautarstöð f. railway station, depot
járnbrautarvagn m. railway carriage
járngrýti n. iron ore
járnkarl m. iron lever, spike
járnplata f. iron plate, sheet iron
járnslá f. iron bar, bolt
járnsmiður m. blacksmith
járnvörur f.pl. hardware, fittings
játa v. consent; confess, say yes
játning f. confession, admission
jól n.pl. Christmas
jóladagur m. Christmas day
jólakaka f. fruit cake, raisin loaf

jólasveinn m. Santa Claus, Christmas troll
Jónsmessa f. Midsummer Day
jórtra v. chew the cud, ruminate
jurt f. plant, herb
jurtagróður m. vegetation
jurtaæta f. vegetarian
jú adv. yes
júgur n. udder
Júgóslavi m. Yugoslav
Júgóslavía f. Yugoslavia
jæja interj. well
jöfnunarmark n. equalizer
jökulá f. glacial river
jökull m. glacier
jökulsprunga f. crevasse
jörð f. earth, soil, ground; farm
jötunn m. giant

K

kaðall m. rope, cable
kaðalstigi m. rope ladder
kafa v. dive
kafarabúningur m. scuba gear, diving suit, wetsuit
kafari m. diver
kafbátur m. submarine
kaffi n. coffee

kaffibolli m. coffee cup; cup of coffee
kaffihús n. café
kaffikanna f. coffee pot; percolator
kaffitími m. coffee-break
kafli m. part, chapter, section
kafna v. suffocate, choke
kaka f. cake
kakkalakki m. cockroach
kaldi m. light breeze
kaldur a. cold
kali m. ill will, animosity
kalinn a. frostbitten
kalk n. lime
kalksteinn m. limestone
kalkún m. turkey
kall n. cry, call, exclamation
kalla v. call, call out; name
kallkerfi n. intercom
kallmerki n. call sign
kamar m. latrine, privy
kambur m. ledge of rock; comb; cam
kampavín n. champagne
Kanada f. Canada
Kanadamaður m. Canadian
kandís m. rock sugar
kanill m. cinnamon
kanína f. rabbit
kanna f. jug; coffee pot
kanna v. search, explore
kannski adv. perhaps, maybe

kantsteinn m. curb(stone)
kapall m. patience, solitaire
kapella f. chapel
kapp n. eagerness, zeal, ardour
kapphlaup n. race, running
kappi m. champion, hero
kappleikur m. match, game
kappreið f. horserace
kappræða f. debate
kappsigling f. boat race, yacht racing; regatta
kar n. tub, basin
kardináli m. cardinal
karfa f. basket, hamper
karfi m. redfish
karl m. old man
karlkyns- male, masculine
karlmaður m. man, male
karlmannlegur a. masculine, virile
karlmenni n. hero, strong man
karrí n. curry
karta f. toad
kartafla f. potato
kassi m. box
kast n. cast, throw, pitch
kasta v. throw, cast, toss
kastali m. castle
kastast aftur v. recoil
kastkringla r. discus
kastljós n. spotlight; projector
kastpíla f. dart

kastspjót n. javelin
kauði m. boor, wag
kaup n. wages; purchase; bargain
kaupa v. buy, purchase
kaupandi m. buyer, purchaser
kaupfélag n. co-operative society
kauphöll f. stock exchange
kaupmaður m. shopkeeper, merchant
Kaupmannahöfn f. Copenhagen
kaupmáttur m. purchasing power
kaupstaður m. village, markettown
kaupstefna f. fair, market
kaupsýslumaður m. businessman
kaþólskur a. Catholic
kál n. cabbage
kálfi m. calf (of the leg)
kálfur m. calf
kálgarður m. vegetable garden, kitchen garden
kápa f. coat, cloak; cover (of a book)
kátur a. gay, glad, cheerful, happy
keðja f. chain
keðjuhjól n. sprocket
kefla v. gag
keila f. bowling
keisaralegur a. imperial
keisari m. emperor
kekkjóttur a. lumpy
kelda f. bog
kelti m. Celt

keltneska f. Celtic
kemba v. comb; debug
kengur m. bend, hook
kengúra f. kangaroo
kenna v. teach, instruct
kennaraskóli m. teacher training college
kennari m. teacher, instructor, master
kenndur a. known; tipsy
kenning f. theory, doctrine
kennsla f. teaching, instruction, tuition
kennslubók f. textbook
kennslufræði n. pl. pedagogics, teaching methodology
kennslugrein f. subject, course
kennslustofa f. classroom
kennslustund f. lesson, lecture
keppa v. compete, contest, contend
keppandi m. competitor, contestant
keppinautur m. competitor, rival
keppni f. contest, tournament
ker n. tub; vase
kerfi n. system, network
kerfisbreyta f. system variable
kerfisbundinn a. systematic, methodical
kerfisfræðingur m. system analyst
kerfishugbúnaður m. system software
kerling f. old woman, hag
kerra f. cart
kertaþráður m. spark plug lead
kerti n. candle; spark plug

ketill m. kettle, cauldron, boiler
kettlingur m. kitten
kex n. biscuit
keyra v. drive (a car)
kind f. sheep
kindakjöt n. mutton
kinn f. cheek
kinnbein n. cheekbone
kippa v. jerk, pull
kippa f. bunch, bundle
kirkja f. church
kirkjugarður m. churchyard; cemetery
kirkjukór m. church choir
kirkjulegur a. ecclesiastical
kirkjuturn m. church steeple
kirtill m. gland
kisa f. cat, pussy
kista f. chest, box
kitla v. tickle
kíghósti m. whooping cough
kíkir m. binoculars, field glasses, telescope
kíló n. kilo(gramme)
kílómetri m. kilometre
kímni f. humour
Kína n. China
Kínverji m. Chinese
kítti n. putty
kjaftur m. mouth; muzzle
kjallari m. cellar, basement
kjarakaup f.pl. (good) bargain

kjarklaus a. timid, cowardly
kjarkur a. courage, daring, guts
kjarnaklofnun f. nuclear fission
kjarnaofn m. nuclear reactor
kjarneðlisfræði f. nuclear physics
kjarni m. nucleus, core, essence, substance; theme
kjarnorka f. nuclear energy
kjarnorku- nuclear, atomic
kjálkaskegg n. whiskers
kjáni m. fool
kjóll m. dress, gown, frock
kjósa v. choose, elect, vote
kjökra v. sob, whimper
kjör n. election, choice
kjördæmi n. constituency
kjörgengur a. eligible
kjöt n. meat
kjötkássa f. mince, hash
kjötseyði n. consommé
kjötsúpa f. lamb hotpot
kjötteinn m. skewer
kjötæta f. carnivore
klafi m. yoke
klaki m. ice
klappa v. clap, pat; applaud
klarínett n. clarinet
klasi m. cluster
klauf f. cleft, slit
klaufi m. bungler, blunderer, clumsy fellow

klausa f. paragraph
klaustur n. monastery, cloister
kláði m. itch
klám n. pornography, obscenity
klefi m. cabin; compartment
kleinuhringur m. doughnut
klekjast v. hatch
klemma f. clamp, clip
klerkur m. clergyman, priest
klessa v. squash
klettur m. rock, cliff
kliður m. clatter, noise, buzz
klifra v. climb
klippa v. cut, trim
klippur f.pl. shears
klífa v. climb, ascend
klípa v. pinch, nip
kljúfa v. cleave, split
klof n. crotch
klofna v. split, cleave
klofningur m. fission, splitting
kló f. claw; plug
klór n. chlorine; scratch, scrawl
klóra v. scratch, scrawl
klósett n. toilet, loo
klukka f. clock, bell
klukknahljómur m. chime, peal
klukkutími m. hour
klumpur m. chunk, block
klunnalegur a. clumsy, awkward

klúbbur m. club
klúðra v. bungle, muddle
klúr a. coarse, obscene
klútur m. cloth, handkerchief
klæða v. clothe, dress
klæðafaldur m. hem
klæðaskápur m. wardrobe, closet
klæði n. cloth; pl. clothes
klæðnaður m. clothing, suit of clothes
klæðskerasaumaður a. tailor-made
klæðskeri m. tailor
klæja v. itch
klækir m.pl. tricks, cheating
klökkur a. moved to tears
knapi m. jockey
knastás m. camshaft
knattspyrna f. (association) football
knattspyrnuleikur m. football match
knattspyrnulið n. soccer team
knár a. vigorous, clever
kniplingar f.pl. lace
knippi n. bundle
knýja v. force, compel; propel
knýja fram v. enforce
knæpa f. pub
koddaver n. pillow-case, pillow-slip
koddi m. pillow
koffeín n. caffeine
koffeínlaus a. decaffeinated
koffort n. trunk, chest

kofi m. hut, shed
koja f. berth, bunk
kok n. throat, gullet, gorge
kokkáll m. cuckold
kokkur m. cook, chef
koks n. coke
kol n.pl. coal
kolanáma f. coalmine, coalpit
koli m. plaice
kolkrabbi m. octopus, cuttlefish
kollhnís m. somersault
kollur m. stool
kollvarpa v. overthrow, demolish; upset
koma f. arrival, coming
koma v. come, arrive
komast v. reach, arrive
komma f. comma, decimal point; acute accent
kommúnismi m. communism
kommúnisti m. communist
kompa f. small room; closet
kompás m. compass
komutími m. time of arrival
kona f. woman, wife
konfekt n. chocolates, petits fours
kontrabassi m. double bass
konunglegur a. regal, royal, majestic
konungsdóttir f. princess
konungsríki n. kingdom, realm
konungssonur m. prince
konungstign f. majesty

konungsætt f. royal family
konungur m. king, monarch
koníak n. brandy
kopar m. copper
koparstunga f. copperplate
koppur m. chamber-pot
korkur m. cork
korn n. cereal, corn, grain
kornakur m. cornfield
kornhlaða f. granary
kort n. map
kortagerð f. cartography
kortér n quarter of an hour
kosning f. election
kosningabarátta f. election campaign
koss m. kiss
kosta v. cost
kostgæfni f. diligence, carefulness
kostnaður m. cost, expense, charge
kostur m. virtue; choice, alternative; food, board
kot n. small farm; bodice
kókaín n. cocaine
kókóshneta f. coconut
kólna v. become cold, turn cold
kóngur m. king
kópur m. seal pup
kór m. choir, chorus
kórall m. coral
króna f. crown

kóteletta f. cutlet
krabbadýr n. crustacean, crab
krabbamein n. cancer
krafa f. demand, claim; requirement
kraftalegur a. strong-looking, muscular
kraftaverk n. miracle
kraftlaus a. powerless, weak
kraftur m. power, force, energy, strength
kragi m. collar
krakki m. child, kid
krampi m. cramp, convulsion
krani m. tap, faucet (Am.); crane
krans m. wreath
krap n. slush
kransæð f. coronary
krauma v. simmer
krá f. pub, tavern, bar
kráka f. crow
kredda f. dogma, superstition
krefja v. demand, claim
kreista v. squeeze; pinch; crush
kremja v. crush
kreppa f. crisis; depression; dilemma
kringla f. disc; circle; discus
kringlóttur a. round, circular
kringum prp. round, around
kringumstæður f.pl. circumstance(s)
kristallur m. crystal
kristilegur a. Christian
kristinn a. Christian

Kristur m. Christ
kría f. tern
krít f. chalk
krjúpa v. kneel
kross m. cross
krossferð f. crusade
krossfesta v. crucify
krossfesting f. crucifixion
krossfiskur m. starfish
krossgáta f. crossword puzzle
krosslaga a. cruciform
krosssaumur m. cross stitch
krossviður m. plywood
krókóttur a. winding, circuitous
krókur m. hook; corner; detour
króm n. chromium
króna f. crown, 100 aurar
krónprins m. crown prince
krufning f. autopsy
krukka f. jar, jug, can
krummi m. raven
krús f. jug, mug, tankard
krydd n. spice, seasoning
kryddaður a. spiced, spicy
kryddlögur m. marinade
kryddsíld f. pickled herring
kryfja v. dissect
krypplingur m. hunchback
krýna v. crown
krækiber n. crow-berry

kræklingur m. mussel
kröftugur a. strong, powerful, energetic
kröfuganga f. demonstration, march
kröggur f.pl. difficulties
kubbur m. integrated circuit
kuðungur m. conch, snail
kuldabólga f. chilblain
kuldalegur a. chilly, bleak
kuldaskil n.pl. cold front
kuldi m. cold, coldness
kunna v. know, know how to, understand
kunnátta f. knowledge, skill
kunngera v. proclaim, publish
kunningi m. acquaintance, friend
kunnugur a. familiar with
kunnur a. known
kurteis a. polite, courteous, civil
kurteisi f. courtesy, good manners
kúabú n. dairy farm
kúbein n. crowbar
kúfaður a. heaped
kúga v. bully, oppress, subdue
kúga fé v. blackmail, extort
kúgast v. retch
kúgun f. tyranny, oppression
kúla f. ball, sphere, globe
kúluhattur m. bowler hat
kúlulega f. ball bearing
kúlupenni m. ballpoint pen
kúluspil n. pinball

kúmen n. caraway seeds
kúpling f. clutch
kúpull m. cupola, dome
kúreki m. cowboy
kútur m. cask, keg
kvaðning f. summons
kvaka v. twitter, chirp
kvalafullur a. painful
kvalalosti m. sadism
kvarði m. scale, measure
kvarta v. complain
kvartett m. quartet
kvartil n. keg; quarter, phase
kveða v. recite, sing
kveðja v. say goodbye to
kveðskapur m. poetry, versification
kvef n. cold
kvefaður a. have a cold
kveikja f. distributor
kveikja v. light; turn the light on
kveikjari m. lighter
kveikjukefli n. ignition coil
kveikjukerfi n. ignition system
kveikjustilling f. ignition timing
kveikur m. wick
kveina v. wail, moan
kveinka sér v. wince
kvelja v. torture, torment
kvenfélag n. ladies' club, women's association

kvenfólk n. women, womenfolk
kvenhatari m. misogynist
kvenkyns a. female, feminine
kvenlegur a. feminine
kvenmaður m. woman
kvennasalerni n. ladies'room
kvennaskóli m. school for domestic science, girls' school
kvenréttindasinni m. feminist
kvenréttindi n.pl. women's rights
kvensjúkdómafræði f. gynaecology
kvensjúkdómafræðingur m. gynaecologist
kver n. booklet, small book
kverkar f.pl. throat
kviðarhol n. abdomen
kviðdómur m. jury
kviðslit n. hernia
kviður m. belly, abdomen, womb
kvikasilfur n. mercury, quicksilver
kvikfénaður m. livestock
kvikindi n. creature, animal
kvikmynd f. film, motion picture, movie
kvikmyndahús n. cinema, movie theater
kvikmyndatjald n. (film) screen
kvikna v. come to life, catch fire
kvilli m. ailment, illness
kvistur m. knot (in wood), garret (in a house)
kvitta v. receipt, give a receipt for
kvittun f. receipt
kvíði m. anxiety, uneasiness

kvíga f. heifer
kvísl f. fork, branch; pitchfork
kvoða f. resin, froth
kvos f. hollow
kvóti m. quota
kvæði n. poem, song
kvænast v. marry
kvöð f. charge, duty; burden, condition
kvöl f. agony
kvöld n. evening
kvöldkjóll m. evening dress, evening gown
kvöldmatur m. dinner, supper
kvörn f. handmill, grinder
kvörtun f. complaint
kylfa f. club, bat
kylfingur m. golfer
kyn n. sex, gender, breed, race
kynblendingur m. hybrid, bastard, crossbreed
kynda v. light (the fire)
kyndugur a. odd, strange
kynfæri n.pl. genitals
kyngja v. swallow
kynhverfur a. homosexual
kynhvöt f. sexuality, sexual desire
kynkuldi m. frigidity
kynlegur a. queer, odd, strange
kynmök n.pl. sexual intercourse, copulation
kynna v. make known, introduce
kynngikraftur m. magic powers
kynning f. introduction, presentation

kynningarbæklingur m. brochure, prospectus
kynnir m. announcer, master of ceremonies
kynslóð f. generation
kyntöfrar m.pl. sex appeal
kynþáttaaðskilnaður m. apartheid
kynþáttahatur n. racism
kynþáttur m. race
kynþroski m. puberty
kynæsandi a. erotic
kyrkja v. strangle, choke
kyrr a. still, calm, quiet
Kyrrahafið n. the Pacfic Ocean
kyrrð f. stillness, rest
kyrrlátur a. quiet, calm, serene, tranquil
kyrrstæður a. stagnant, static
kyssa v. kiss
kýli n. swelling, abscess
kýr f. cow
kýrauga n. porthole
kæfa v. suffocate, choke
kæfa f. paté
kæla v. cool, chill
kæliskápur m. refrigerator, fridge
kælivökvi m. coolant
kænn a. cunning, sly, artful
kænska f. cunning, shrewdness, cleverness
kænskubragð n. cunning, trick, ruse
kær a. dear, beloved
kæra v. accuse, charge
kærkominn a. welcome, appreciated

kærleikur m. charity, love
kæruleysislegur a. nonchalant
kæta v. cheer, gladden
kæti f. joy, gladness, gaiety
köflóttur a. chequered, checked
köfnun f. suffocation, asphyxia
köfnunarefni n. nitrogen
köfun f. diving, dive
kögguII m. lump
kögur n. fringe, frill
kökkur m. lump, clot
kökumót n. baking-pan
köllun f. vocation, calling
könguló f. spider
köngulóarvefur m. cobweb, spider's web
könnuður m. explorer, surveyor
könnun f. investigation, survey, checkup
könnunarflug n. reconnaisance flight
körfuknattleikur m. basketball
köttur m. cat

L

labba v. walk, stroll
lafa v. sag
lafmóður a. panting, exhausted
lag n. air, tune
laga v. arrange, put right, adjust

lagfæra v. repair, mend, set in order, correct
lagabrot n. violation of law
lagadeild f. faculty of law
lagalegur a. legal
lagasetning f. legislation
lagfæra v. repair, adjust, correct, mend, set in order
laginn a. dexterous, skilful, handy
laglegur a. good-looking, pretty, handsome
lagni f. dexterity
lak n. bedsheet
lakk n. varnish, lacquer; wax
lakka v. varnish
lakkrís m. liquorice
lamandi a. stunning
lamb n. lamb
lambakjöt n. lamb (meat)
lamir f.pl. hinges
lampi m. lamp; tube, valve
land n. land, country; terrain
landabréf n. map
landafræði f. geography
landamerki n.pl. landmark; boundary
landamæri n.pl. border, boundary, frontier
landareign f. estate, landed property; premises
landbúnaðar- agricultural, agrarian
landbúnaður m. agriculture, farming
landfestar f.pl. moorings
landgöngubrú f. gangway

landhelgi f. territorial waters
landhelgisgæsla f. coastguard
landi m. fellow-countryman, compatriot
landkönnun f. exploration
landlæknir m. Surgeon General
landnám n. colonization, settlement
landnámsmaður m. settler
landnemi m. settler
landráð n.pl. high treason
landráðamaður m. traitor
landsbanki m. national bank
landsbókasafn n. national library
landsbyggð f. country, countryside
landshluti m. region
landsími m. national telecommunications service
landskjálftamælir m. seismograph
landskjálfti m. earthquake
landslag n. landscape, scenery
landsmál n.pl. politics, public affairs
landsstjóri m. governor
landsvæði n. territory
langafi m. great-grandfather
langamma f. great-grandmother
langbylgja f. long wave
langhlið þríhyrnings f. hypotenuse
langlínusamtal n. trunk call, long-distance call (Am.)
langrækinn a. unforgiving
langstökk n. long jump

langsum adv. lengthways, lengthwise
langt adv. far
langtum adv. by far
langur a. long
langvarandi a. lasting, chronic
langvinnur a. chronic, long-lasting
langvía f. guillemot
lasinn a. unwell, ill
laskaður a. damaged
lasleiki m. ailment
last n. blame, censure
lasta v. blame, find fault with
latína f. Latin
latur a. lazy, sluggish, idle
lauf n. leaf; clubs (in cards)
lauflétttur a. airy, light as air
laufskrúð n. foliage
laufsög f. jigsaw
laug f. bath; hot spring
lauga v. bathe, wash
laugardagur m. Saturday
laukur m. onion
laumast v. sneak
laumufarþegi m. stowaway
laun n.pl. pay, salary; reward, remuneration
launaskrá f. payroll
launmorð n. assassination
launþegi m. wage-earner, employee
laus a. loose; unoccupied, vacant
lausafé n. personal property

lausaleiksbarn n. illegitimate child, bastard
lauslátur a. promiscuous
lausn f. release, liberation
lausnarbeiðni f. resignation
lausnargjald n. ransom
lax m. salmon
laxá f. salmon river
laxveiði f. salmon fishing
lá v. blame
lágfiðla f. viola
láglendi n. lowland, flat land
lágmark n. minimum
lágspenna f. low voltage
lágstafur m. lowercase character
lágur a. low, short
lágþrýstingur m. depression
lágþrýstisvæði n. low pressure system
lán n. loan; good luck
lána v. lend
lánardrottinn m. creditor
lánsamur a. lucky, fortunate; successful
lánskjör n.pl. terms of a loan
láréttur a. horizontal, level
lás m. lock
lásasmiður m. locksmith
lát n. loss; death
láta v. let; have done; put, place
látalæti n.pl. pretence, make-believe
látast v. pretend, feign
látbragðsleikur m. pantomime

látinn a. dead, deceased
látlaus a. plain, informal; ceaseless, incessant
látún n. brass
leðja f. mud
leður n. leather
leðurblaka f. bat
leg n. womb, uterus
lega f. bearing; illness, lying (in bed); position
leggja v. lay, place, put
leggja af stað v. set off, set out, depart, leave
leggjast v. lie down
leggur m. leg; stem
leggöng n.pl. vagina
legsteinn m. gravestone, tombstone
legubekkur m. couch, sofa
leið f. way, road
leiða v. lead, conduct
leiðandi a. leading, foremost
leiðangur m. expedition
leiðari m. editorial
leiðarmælir m. taximeter
leiðarvísir m. guide, instructions
leiðast v. walk hand in hand
leiðbeina v. guide, instruct
leiðbeinandi m. guide, instructor
leiðbeining f. guidance; pl. directions, instructions
leiði n. grave, tomb
leiðindi n.pl. boredom; trouble, mischief
leiðinlegur a. boring, wearisome

leiðrétta v. correct, put right
leiðsla f. pipeline; wire; guidance
leiðsögubók n. guide book
leiðsögumaður m. guide
leiður a. bored, tired
leifar f.pl. remains, rest, leftovers
leiftra v. flash, twinkle
leiftur n. flash
leifturljós n. flashlight
leiga f. hire, rent; charter
leigja v. hire, rent
leigjandi m. lodger
leigubílastöð f. taxi rank, taxi stand
leigubíll m. taxi, cab
leigubílstjóri m. taxi-driver, cabdriver (Am.)
leiguflug n. charter flight
leika v. play; act
leikari m. actor, player
leikbrúða f. puppet
leikendur m.pl. cast
leikfang n. toy, plaything
leikfangabúð f. toyshop
leikfimi f. physical education
leikfimisalur m. gymnasium, gym
leikfimiskór m.pl. gym shoes
leikhús n. theatre
leikinn a. skilled, skilful, dexterous
leikkona f. actress
leikmaður m. player, layman
leikni f. dexterity, skill

leikrit n. play, drama
leikritaskáld n. playwright, dramatist
leikrænn a. dramatic
leikstjóri m. director, producer
leiksvið n. stage, scene
leikur m. play, game
leikvöllur m. playground, recreation ground
leir m. clay
leirkerasmiðja f. pottery
leirvara f. crockery, earthenware
leit f. search, quest
leita v. search, look for
leka v. leak, drip
leki m. leak, leakage
lekur a. leaky, leaking
lemja v. beat, thrash, pound
lend f. rump
lenda v. land
lendar n.pl. loins
lendingarstaður m. landingplace
lengd f. length
lengi adv. long, for a long time
lengja f. strip
lengja v. lengthen, prolong
lesa v. read, study
lesa upp v. recite, rehearse
lesandi m. reader
lesblinda f. dyslexia
lesminni n. read-only memory, ROM
lest f. train; hold (of a ship, aeroplane); ton

lestarferja f. train ferry
lestarhleri m. hatch
lestrarsalur m. reading-room
lestur m. reading
leti f. laziness, idleness
letingi m. idler, dawdler, lounger
letja v. dissuade
letur n. font, graphic symbol
leturbreytistafur m. font change character
leturgrafari m. engraver
lexía f. lesson
leyfa v. allow, permit; concede
leyfi n. permission, leave; holiday, vacation; licence
leyna v. hide, conceal
leynd f. secrecy
leyndardómsfullur a. mysterious, mystic
leyndardómur m. mystery, secret
leyndarmál n. secret
leyndur a. hidden, secret
leyni n. hiding place
leynilegur a. covert, cryptic
leynilögregla f. secret police
leyniskytta f. sniper
leysa v. loosen, untie, undo
lélegur a. poor, low-grade, inferior
léreft n. linen, cotton cloth
létta v. lighten, alleviate
léttir m. relief, release
léttlyndur a. cheerful, light-hearted

léttur a. light, easy
léttúð f. frivolity
léttúðugur a. frivolous
lið n. troops, army; help
liðaður a. curly
liðagigt f. arthritis
liðband n. ligament
liðhlaupi m. deserter
liðinn a. past
liðsforingi m. lieutenant
liðsinna v. help, assist, accommodate
liðugur a. nimble, agile, supple
liður m. segment
liðþjálfi m. sergeant
lifa v. live, be alive
lifandi a. alive, living, animate
lifna v. come to life
lifur f. liver
liggja v. lie, be situated
lilja f. lily
limlesta v. mutilate
limur m. limb; member
lina v. soften, loosen
lind f. spring, well
linditré n. limetree
lindýr n. mollusc
linnulaust adv. continuously
linsa f. lens
linsoðinn a. lightly-boiled, soft-boiled
linur a. soft, weak, slack

lipur a. nimble, supple, agile
lirfa f. grub
list f. art
listamaður m. artist
listasafn n. art museum; art gallery
listasaga f. art history
listaskóli m. school of fine arts, academy of arts
listasýning f. art exhibition
listaverk n. work of art
listi m. list; index
listiðnaður m. arts and crafts, applied art
listrænn a. artistic
listun f. listing
lita v. colour, dye, paint
litaður a. coloured
litarefni n. dye, pigment, colourant
litaspjald n. palette
litblindur a. colour-blind
litblær m. tinge, shade
litkrít f. pastel, crayon
litningur m. chromosome
litróf n. spectrum
litsjónvarp n. colour television
litskrúðugur a. colourful, brilliant
litur m, colour, hue; dye; suit (in cards)
líða v. pass; suffer
líf n. life
lífefnafræði f. biochemistry
lífeyrisþegi m. pensioner

líffræði f. biology
líffæraflutningur m. transplant
líffærafræði f. anatomy
líflát n. death; execution
lífláta v. execute
líflegur a. vivacious
lífrænn a. organic
lífskjör n.pl. standard of living
lífsþróttur m. vitality, vigour
lífvörður m. bodyguard
lífæð f. artery
lík n. dead body, corpse
líka v. like, be pleased with; relish, enjoy
líka adv. also, too, likewise
líkami m. body
líkamlegur a. physical, carnal, sensual
líkamsárás f. assault, mugging
líkamsbygging f. anatomy, build
líkamsþróttur m. stamina
líkbrennsla f. cremation
líkfylgd f. funeral procession
líkhús n. morgue
líkindi n.pl. likelihood, probability
líking f. similarity, semblance
líkingasaga f. allegory
líkja eftir v. imitate, simulate, sopy
líkjör m. liqueur
líkkista f. coffin
líklegur a. likely, probable
líknarfélag n. charity

líknarmorð n. euthanasia
líkneski n. statue, monument
líkskoðun f. autopsy
líkur f.pl. chances, probability
líkur a. like, similar
líkþorn n. corn
lím n. glue, adhesive, paste
líma v. glue, paste, stick
límband n. adhesive tape
límkenndur a. sticky
lína f. line
línubil n. line interval, (line) spacing
línurit n. diagram, graph, chart
lírukassi m. street-organ
líta v. look at
lítilfjörlegur a. minor, unimportant
lítill a. little, small; petty, nominal
lítillátur a. modest, gracious
lítillækka v. humiliate
lítilmagni m. underdog
lítilsvirða v. despise, look down upon
lítri m. litre
ljár m. scythe
ljóð n. song, poem, verse
ljóma v. shine, gleam
ljómandi a. splendid, brilliant
ljómi m. splendour, brilliance
ljón n. lion
ljós a. light, bright
ljós n. light, brightness

ljósapera f. bulb
ljósastaur m. lamppost
ljósbrot n. refraction
ljósfræði n. optics
ljóshraði m. speed of light
ljóshærður a. fair-haired
ljósker n. lantern
ljóslifandi a. vivid, true to life
ljósmóðir f. midwife
ljósmynd f. photograph, photo
ljósmyndun f. photography
ljósmælir m. exposure meter
ljósrita v. xerox, photocopy
ljóstillífun f. photosynthesis
ljóstra upp v. reveal, disclose
ljótur a. ugly
ljúffengur a. delicious, delicate
ljúfmenni n. kind person
ljúga v. lie, tell lies
ljúka v. finish, complete, conclude
loddari m. juggler, impostor
loða við v. adhere
loðinn a. hairy, shaggy; indistinct
loðskinn n. fur
lof n. praise
lofa v. praise; permit, allow; promise
loforð n. promise
loft n. air, sky; ceiling
loftárás f. air raid
loftbelgur m. balloon

loftbor m. pneumatic drill
loftbóla f. bubble
loftgóður a. airy
lofthjúpur m. atmosphere
lofthreinsari m. air-cleaner
loftmótstaða f. drag, air resistance
loftræsting f. ventilation, air-conditioning
loftræstur a. ventilated, air-conditioned
loftskeytamaður m. radio operator
loftskeytasendir m. radio transmitter
loftslag n. climate
loftsteinn m. meteor
lofttegund f. gas
loftvarnarbyrgi n. air-raid shelter
loftvarnarbyssa f. anti-aircraft gun
loftveiki f. air sickness
loftvog f. barometer
loftþéttur a. airtight
loftþrýstingur m. atmospheric pressure
loga v. blaze, flame, burn
logi m. blaze, flame
logn n. calm, quiet, tranquillity
logsuða f. welding
lok n. lid, cover; end
loka v. shut, close, block
loka inni v. lock up, confine
lokaður a. closed, shut
loki m. valve
lokka v. entice, decoy, seduce
lokkur m. lock, tress

loksins adv. at last, finally
lopapeysa f. (wool) sweater
losa v. loosen, disengage; unload
losaralegur a. sloppy, loose
losna v. get loose, loosen
losti m. lust, desire
lota f. round, heat
lotning f. respect, deference, piety
lóa f. plover
lóð n. weight; building site, lot
lóða v. solder
lóðbolti m. soldering iron
lóðréttur a. vertical, perpendicular
lófaklapp n. applause
lófalesari m. palmist
lófatak n. applause
lófi m. palm (of the hand)
lón n. lagoon
lubbi m. shock of hair
lukka f. luck
lukt f. lantern
lund f. temper, disposition
lundi m. puffin
lundir f.pl. sirloin
lunga n. lung
lungnabólga f. pneumonia
lurkur m. club, cudgel
lúða f. halibut
lúðrasveit f. brass band
lúðraþytur m. fanfare

lúður m. trumpet; horn, hooter
lúga m. hatch
lúinn a. tired, worn out
lús f. louse; bug
lúta f. lute
lyf n. medicine, drug
lyfjabúð n. chemist's shop, pharmacy, drugstore
lyfjafræði f. pharmacology
lyfsali m. pharmacist
lyfseðill m. prescription
lyfta f. lift, elevator
lyfta v. lift, raise, hoist
lyftiduft n. baking-powder
lyftingar f.pl. weight-lifting
lyftistöng f. lever
lygari m. liar
lygi f. lie, untruth
lyginn a. lying, untruthful
lygn a. calm, serene
lykill m. key; solution
lykilorð n. headword, keyword
lykkja f. loop, stitch (in knitting); noose
lyklaborð n. keyboard
lykt f. smell, odour
lykta v. smell
lykta illa v. reek
lymska f. cunning
lyng n. heather
lyst f. appetite

lystaukandi a. appetizing
lystauki m. appetizer
lystisnekkja f. yacht
lýðræði n. democracy
lýðræðislegur a. democratic
lýður m. people; mob
lýðveldi n. republic
lýsa f. whiting
lýsa v. light up, illuminate; describe
lýsa yfir v. proclaim, announce, declare
lýsi n. cod liver oil
lýsing f. illumination; description
lýsingarháttur m. participle
lýsingarorð n. adjective
lýtalæknir m. plastic surgeon
lýti n. blemish
læðast v. creep, slink
læðast um v. prowl
lægð f. hollow, depression; low pressure
lækka v. turn down, lower
lækkun f. lowering, decline
lækna v. cure, heal
læknadeild f. faculty of medicine
læknanlegur a. curable
lækning f. cure, treatment; therapy
lækningastofa f. surgery, clinic
læknir m. doctor, physician, surgeon
læknisfræði f. medicine
læknisfræðilegur a. medical
læknisvottorð n. health certificate

lækur m. brook, creek
lærður a. learned
læra v. learn (by heart), study, memorise
læri n. thigh
lærisveinn m. pupil, disciple
lærleggur m. thigh-bone
lærlingur m. apprentice
læs a. able to read
læsa v. lock (up)
læsilegur a. readable; legible
læsing f. lock
læti n.pl. noise, fuss, tumult
lævirki m. lark
löður n. lather
lög n.pl. statute, law(s)
lögbirtingablað n. official gazette
lögboðinn a. mandatory
lögfræði f. law, jurisprudence
lögfræðingur m. solicitor, attorney
lögga f. bobby, cop
löggilding f. authorization
löggiltur a. authorized
lögheimili n. domicile
löglegur a. lawful; legal
lögmaður m. lawyer, solicitor, barrister, attorney
lögmál n. law, principle
lögregla f. police
lögregluforingi m. superintendent
lögreglumaður m. police officer

lögreglustjóri m. chief of police, commissioner of police
lögreglustöð f. police station
lögregluþjónn m. constable, policeman
lögsaga f. jurisdiction
lögun f. form, shape
löm f. hinge
lömunarveiki f. polio
löngun f. longing
löpp f. paw, leg
lötra v. plod, ride slowly
löstur m. vice, fault

M

maðkur m. worm, maggot
maður m. man, husband
magabelti n. girdle
magadans m. belly dance
magasár n. gastric ulcer
magaverkur m. stomachache, bellyache
magi m. stomach, belly
magn n. quantity, magnitude
magnari m. amplifier
magnlaus a. weak, powerless
magur a. lean, thin
maís m. maize, corn
maki m. spouse

makki m. mane, horse's neck
makríll m. mackerel
mal (í ketti) n. purr
mala v. grind, crush
malari m. miller
malaría f. malaria
malbik n. asphalt, tarmac
malbikaður a. paved, macadamized
malla v. simmer
malur m. haversack
mamma f. mother, mama
mana v. dare, provoke, challenge
mandarína f. mandarin, tangerine
mandla f. almond
manndráp n. murder, homicide, manslaughter
mannfjöldi m. crowd (of people)
mannfræði f. anthropology
mannkyn n. mankind
mannkærleiki m. philanthropy
mannlaus a. desolate
mannlegur a. human
mannmargur a. crowded
mannorð n. reputation
mannrán n. kidnapping
mannsaldur m. generation
mannskæður a. fatal, bloody, destructive
manntal n. census
mannúð f. humanity, kindness
mannvera f. human being
mannæta f. cannibal

mappa f. folder
mar n. contusion, bruise
margbrotinn a. complex, sophisticated
margfalda v. multiply
margfaldur a. manifold
margfeldi n. product
margföldun f. multiplication
margfætla f. centipede
marghleypa f. revolver
marglitta f. jellyfish
marglitur a. colourful, polychrome, brilliant
margur a. many, numerous
margvíslegur a. various, varied
mark n. mark, sign, impression; goal
marka v. mark, impress; take notice of
markaður m. market, marketplace
markmið n. goal, objective, target
markverður a. remarkable
markvörður m. goalkeeper
marmari m. marble
marmelaði n. marmelade
marr n. creak
marsvín n. guinea pig
martröð f. nightmare
masa v. chat, gossip, prattle
mat n. valuation, esitmate, appreciation; review
mata v. feed
matarbiti m. snack, morsel
matareitrun f. food poisoning

matarlyst f. appetite (for food)
matarskammtur m. portion, ration
mataræði n. diet
mathákur m. glutton, gourmand
matprjónn m. chopstick
matreiða v. cook, prepare (food)
matreiðslubók f. cookery book, cookbook
matsalur m. dining hall, canteen, mess
matseðill m. menu
matskeið f. tablespoon
mattur a. mat
matur m. food, victuals
matvæli n.pl. provisions, victuals
mauk n. pulp, jelly, jam
maur m. ant
má v. wipe out, blur, efface
má út v. obliterate
máður a. faded
máfur m. seagull
mágkona f. sister-in-law
mágur m. brother-in-law
mál n. speech, lanuguage; matter, affair
mála v. paint
málaferli n.pl. (legal) proceedings
málafærslumaður m. lawyer, advocate, solicitor, attorney, barrister
málaliði m. mercenary
málamiðlun f. compromise; mediation
málari m. painter, decorator
málband n. tape measure

málefni n. matter, affair, case
málfrelsi n. freedom of speech
málfræði f. grammar
málfræðilegur a. grammatical
málgefinn a. talkative, loquacious
mállaus a. dumb, speechless
mállýska f. dialect
málmblanda f. alloy
málmgrýti n. ore
málmur m. metal, ore
málmþynna f. foil, sheet of metal
málningarpensill m. paintbrush
málrómur m. tone of voice
málsgrein f. grein, clause
málsháttur m. saying
málstaður m. cause
málsvari m. advocate, representative
málsvörn f. defence, plea
máltíð f. meal
málverk n. painting, picture
málvísindi n.pl. linguistics, philology
mánaðarlega a. monthly
mánuður m. month
mása v. pant, wheeze
máta v. try on
máttlaus a. weak, faint
máttugur a. potent
mátulegur a. suitable, adequate, just right
með prp. with, by
meðal n. medicine, drug

meðal prp. among, between
meðalhóf n. moderation
meðallag n. average
meðalstór a. medium (sized)
meðan adv. meanwhile
meðan conj. while
meðaumkun f. compassion
meðeigandi m. partner
meðferð f. treatment
meðfæddur a. congenital, inborn
meðganga v. confess
meðgöngutími m. pregnancy
meðmælabréf n. letter of recommendation; credentials
meðmæli n.pl. recommendation
meðvitund f. consciousness
mega v. may, be allowed
meginland n. continent
meginregla f. maxim, principle
megintölva f. mainframe
megra sig v. slim, diet
meiða v. hurt, injure
mein n. harm, damage
meina v. mean
meindýr n. vermin
meining f. meaning, opinion
meinlaus a. harmless
meinloka f. obsession; lapse
meirihluti m. majority
meistaraverk n. masterpiece

meistari m. master; champion
meitill m. chisel
meitla v. chisel, carve
mella f. prostitute
melludólgur m. pimp
melóna f. melon
melta v. digest
meltanlegur a. digistable
melting f. digestion
meltingartregða f. indigestion
menga v. contaminate
mengun f. pollution, contamination
menning f. culture, civilization
mennskur a. human
mennta v. educate
menntaskóli m. secondary grammar school, junior college (Am.)
menntastofnun f. educational institution
menntun f. education
mergð f. multitude
mergur m. marrow
meri f. mare
merja v. bruise, squash
merki n. signal, mark, indication, brand, token, tick
merkilegur a. remarkable
merkimiði m. tab, label
merking f. meaning, significance
merkingarfræði f. semantics
merkingarlaus a. meaningless

merkja v. mark, tag; signify, denote
merkjavörður m. signalman
messa f. divine service, Mass
messingvara f. brassware
messuklæði n.pl. vestments
messusöngur m. church-singing, Mass
messuvín n. communion wine
met n. record
meta v. value, estimate, evaluate, esteem
metnaður m. ambition, pride
metrakerfi n. metric system
metri m. metre
metta v. saturate
mey f. virgin
meyr a. tender (of meat)
miða v. aim, bear on; progress
miðalda- mediaeval
miðaldir f.pl. the Middle Ages
miðasala f. box office
miðbær m. town centre
miðdepill m. centre, central point
miðflóttaafl n. centrifugal force
miði m. slip of paper, ticket, stub
miðill m. clairvoyant, medium
miðja f. centre, middle
Miðjarðarhaf n. The Mediterranean
miðjun f. center justifying
miðla v. communicate
miðla (málum) v. mediate, compromise
miðlari m. dealer, broker

miðmynd f. middle voice
miðnætti n. midnight
miðsóknarafl n. centripetal force
miðstétt f. middle class
miðstýra v. centralize
miðstöð f. centre, central station
miðstöðvarhitun f. central heating
miðstöðvarofn m. radiator
miðsumar n. midsummer
miðverk n. central processing unit
mikilfenglegur a. impressive, imposing, magnificent
mikill a. great, large, much
mikilmenni n. great man
mikilvirkur a. efficient
mikilvægi n. importance, gravity
mikilvægur a. important, significant
mildi f. clemency
mildur a. mild, gentle
milli prp. between
millibil n. break, gap, interval, interim
milligöngumaður m. intermediary
millilending f. stopover
millipils n. petticoat
milliríkjasamningur m. international treaty
millispil n. interlude
millistig n. intermediate stage
millistykki n. adapter
milliveggur m. partition
milliþáttur m. intermezzo

millimeter m. millimetre
milljarður m. thousand million, billion (Am.)
milljón f. million
milta n. spleen
minkur m. mink
minn, mín, mitt prn. my, mine
minna á v. remind
minni n. memory
minnihluti m. minority
minning f. memory, commemoration
minnimáttarkennd f. inferiority complex
minningarhátíð f. jubilee, commemoration
minnisblað n. note, memo
minnismerki n. monument, memorial
minnisrýmd f. storage capacity
minnisstæður a. memorable
minnka v. cut, reduce, decrease, diminish
misferli n. misdemeanour, graft
misheppnaður a. unsuccessful
misjafn a. uneven, unequal, different
misklíð f. disagreement, quarrel
miskunn f. mercy
miskunna v. have mercy on, pity
miskunnarlaus a. merciless, heartless, cruel
miskunnsamur a. merciful
mislingar m.pl. measles
mislíka v. dislike, be dipleased with,
disapprove of
mismunur m. difference, disparity
mismæli n. slip of the tongue, mistake

misnotkun f. abuse
missa v. lose
misseri n. season, semester
missir m. loss, deprivation, bereavement
misskilja v. misunderstand
misskilningur m. misunderstanding
mistakast v. fail, not to succeed
mistur n. mist, haze
mistök n.pl. mistake, flop
misþyrma v. mutilate
mitti n. waist, middle
mígreni n. migraine
míla f. mile
mínúta f. minute
mjaðmargrind f. pelvis
mjallhvítur a. snow-white
mjálma v. mew
mjóhundur m. greyhound
mjókka v. narrow
mjólk f. milk
mjólka v. milk
mjólkurbú n. dairy, creamery
mjólkursýra f. lactic acid
mjór a. thin, slim; narrow
mjúkur a. soft, mild, mellow, supple
mjög adv. very
mjöl n. flour, meal
mjöll f. fresh snow
moka v. shovel
mold f. earth, soil

moldrok n. dust storm
moldvarpa f. mole
moli m. piece, crumb, lump of sugar
moll m. minor key
molna v. crumble
mont n. bragging, boasting
monta v. boast, brag
montinn a. conceited, boastful, snooty
morð n. murder
morðingi m. murderer
morgunmatur m. breakfast
morgunn m. morning
morkinn a. rotten, decayed
mortél n. mortar
mosi m. moss
motta f. mat
móberg n. tuff
móðga v. offend
móðgun f. offence, injury
móðir f. mother
móður a. out of breath, weary
móðurkviður m. womb
móðurmál n. mother tongue, native language
móka v. slumber
mór m. peat, heath
mót n. meeting; reunion; tournament
mót (til afsteypu) n. die
móta v. format
mótald n. modem
mótbára f. objection

mótefni n. antidote
mótfallinn a. averse, opposed
móti prp. against
mótmæla v. protest, object
mótmælaaðgerð f. demonstration, protest
mótmælandi m. protestant
mótorbátur m. motorboat
mótorhjól n. motorcycle, motorbike
mótsagnakenndur a. contradictory
mótstaða f. resistance, opposition
mótstöðuafl n. resistance
mótsögn f. paradox, contradiction
móttaka f. reception
móttakandi m. recipient, addressee
móttökutæki n. receiver
mótþrói m. obstinacy, resistance
muldur n. murmur
muna v. remember, recollect, call to mind
munaðarleysingi m. orphan
munaður m. luxury
munkur m. monk
munnbiti m. mouthful
munnharpa f. harmonica
munnlegur a. verbal, colloquial
munnstykki n. mouthpiece
munnur m. mouth
munnvatn n. saliva, mouthwash
munnþurrka f. serviette
munur m. difference
musteri n. temple

múgur m. crowd, mob
múlasni m. mule
múmía f. mummy
múr m. wall
múrari m. bricklayer, mason
múrskeið f. trowel
múrsteinn m. brick
mús f. mouse
múta v. bribe
mútur f.pl. bribery
mygla f. mould
myglaður a. mouldy, musty
mykja f. dung, manure
mykjuhaugur m. dunghill
mylja v. crunch, pound, pulverlize
mylla f. mill
mylsna f. crumbs
mynd f. picture; photograph
myndamót n. (photographic) plate
myndatexti m. caption, text
myndhvörf n.pl. metamorphosis
myndband n. videotape
mynddepill m. pixel
myndhhöggvari m. sculptor
myndhvörf n.pl. metaphor
myndlístarsalur m. (art) gallery
myndræn tölva f. analog computer
myndskrúðugur a. picturesque
myndskurður m. carving
myndun f. formation, configuration

mynni n. mouth, opening, outlet
mynstur n. pattern, design
mynt f. coin
mynteining f. monetary unit
myntslátta f. mint
myntsöfnun f. numismatics
myrða v. murder, assassinate
myrkfælinn a. afraid of the dark
myrkur n. darkness, gloom
myrkvi m. darkness; eclipse
myrkvun f. blackout
mýfluga f. gnat, midge
mýkja v. soften
mýkt f. softness
mýrakalda f. malaria
mýri f. marsh, bog, swamp
mýrlendur a. marshy, boggy, swampy
mæði f. shortness of breath
mæla v. speak, talk; measure, gauge
mælaborð n. fascia, instrument panel
mælieining f unit of measure, gauge
mælikvarði m. standard, scale; criterion
mælir m. measure; meter
mælitæki n. measuring instrument, gauge
mælska f. eloquence
mælskulist f. rhetoric
mælskur a. eloquent
mæna f. spinal cord
mænir m. monitor
mænusótt f. polio

mæta v. meet
mögulegur a. possible, feasible
möguleiki m. possibility, potential
mökkur m. cloud (of dust of smoke)
möl f. gravel
mölfluga f. moth
mölva v. break, smash (to pieces)
mör m. suet
mörður m. weasel
mörgæs f. penguin
möskvastærð f. mesh measure
möskvi m. mesh
mötuneyti n. mess, canteen, refectory

N

nabbi m. pimple, blotch
nafar m. gimlet
naflastrengur m. umbilical cord
nafli m. navel
nafn n. name
nafnalisti m. list of names, roster
nafnbót f. title
nafnháttur m. infinitive (mood)
nafni m. namesake
nafnkunnur a. famous, noted
nafnlaus a. nameless, anonymous
nafnorð n. noun

nafnspjald n. visiting card
nafntogaður a. illustrious
naga v. gnaw, chew
nagdýr n. rodent
naglaklippur f.pl. nail cutters
naglalakk n. nail polish
naglaþjöl f. nail file
naglbítur m. (a pair of) pincers
nagli m. nail
nakinn a. naked, nude
napur a. chilly
nashyrningur m. rhinoceros
nauðga v. rape
nauðsyn f. necessity, need
nauðsynlegur a. necessary
nauðugur a. unwilling, reluctant
naumast adv. hardly, scarcely
naut n. bull
nautaat n. bullfight
nautakjöt n. beef
nautn f. enjoyment; addiction
nautshúð f. cowhide
ná v. acquire, gain, get, catch, reach
náð f. mercy, grace
náða v. pardon
náðugur a. merciful
nágranni m. neighbour
nágrenni n. neighbourhood, vicinity, locality
náinn a. close, near, immediate
nákvæmlega a. exactly, precisely

nákvæmni f. accuracy, precision, correctness
nákvæmur a. accurate, precise, exact, detailed, particular
nál f. needle
nálgast v. approach
nálgun f. approach, approximation
nálægur a. close, near, adjacent
nám n. study, learning
náma f. mine, pit
námsefni n. curriculum
námsgrein f. subject (of study)
námskeið n. course, curriculum
námsmaður m. student, scholar
námsskrá f. curriculum, syllabus
námsstyrkur m. grant, scholarship
námugröftur m. mining
námumaður m. miner
nánd f. nearness, proximity
nár m. corpse
nári m. groin
náttföt n.pl. pyjamas
náttkjóll m. nightdress, nightie
náttúra f. nature
náttúrlegur a. natural
náttúrufagur a. scenic
náttúrugripasafn n. museum of natural history
náungi m. fellow, chap, bloke, guy
návist f. presence
neðan adv. below, from below, beneath

neðanjarðarlest f. tube, subway
neðansjávar- submarine, underwater
nef n. nose, bill, beak, nozzle
nefmæltur a. nasal
nefna v. name, mention
nefnari m. denominator
nefnd f. board, committee, commission
nefnilega adv. namely, actually
neftóbak n. snuff
negla v. nail
negull m. clove
nei interj. no, nay
neikvæður a. negative
neinn a. no, not (any)
neisti m. spark
neita v. refuse, deny; decline
neitun f. refusal, denial
nekt f. nakedness, nudity
nema v. learn, study
nema conj. unless, except, but
nemandi m. learner, pupil, student
nenna v. bother, care
nepja f. chill, piercing cold
nes n. headland, cape, ness
nesti n. provisions, lunch bag
net n. net, grid, network, mesh
nethimna f. retina
neyð f. need, distress
neyða v. compel, force
neyðarkall n. distress signal

neyðartilvik n. emergency
neyðarútgangur m. emergency exit
neysla f. consumption
neysluvatn n. drinking water
neytandi m. consumer
niðri adv. (down) below; downstairs
niður adv. down, downwards
niður m. murmur, din
niðurdrepandi a. depressing
niðurfall n. drain, outlet
niðurferð f. descent
niðurgangur m. diarrhoea
niðurlag n. end, conclusion
niðurlæging f. humiliation, debasement
niðurníddur a. dilapidated
niðurrif n. demolition
niðurröðun f. arrangement, sorting
niðursoðinn a. preserved
niðurstaða f. outcome, conclusion
niðursuðudós f. tin, can
niðursuðuverksmiðja f. cannery
nifteind f. neutron
níða v. libel, revile
níska f. meanness, niggardliness
nískur a. mean, niggardly, stingy
nísta v. pierce, cut
nítján num. nineteen
níu num. nine
níutíu num. ninety
njósn f. reconnaissance; spying, espionage

njósna v. spy, reconnoitre
njósnari m. spy
njósnir f.pl. espionage
njóta v. enjoy, use
nokkuð adv. somewhat
nokkur prn. some, any; someone, anyone
norðlægur a. northern, northerly
norður n. & adv. north
norðurheimskaut n. the North Pole
norðurljós n.pl. the northern lights, aurora borealis
Norðurlönd n.pl. the Nordic Countries, Scandinavia
norræn tunga f. Norse
norrænn a. Norse
norska f. Norwegian
norskur a. Norwegian
not n.pl. use
nota v. use, make use of, wield
notagildi n. utility, use
notalegur a. cozy, comfortable, comfy
notandi m. user
notkun f. application, use
nógur a. enough, sufficient
nóta f. note
nótnaborð n. keyboard
nótt f. night
nótur f.pl. (sheet) music
nudd n. massage

nudda v. massage, rub
nuddari m. masseur
nunna f. nun
nunnuklaustur n. nunnery, convent
nú adv. now
núll num. zero, nought
núllstilla v. reset
númer n. number
núningur m. friction
nútíð f. present, present tense
nútíma- modern
nútímalist f. modern art
núverandi a. present (time), current
nytsamur a. useful
nýár n. new-year
nýársdagur m. New Year's Day
nýgiftur a. newly married
nýjung f. novelty, innovation
nýlega adv. lately, recently
nýlegur a. recent
nýlenda f. colony
nýliði m. recruit, novice
nýr a. new, fresh
nýra f. kidney
nýrnahetta f. cortex
nýsteinöld f. neolithic age
nýstárlegur a. new, modern, newfangled
nýta v. make use of, utilize
nýtur a. useful; fit, able

næði m. leisure; peace, quiet
nægur a. enough, adequate, sufficient, plentiful
næla f. pin; brooch
næmur a. quick at learning; sensitive, subtle
næra v. nourish
nærandi a. nutritious
nærbuxur f.pl. briefs, knickers, underpants
nærföt n.pl. underwear
nærgætinn a. considerate, careful
nærgætni f. thoughtfulness, consideration, delicacy
næring f. nourishment, food
næringargildi n. nutritive value
næringarríkur a. nourishing, nutritious
nærri adv. near, almost
nærskyrta f. undervest, undershirt
nærsýnn a. near-sighted
næstum adv. almost, nearly
næturgali m. nightingale
næturlangt adv. overnight
næturvörður m. night watchman
nögl f. nail
nöldra v. grumble, growl, nag
nöldur n. grumbling
nös f. nostril
nötra v. shiver

O

obláta f. (sacramental) wafer
oddatala f. odd number
oddhvass a. pointed
oddur m. point, tip
of adv. too, too much
ofan adv. down, from above
ofan prp. above
ofát n. overeating, gluttony
ofbirta f. dazzle
ofdrykkja f. drunkenness, alcoholism
offita f. obesity
ofhleðsla f. overload
ofn m stove, oven, furnace
ofnæmi n. allergy
ofsafenginn a. violent, rowdy, intense
ofsi m. violence, impetuosity, enthusiasm
ofskynjun f. hallucination
ofsóknarkennd f. paranoia
ofstækisfullur a. fanatical
ofsækja v. persecute
oft adv. often
ofurmenni n. superman
ofursti m. colonel
ofviðri n. violent storm, tempest, hurricane
ofþreyta v. overexert
og conj. & adv. and; too, also
ok n. yoke

olía f. oil, petroleum
olíuskip n. oil tanker
olíuhreinsunarstöð f. oil refinery
olíulind f. oil well
olíumálverk n. oil painting
olíusía f. oil filter
olíuþrýstingur m. oil pressure
olnbogi m. elbow
op n. opening, gap
opinber a. public, civil
opinberlega adv. officially, in public
opinber starfsmaður m. civil servant
opinberun f. revelation, disclosure
opinn a. open
opinskár a. extrovert
opna v. open
orð n. word, term
orða f. medal
orðabók f. dictionary
orðasafn n. vocabulary, glossary
orðatiltæki n. phrase, saying
orðlaus a. speechless, dumbfounded
orðréttur a. verbal, literal, word for word
orðrómur m. rumour
orðsending f. memorandum
orðsifjafræði f. etymology
orðstír m. reputation, fame
orf n. scythe handle
orga v. howl, scream
organleikari m. organist

orgel n. organ
orka f. force, strength, energy
orkugjafi m. source of energy
orkuver n. power plant
orlof n. vacation
ormur m. worm
orrusta f. battle, fight
orrustuflugvél f. fighter (aircraft)
orsaka v. cause
orsök f. cause, reason
ostakaka f. cheesecake
ostur m. cheese
oxun f. oxidation

Ó

óaðlaðandi a. repellent, obnoxious
óaðgengilegur a. inaccessible, unacceptable
óafturkræfur a. irrevocable
óákveðinn a. undecided, irresolute, indefinite
óálitlegur a. inconspicuous
óánægja f. displeasure, discontent
óáreiðanlegur a. unreliable, untrustworthy
óáríðandi a. unimportant
óbeit f. dislike, aversion
óbreyttur a. unchanged; common
óbrjótandi a. unbreakable
óbrotinn a. unbroken; plain

óbyggð f. wilderness, desert
óbyggður a. uninhabited, unsettled
óbyggilegur a. uninhabitable
óbærilegur a. unbearable, intolerable, insufferable
óbætanlegur a. irreparable
ódrukkinn a. sober
ódýr a. cheap, inexpensive
óðal n. estate, homestead
óður a. furious, mad
óeirðir f.pl. riots
óendanlegur a. endless, infinite
ófarir f.pl. disaster
óframfærinn a. shy, timid
ófreskja f. monster
ófriður m. war, unrest
ófáanlegur a. unobtainable
ófríður a. plain, ugly
ófrísk a. pregnant
ófrjór a. sterile
ófróður a. ignorant
ófús a. unwilling, reluctant
ófær a. impassable (of river)
ógát n. carelessness
ógeðslegur a. disagreeable
ógildur a. invalid, void
ógleði f. nausea
ógn f. dread, terror
ógna v. threaten
ógnun f. threat, menace

ógurlegur a. awful, terrible; tremendous
ógæfa f. misfortune; calamity
ógætinn a. careless, unwary
óhagkvæmur a. inconvenient, inefficient
óhamingja f. misfortune, bad luck
óhamingjusamur a. unhappy
óhapp n. misfortune, mishap, accident, failure
óháður a. independent, autonomous
óheiðarlegur a. dishonest, crooked
óheillavænlegur a. ominous, disastrous
óhentugur a. unsuitable, inconvenient
óheppni f. bad luck, mischance
óhjákvæmilegur a. inevitable
óhlutstæður a. abstract
óhlýðinn a. disobedient
óhlýðni f. disobedience
óhollur a. unwholesome, bad for (one); unsound
óhóf n. excess, luxury
óhóflegur a. excessive
óhreinindi n.pl. dirt, lack of cleanliness
óhreinn a. dirty, unclean, foul
óhugnanlegur a. creepy
ójöfnuður m. unfairness, injustice
ókeypis adv. free (of charge), gratis
ókunnugur a. unknown, strange, unfamiliar
ókurteis a. impolite, discourteous
ókyrrð f. unrest
ól f. leash, band
ólag n. disorder

ólán n. bad luck, adversity
óleyfilegur a. forbidden, unauthorized
ólga v. ferment
ólífa f. olive
ólíkur a. unlike; different
óljós a. ambiguous, obscure
ólund f. sullenness, sulks
ólyginn a. truthful
ólærður a. unskilled
ólöglegur a. unlawful; illegal
óma v. chime, echo, sound
ómak n. trouble, pains
ómaklegur a. unworthy; unearned
ómakslaun n.pl. fee
ómetanlegur a. priceless
ómissandi a. indispensable
ómstríður a. dissonant
ómögulegur a. impossible
ónafngreindur a. anonymous
ónáða v. trouble, bother
ónákvæmur a. inaccurate
ónotaður a. unused; unoccupied
ónógur a. inadequate, insufficient
ónýta v. destroy, spoil
ónýtur a. useless, worthless
ónæði n. trouble, disturbance, interference, inconvenience
ónæmi n. immunity
ónæmistæring f. AIDS, acquired immunodeficiency syndrome

ónæmur a. insensitive
óopinber a. unofficial
óp n. yell
óraunverulegur a. unreal
óregla f. disorder, confusion
óreglulegur a. irregular
óreiða f. confusion
óreyndur a. untried, inexperienced
óréttlátur a. unjust
óréttlæti n. injustice
órofinn a. unbroken
órói m. uneasiness, unrest
órólegur a. uneasy, restless
óræktaður a. uncultivated (of land)
ós m. estuary, mouth of a river
ósannur a. untrue, false
ósennilega adv. unlikely
ósiður m. bad habit
ósigrandi a. invincible, unconquerable
ósigur m. defeat
ósk f. wish
óska v. wish
óskattlagður a. tax-free
óskilgetinn a. illegitimate
óskiljanlegur a. incomprehensible, unaccountable
ósköp n.pl. enormous quantity
ósléttur a. uneven, bumpy
óslitinn a. continuous, unbroken
óstjórn f. anarchy, chaos, bad government

óstöðugur a. unsteady, unstable, changeable
ósvikinn a. authentic, genuine
ósvífinn a. impudent
ósýnilegur a. invisible
ótakmarkaður a. unlimited
ótal a. innumerable, countless
ótímabær a. premature
ótraustur a. unsafe
ótrúlegur a. unbelievable, incredible
ótrúr a. unfaithful, faithless
óttalegur a. terrible, terrific
óttast v. fear, dread
ótti m. fear, terror
ótækur a. unacceptable
óunninn a. rough, unworked
óvandaður a. dishonest; sloppy
óvanur a. unused (to)
óvarinn a. unprotected
óveður n. bad weather
óvenjulegur a. unusual, uncommon, exceptional
óverðskuldaður a. unworthy; unearned
óverulegur a. petty, nominal
óviðjafnanlegur a. peerless, superlative
óvild f. ill-will, enmity
óvilhallur a. impartial
óviljandi a. & adv. unintentional(ly)
óvingjarnlegur a. unfriendly, unkind
óvinsældir f.pl. unpopularity
óvinur m. enemy

óvirkur a. ineffective, passive
óvissa f. uncertainty, suspense
óvistlegur a. bleak, chilly, uncomfortable
óþakklæti n. ingratitude
óþarfi m. something unnecessary, something superfluous
óþarfur a. useless, unnecessary
óþefur m. bad smell, stench
óþekkt f. naughtiness
óþekkur a. naughty
óþjálfaður a. unskilled
óþokki m. knave, rogue
óþolandi a. unbearable, intolerable
óþrifalegur a. dirty, grubby
óþverri m. filth, dirt
óþægilegur a. unpleasant, uncomfortable, inconvenient
óþægindi n.pl. discomfort, inconvenience
óþægur a. naughty
óæðri a. subordinate
óæðra forritunarmál n. low-level language
óætur a. uneatable, inedible

P

pabbi m. daddy, father
padda f. toad
pakka v. pack

pakki m. parcel, pack(age)
pakkning f. gasket
pallbifreið f. pick-up van
pallborðsumræður f.pl. panel discussion
pallur m. platform
panna f. pan
panta v. order (goods)
pappakassi m. carton
pappírskilja f. paperback
pappír m. paper
pappírshnífur m. paper knife
par n. pair, couple
partur m. part, share, section
passa v. take care of, look after
passi m. passport
pata v. gesticulate
patt a. stalemate
páfagaukur m. parrot
páfi m. pope
páfugl m. peacock
pálmi m. palm
páskalilja f. daffodil
páskar m.pl. Easter
peð n. pawn (in chess)
peli m. flask
pendúll m. pendulum
peningar m.pl. money
peningaseðill m. banknote, bill
peningur m. coin, penny
pennateikning f. ink drawing

penni m. pen
pensill m. (paint) brush
pera f. pear; (light) bulb
perla f. pearl, bead
perlumóðir f. mother-of-pearl
persóna f. person, individual
persónulegur a. personal
persónuleiki m. personality
persónuskilríki n.pl. identity card
persónutöfrar m. charisma
pest f. plague
peysa f. jersey, jumper, pullover, sweater
peysuföt n.pl. Icelandic woman's national costume
pési m. pamphlet, brochure
pétursselja f. parsley
pikka v. peck, prick
pils n. skirt
piltur m. lad, boy
pinkill m. bundle, package
pinni m. tack
pipar m. pepper
piparrót f. horseradish
piparsveinn m. bachelor
pirra v. irritate
pirrandi a. annoying
píanó n. piano
píanóleikari m. pianist
pílagrímur m. pilgrim
pína v. torture, torment

pípa f. pipe, tube
pípuhattur m. top hat
pípuhreinsari m. pipe cleaner
pípulagningarmaður m. plumber
píslarvottur m. martyr
planki m. plank
planta f. plant
plantekra f. plantation
plata f. large plate, sheet (of metal); (grammophone) record
plága f. plague; nuisance
pláneta f. planet
pláss n. place, room
plástur m. (adhesive or sticking) plaster
plógfar n. furrow
plógur m. plough
plötuspilari m. record player, turntable
poki m. bag, sack, pouch
pollur m. pool, puddle
postuli m. apostle
postulín n. porcelain, china
pota v. poke
pottréttur m. casserole
pottur m. saucepan, pot
póstávísun f. post-office order
pósthólf n. post office box, P.O. box
pósthús n. post office
póstkassi post box, mail box
póstkort n. (picture) postcard
póstmeistari m. postmaster

póstnúmer n. postcode, zip code
póstur m. post, mail (Am.), postman, mailman
prakkari m. rascal, rogue
prammi m. barge
prenta v. print
prentað mál n. printed matter
prentari m. printer
prentfrelsi n. freedom of the press
prentskipun f. print command
prentsmiðja f. printing works
pressa f. press
prestsetur n. vicarage, parsonage
prestur m. clergyman, priest, parson, pastor
pretta v. cheat, deceive
prédika v. preach
prik n. small stick, cane
prins m. prince
prinsessa f. princess
prjóna v. knit
prjónles n. knitted woolens
prjónn m. pin; knitting needle
próf n. examination, test
prófa v. examine, test, overhaul, try on
prófförk f. proof, proof-sheet
prósent n. per cent, %
prósentutala f. percentage
prúður a. courteous, gentle, modest
prútta v. haggle, bargain
prýðilegur a. splendid, excellent
pund n. pound

pungur m. small bag, purse; scrotum
punktaprentari m. dot matrix printer
punktur m. point, dot, full stop
púa v. puff
púði m. cushion, pad
púðra v. powder
púður n. (gun)powder
púki m. devil, imp
púns n. punch
púsluspil n. jigsaw puzzle
pútnahús n. brothel
pylsa f. sausage, hot dog, frankfurter
pyngja f. pouch
pýtonslanga f. python
pæla v. dig in, hoe; consider
pönnukaka f. crépe, pancake
pöntun f. order, booking, reservation
pöntunarseðill m. order-form

R

rabarbari m. rhubarb
rabba v. chat, talk
raðtala f. ordinal number
raða v. set in order, arrange; grade
raðtengdur a. serially connected
radíóviti m. beacon
radísa f. radish

raf n. amber
rafall m. dynamo, generator
rafeind f. electron
rafeindatækni f. electronics
rafhlaða f. battery
rafkerfi n. electrical system
raflausn f. electrolyte
rafljós n. electric light
raflýsa v. light by electricity
raflögn f. electric wiring
rafmagn n. electricity
rafmagnsrakvél f. electric razor
rafmagnsveita f. communal power grid
rafmagnsverkfræðingur m. electrical engineer
rafrás f. electric circuit
rafsegull m. electromagnet
rafspenna f. voltage
rafstöð f. electric power plant
raggeit f. coward
ragn n. curse, swearing
ragna v. curse
ragur a. cowardly
raka v. shave; rake
rakakrem n. moisturizing cream
rakarastofa f. barber's (shop)
rakari m. barber
rakbursti m. shaving brush
raki k. damp, moisture, humidity
rakkrem n. shaving cream

raksápa f. shaving soap
rakspíri m. aftershave lotion
rakur a. damp, moist, humid
rakvél f. razor, shaver
rammi m. frame
rammur a. bitter, pungent
rangeygður a. cross-eyed
rangfæra v. distort, misrepresent
rangindi n.pl. injustice
ranglátur a. unjust, unfair
rangur a. wrong, mistaken
rani m. trunk
rannsaka v. investigate, examine, explore
rannsókn f. investigation, examination, inspection
rannsóknarmaður m. analyst; researcher
raspa v. grate
raspur m. grater
rass m. rump
rasskinn f. buttock
rassskella v. spank, flog
rata v. finds one's way
ratleikur m. orienteering
rauðkál n. red cabbage
rauðmagi m. lumpfish (male)
rauðrófa f. beetroot
rauðspretta f. plaice
rauður a. red
rauður pipar m. chilli
rauðvín n. red wine, claret

rauf f. slot
raula v. hum (a tune)
raun f. experience, trouble, adversity
raunsær a. realistic, pragmatic
rauntala f. real number
raunverulega adv. really
raunverulegur a. real, actual, matter-of-fact
raupa v. boast, brag
ráð n. advice; council; plan
ráða v. advise; resolve; govern
ráðagóður a. shrewd, clever
ráðalaus a. puzzled, at a loss
ráðaleysi n. perplexity
ráðgjafi m. counsellor
ráðgáta f. enigma
ráðherra m. minister (of state)
ráðherraembætti n. ministry, portfolio
ráðhús n. town hall
ráðleggja v. advise
ráðlegur a. advisable
ráðning f. solution; employment; punishment
ráðríkur a. authoritarian, bossy
ráðskona f. housekeeper
ráðsmaður m. steward; councillor
ráðstefna f. council
ráðstöfun f. arrangement, disposal; gera ráðstafanir, taka steps
ráðunautur m. counsellor
ráðuneyti n. ministry, state department
ráðvandur a. honest, scrupulous

ráðvendni f. honesty
ráfa v. wander, ramble
rámur a. hoarse; husky
rán n. robbery, hold-up
rándýr n. predator
rápa v. walk about
rás f. course, groove, track, channel
refsa v. punish
refsiaðgerð f. reprisal
refsing f. punishment, penalty
refur m. fox
regla f. rule; order
reglugerð f. directive
reglulegur a. regular, normal, ordinary
reglusamur a. orderly
reglustika f. ruler (for drawing or measuring)
regn n. rain
regnbogi m. rainbow
regnfrakki m. raincoat
regnhlíf f. umbrella
regnkápa f. raincoat
regnskúr f. shower
reið f. ride
reiða v. carry on horseback
reiðast v. become angry
reiðhestur m. riding horse
reiðhjól n. bicycle
reiði f. anger, wrath
reiði m. rig
reiðigjarn a. irascible, hot-tempered

reiðmaður m. rider, horseman
reiðmennska f. horsemanship, riding
reiðubúinn a. ready
reiður a. angry
reifabarn n. infant
reika v. wander, roam
reikistjarna f. planet
reikna v. calculate, reckon
reikniaðgerðartákn n. arithmetic operator
reiknifall n. arithmetic function
reikningsskil n.pl. settlement, clearing
reikningur m. arithmetic; bill, account
reikniverk n. aritmetic unit
reiknivél f. calculator
reikniþáttur m. expression
reim f. band, belt, lace
reisa v. raise, erect, construct
reisn f. dignity
reka v. drive (cattle); run (a business); drift
reka burt v. dismiss, dispel, expel
rekast á v. knock against, bump into
reki m. jetsam, wreckage
rekja v. trace, track
rekkja f. bed
rekstur m. management, operating
rekstrarkostnaður n. operating costs
rengja v. dispute, contradict
renna v. run, flow; skid
rennandi vatn n. running water
rennibekkur m. lathe

rennilás m. zip(per)
renningur m. slip, strip
rennsli n. flow
reyfari m. thriller
reykelsi n. incense
reykháfur m. chimney, funnel
reykingar f.pl. smoking
reykingarmaður m. smoker
reykja v. smoke
reyktur a. smoked
reykur m. smoke
reyna v. try, test
reynast v. turn out to be, prove
reyndur a. experienced, tried
reynsla f. experience
reynslutími m. probation
reyr m. cane, reed, rattan
reyta v. pluck
réna v. abate, slacken
rétt f. fold, pen
rétta v. right, straighten; hand to
réttarhöld n.pl. trial, proceedings
rétthyrndur a. rectangular
rétthyrningur m. rectangle, oblong
réttilega adv. rightly, fairly
réttindalaus a. unqualified
réttindi n.pl. right(s)
réttlátur a. just, righteous
réttlæta v. justify
réttlæti n. justice

réttur a. right, correct, proper, straight
réttvísi f. justice, righteousness
riðstraumsrafall m. alternator
riðstraumur m. alternating current
riddaramennska f. chivalry
riddari m. knight
rif n. rib; reef
rifa f. gap, crack, chink
riffill m. rifle
rifjasteik f. cutlet
rifna v. split, tear, be torn
rifsber n. currant
rifta v. invalidate
rigna v. rain
rigning f. rain
rim f. rung
rimlagluggatjöld n.pl. Venetian blinds
ringulreið f. chaos, disorder, muddle
risaeðla f. dinosaur
risastór a. colossal, gigantic
risi m. giant
rispa v. scratch
rissa v. sketch
rissmynd f. sketch
rist f. grate; instep
rista v. carve, cut, slash
rit n. writing, book; pl. works (of an author)
rita v. write
ritari m. secretary
ritdómur m. review

ritfangasali m. stationer
ritfangaverslun f. stationer's (shop)
ritföng n.pl. writing materials, stationery
ritgerð f. essay, thesis, paper
rithöfundur m. writer, author
ritning f. scripture
ritsími m. telegraph
ritskoðun f. censorship
ritstjóri m. editor
ritstýra v. edit
ritstýring f. text editing
ritvarinn a. write-protected
ritvinnsla f. word processing
ritvinnslukerfi n. word processor
ritvinnslumál n. word processing language
ritþór m. editor
ríða v. ride
rífa v. rip, tear
rífa niður v. demolish
rífast v. quarrel
ríflegur a. generous, ample
rígur m. stiffness; strained relations
ríki n. state; kingdom
ríkisborgari m. citizen
ríkisborgararéttur m. citizenship
ríkissjóður m. (national) treasury
ríkisstjórn f. government, cabinet
ríkja v. reign, rule
ríkjabandalag n. confederation
ríkjandi a. dominant; ruling

ríkur a. rich, wealthy
rím n. rhyme
rísa v. arise, rise
rjóður a. ruddy
rjóður n. clearing
rjómaís m. ice cream
rjómi m. cream
rjúfa v. disrupt
rjúka v. steam; rush
rjúpa f. ptarmigan
roðasteinn m. ruby
roðna v. blush, flush
rofi m. switch
rofna v. break, fall apart
rok n. gale
rokkur m. spinning wheel
romm n. rum
ropa v. burp
roskinn a. elderly, middle-aged
rostungur m. walrus
rotinn a. rotten, decayed
rotna v. rot, decay, decompose
rotta f. rat
rotvörn f. antiseptic, preservation
ró f. quiet, repose; nut (for a bolt)
róa v. row
róandi a. restful
róandi lyf n. tranquillizer, sedative
róðrarbátur m. rowing boat
róðukross m. crucifix

róður m. rowing, row
rófa f. tail (of dog or cat etc.)
rógur m. slander
róla f. swing
rólegur a. calm, undisturbed, restful, tranquil
rólyndur a. phlegmatic
rómverji m. Roman
rós f. rose
rót f. root
róta í v. rummage
rótarhnýði n. tuber
róttækur a. radical
ruddi m. brute
rugl n. nonsense
rugla v. confuse, bewilder
ruglingslegur a. chaotic
ruglingur m. disorder, chaos, confusion
runni m. bush, shrub
rusl n. rubbish, garbage, litter, trash, lumber
ruslatunna f. dustbin, garbage can
rúbín m. ruby
rúða f. window-pane
rúgbrauð n. rye bread
rúgur m. rye
rúllustigi m. escalator, moving staircase
rúm n. bed; space
rúma v. accommodate, have room for
rúmábreiða f. bedspread, counterpane
rúmfastur a. bedridden
rúmgóður a. roomy, spacious

rúmmál n. volume, capacity
rúnir f.pl. runes
rúsína f. raisin
rúskinn n. suede
rússneska f. Russian (language)
rústir f.pl. ruins; debris
ryð n. rust
ryðgaður a. rusty
ryðfrír a. stainless
ryðja v. clear
ryðjast v. rush, press forward
ryðvarinn a. rustproof
ryk n. dust
rykkja v. jerk, wrench
rykugur a. dusty
rykkur m. jerk, jolt
ryksuga f. vacuum cleaner
rymja v. grunt
ryskingar f.pl. scuffle, fistfight
rýja v. shear
rýma v. vacate, evacuate, leave
rýmingarsala f. clearance sale
rýra v. diminish, shrink
rýrnun f. shrinkage, decrease
rýtingur m. dagger
ræða v. discuss, debate
ræða f. speech; talk
ræðinn a. talkative
ræðumaður m. speaker
ræðupallur m. rostrum

ræfill m. wretch, bum
rægja v. slander
rækja f. shrimp, prawn
rækta v. cultivate, till; breed
ræna v. plunder, rob; hijack
ræningi m. robber
ræsa v. start; boot; drain
ræsi n. gutter, sewer
ræsing f. startup
rætast v. be fulfilled, come true
röð f. row, order, grade, sequence, range
röðull m. sun
rödd f. voice
röggsamur a. active, energetic
rök n.pl. reason, argument
rökaðgerð f. Boolean operation
rökkur n. twilight, dusk
rökkva v. grow dark
rökréttur a. logical
rökrænt aðgerðartákn n. logical operator
rökrænt fall n. logical function
rökstyðja v. reason, prove
rökverk n. logic unit
rönd f. edge, border; stripe, margin
röntgenmynd n. X-ray photograph
rör n. pipe, tube; drinking straw
röskun f. distraction
röskur a. active, clever

S

saddur a. satisfied, full
saðsamur a. nourishing
safn n. collection; museum
safna v. collect, gather
safnari m. collector
safnvörður m. curator
saft f. (fruit) juice
saga v. saw
saga f. history, story
saggi m. dampness
sagnarnafnorð n. verbal noun
sagnbeyging f. conjugation
sagnfræðilegur a. historical
sagnfræðingur m. historian
sagnorð n. verb
saka v. blame
sakaruppgjöf f. amnesty
sakborningur m. defendant
sakfelling f. conviction, condemnation
sakka f. sinker
saklaus a. innocent
sakleysi n. innocence
sakna v. miss, feel the loss of
sala f. selling
salat n. lettuce; salad
salatolía f. salad oil
salatsósa f. salad dressing

salerni n. toilet, W.C.
sali m. seller, vendor
salt n. salt
salta v. salt
saltfiskur m. salt fish
saltkjöt n. salt meat (mutton)
saltpéturssýra f. nitric acid
saltsýra f. hydrochloric acid
saltur a. salt, salty, saline
saltvatn n. brine
salur m. hall, saloon, salon
saman adv. together
samanburður m. comparison
samanþjappaður a. compact, concise
samband n. connection, union, combination, contact, bond
sambúð f. cohabitation
samdráttur m. contraction, tightening
sameiginlegur a. mutual, collective, joint
sameignarstefna f. communism
sameina v. unite, combine, associate
sameinaður a. united
sameind f. molecule
sameining f. union, combination, integration, unity, merger
Sameinuðu Þjóðirnar n.pl. the United Nations
samfarir n.pl. sexual intercourse
samfelldur a. continuous
samfestingur m. overalls
samfélag n. community

samgöngur f.pl. communication(s)
samhangandi a. coherent, continuous
samheiti n. synonym
samhengi n. coherence, context, sequence
samhjálp f. symbiosis
samhljóða a. unanimous, concordant
samhljómur m. harmony
samhæfa v. synchronize
sami prn. same
samkeppni f. competition
samkoma f. meeting, congress, assembly, session, rally
samkomulag n. agreement, compromise
samkomutjald n. marquee
samkvæmi n. party, dinner party
samkvæmt prp. according (to)
samlaga v. assimilate; integrate
samlagning f. addition, adding up
samlagningarvél f. adding-machine
samlandi m. compatriot, fellow countryman
samlíking f. simile
samlyndi n. concord
samlögun f. cohesion, integration
sammála a. unanimous, in agreement
samnefnari m. common denominator
samning f. composition
samningur m. agreement, contract, treaty
samrás f. integrated circuit
samrit n. duplicate
samrýmanlegur a. compatible

samræða f. conversation
samræmi n. harmony, conformity, symmetry
samræming f. coordination
samsetning f. combination; assembly
samsett orð n. compound
samsettur a. compound, composite
samsinna v. assent (to), approve (of)
samsíða a. parallel, side by side
samskeyti n.pl. joint, seam
samskil n.pl. occlusion
samskot n.pl. collection
samstaða f. solidarity
samstarf n. co-operation
samstundis adv. immediately, straight away
samstæða f. complex
samsvörun f. correlation, correspondence
samsæri n. plot, conspiracy
samsæti n. party, banquet
samt adv. & conj. still, yet, all the same, anyhow
samtal n. talk, conversation, dialogue
samtals adv. altogether, in all
samtenging f. conjunction, concatenation
samtíða a. contemporary; at the same time
samtíma a. concurrent
samtímis adv. at the same time
samtök n.pl. association, syndicate
samur a. (the) same
samúð f. sympathy
samvinna f. co-operation, collaboration

samvinnufélag n. co-operative society
samvinnþýður a. co-operative
samviska f. conscience
samviskulaus a. unscrupulous
samyrkjubú n. collective farm, kibbutz
samþykki n. approval, consent, assent, concurrence
samþykkja v. agree, approve, consent; pass (a law)
samþykkt f. endorsement, resolution
samþætta v. integrate
samþætting f. integration
sandbleyta f. quicksand
sandgryfja f. bunker
sandhóll m. dune
sandpappír m. sandpaper
sandrif n. sandbank, reef, shoal
sandur m. sand
sanna v. prove, demonstrate, verify
sannarlega adv. really
sannfæring f. conviction, persuasion
sanngirni f. reason, fairness
sanngjarn a. reasonable, fair
sannindi n.pl. truth
sannleikur m. truth
sannsögulegur a. historical, based on fact
sannur a. true, factual
sardína f. sardine, pilchard
sauður m. sheep, neutered ram; sloth
sauma v. sew

saumakona f. seamstress
saumaskapur m. needlework
saumlaus a. seamless
saumur m. seam
saur m. excrement
saurlífi n. lechery
sautján num. seventeen
sax n. sabre
sá v. sow
sá, sú, það prn. that; the one
sáðlát n. ejaculation
sál f. soul
sálarfræði f. psychology
sálarfræðingur m. psychologist
sáldra v. sift
sálfræðilegur a. psychological
sálfræðingur m. psychologist
sálkönnuður m. psychoanalyst
sálmur m. psalm, hymn
sálrænn a. psychic
sáluhjálp f. salvation
sápa f. soap
sár a. painful, sore; bitter
sár n. wound, sore
sáraumbúðir f.pl. bandage
sárbæna v. entreat, implore
sárfættur a. footsore
sársauki m. pain, ache
sátt f. agreement, reconciliation
sáttasemjari m. mediator, intermediary

sebradýr n. zebra
seðill m. bill; banknote; stub
seðja v. satiate
sef n. sedge, reed
sefa v. soothe, calm
segja v. say, tell
segl n. sail
seglbátur m. sailing-boat
segldúkur m. canvas, tarpaulin
seglgarn n. twine
seglskip n. sailing ship
segulbandstæki n. tape recorder
seguldiskastöð f. magnetic disk unit
seguldiskur m. magnetic disk
segull m. magnet, magneto
segulmagnaður a. magnetic
segulsvið n. magnetic field
seiði n. fry
seigur a. tough, sticky, tenacious
seinka v. delay
seinkun f. delay; retardation
seinn a. slow, late
seinna adv. later, afterwards
sekt f. guilt; fine
sekta v. fine
sektartrygging f. bail
sekur a. guilty
sekúnda f. second
selja v. sell
seljandi m. seller

seljanlegur a. saleable, realizable
selló n. (violon)cello
sellófan n. cellophane
selskinn n. sealskin
selur m. seal
sem prn. who, which, that; as
sement n. cement, concrete
semikomma f. semicolon
semja v. compose, write (a book); settle, come to terms
senda v. send, dispatch
sendibíll m. (delivery) van
sendiboði m. messenger
sendibréf n. letter
sendiherra m. ambassador, minister
sendinefnd f. deputation
sending f. transmission, consignment
sendinn a. sandy
sendir m. transmitter
sendiráð n. embassy
sendiráðsritari m. attaché
sendisveinn m. delivery boy
sendlingur m. sandpiper
sennilegur a. probable, likely, presumable
sentimetri m. centimetre
servíetta f. serviette
sessa f. cushion
seta f. sitting, seat; session
setja v. put, place
setjari m. type-setter

setjast v. sit down
setning f. sentence
setningafræði f. syntax
setulið n. garrison
setustofa f. sitting-room, lounge
sex num. six
sextán num. sixteen
sextándapartsnóta f. semiquaver
sextánskur a. hexadecimal
sextíu num. sixty
seytla v. trickle
séra m. the Reverend
sérfróður a. specialistic, expert
sérfræðingur m. specalist, expert
sérþekking f. expertise
sérgrein f. speciality
sérhljóð n. vowel
sérhver prn. every, everyone
sérhæfa v. specialize
sérkenni n. special feature, characteristic
sérstaklega adv. especially, particularly
sérstakur a. special, particular, peculiar
sérvitur a. eccentric, cranky
siðaður a. civilized
siðareglur f.pl. protocol
siðaskipti n.pl. reformation
siðfágun f. refinement, polish
siðferði n. morality
siðfræði f. ethics
siðgæði n. virtue, morals

siðleysi n. immorality
siðmenntaður a. civilized
siðsemi f. decency, good manners
siðspilltur a. perverse, corrupt
siður m. custom, habit
sig, sín, sér reflexive prn. (him-, her-, it-) self, themselves
sigð f. sickle
sigla v. sail, navigate; go abroad
sigling f. sailing, navigation
siglingafræðingur m. navigator
siglingarleið n. waterway
sigra v. defeat, conquer, beat, gain victory
sigrast á v. surmount
sigrihrósandi a. triumphant
sigta v. sift
sigti n. sieve, colander
sigur m. victory, conquest, triumph
sigursæll a. victorious, winning
sigurvegari m. conqueror, winner, champion
silast v. plod
silfur n. silver
silfurmunir m.pl. silverware
silki n. silk
silungur m. trout
sin f. sinew, tendon
sinadráttur m. contraction, cramp
sink n. zinc
sinn n. time, occasion
sinn, sín, sitt prn. his, her, its, theirs

sinnuleysi n. apathy
sitja v. sit
sitja fyrir v. pose
sitjandi m. buttocks, posterior
sía f. filter, strainer
síða f. page; flank, side
síðan adv. & conj. since
síðastur a. last
síðbúinn a. overdue
síðdegis adv. in the afternoon, p.m.
síður a. long, low
sígaretta f. cigarette
sígarettukveikjari m. cigarette lighter
sígauni m. gypsy
sígildur a. classical
síki n. dike, ditch, canal
síld f. herring
síldartorfa f. shoal of herring
síma v. telephone
símaklefi m. phone booth
símanúmer n. telephone number
sími m. telephone
símskeyti n. telegram
símstöð f. telephone station, telephone exchange
símtal n. (tele)phone call
símtól n. receiver
sírena f. siren
síróp n. syrup, treacle, molasses (Am.)
sítróna f. lemon

sívalningur m. cylinder
sjal n. shawl
sjaldan adv. seldom, rarely
sjaldgæfur a. rare, unusual
sjá v. see
sjálfboðaliði m. volunteer
sjálfkrafa a. spontaneous
sjálfráður a. independent, autonomous
sjálfsafgreiðsla f. self-service
sjálfsagður a. self-evident
sjálfsali m. vending machine, automat
sjálfsánægður a. complacent
sjálfselska f. egoism
sjálfstæði n. independence
sjálfsmorð n. suicide
sjálfstjórn f. autonomy, home-rule; self-control
sjálfstæði n. independence
sjálfstæður a. independent
sjálfsvörn f. self-defence
sjálfsævisaga f. autobiography
sjálfviljugur a. voluntary
sjálfvirkni f. automation
sjálfvirkur a. automatic
sjávarfall n. tide
sjávarmál n. sea level
sjávarströnd f. seashore, seacoast
sjávarþorp n. fishing village
sjóða v. boil, cook; weld
sjóður m. fund (of money)

sjóferð f. voyage
sjóflugvél f. seaplane, flying boat
sjófugl m. seabird
sjóleiðis adv. by sea
sjómaður m. sailor, seaman, fisherman
sjómannaskóli m. naval college
sjón f. sight, spectacle, vision
sjónarmið n. (point of) view, aspect
sjónarvottur m. eye-witness
sjónauki m. telescope, field glasses, binoculars
sjóndeildarhringur m. horizon
sjónhimna f. retina
sjónhverfing f. optical illusion
sjónleikur m. drama
sjónpípa f. periscope
sjónvarp n. television, T.V., telly
sjónvarpsauglýsing f. television commercial
sjónvarpstæki n. television set
sjór m. sea, seawater
sjóréttur m. maritime court
sjóræningi m. pirate, buccaneer
sjósetning f. launching
sjóveikur a. seasick
sjúga v. suck
sjúkdómsgreining f. diagnosis
sjúkdómur m. illness, disease
sjúkleiki m. sickness
sjúkrabíll m. ambulance
sjúkrahús n. hospital, infirmary

sjúkrakassi m. first-aid kit
sjúkraþjálfun f. physiotherapy
sjúkur a. sick, ill
sjúss m. drink, measure
sjö num. seven
sjötíu num. seventy
skaða v. damage, injure, hurt
skaðabætur f.pl. damages, compensation, reparation, indemnity
skaði m. damage, loss, injury, mischief
skaðlegur a. harmful, ruinous
skafa v. scrape
skafl m. snowdrift
skaft n. handle, shaft
skaftpottur m. saucepan
skagi m. peninsula, cape, headland
skakkur a. wrong, incorrect; askew
skamma v. scold, revile; upbraid
skammast sín v. feel ashamed
skammbyssa f. revolver, pistol
skammhlaup n. short circuit
skammstafa v. abbreviate
skammtur m. portion, helping
skammur a. short, brief
skammvinnur a. transient, momentary
skap n. temper, mood, humour
skapa v. form, create, shape
skapari m. creator
skapgóður a. good-natured
skapillur a. bad-tempered

skapraun f. annoyance
skara fram úr v. excel, surpass, outdo
skarð n. (mountain) pass; cleft
skarkoli m. plaice
skarpur a. sharp, acute; subtle
skartgripir m.pl. jewellery
skass n. shrew, termagant
skata f. skate (fish)
skattálagning f. taxation
skattur m. tax; toll
skautbúningur m. Icelandic women's ceremonial costume
skauti m. skate
ská adv. askew
skáhallur a. slanting, sloping, diagonal
skák f. chess; check
skákborð n. chess board, checkerboard
skál f. bowl, basin
skáld n. poet, writer
skáldsaga f. novel
skáldskapur m. poetry
skáletur n. italics
skálína f. diagonal
skápur m. cupboard, closet, wardrobe
skásnið n. traverse
ske v. happen, occur, take place
skegg n. beard
skeið f. spoon
skeifa f. horseshoe
skeina f. scratch, cut, bruise

skel f. shell, clam
skelfilegur a. frightful, scary, dire, ghastly
skelfing f. horror, terror
skelfiskur m. shellfish, mussel
skelkur m. fear, alarm
skella v. slam (a door); crash, clap
skellur m. clash, clap, jolt
skemma v. spoil, damage, batter
skemmd f. damage, injury
skemmdarvargur m. vandal
skemmdarverk n. sabotage, damage
skemmdur a. damaged; spoiled (food etc.)
skemmta v. entertain, amuse
skemmtiferð f. excursion, trip, picnic
skemmtikraftur m. entertainer
skemmtilegur a. interesting, enjoyable, entertaining
skemmtun f. amusement, entertainment, enjoyment
skenkja v. pour out
skepna f. creature, (domestic) animal, beast
sker n. rock, skerry
skerpa v. sharpen
skera v. cut, carve
skermur m. screen, lampshade
skerpustillir m. contrast control
skeyti n. telegram; missile
skeytingarlaus a. reckless, careless, indifferent
skila v. deliver, return

skilaboð n.pl. message
skilgreining f. definition
skilja v. understand; divorce
skiljanlegur a. intelligible, understandable
skilmáli m. terms, condition; stipulation
skilnaður m. separation, parting; divorce
skilningur m. understanding, insight, conception
skilorðsdómur m. probation
skilríki n.pl. identification papers, ID
skilrúm n. partition
skilyrði n. condition, terms; reservation
skilyrðislaus a. undondititional
skilyrtur a. conditional
skin n. shine, illumination
skinn n. hide, skin
skinnhandrit n. vellum
skip n. ship, boat, vessel
skipa v. command, order
skipafélag n. shipping line
skipakví f. dock
skipalest f. convoy
skipamiðlari m. shipbroker
skipasmíðastöð f. shipyard
skipbrotsmaður m. castaway
skipgengur a. navigable
skipshöfn f. crew (of a ship)
skipstjóri m. captain (of a ship), master, skipper
skipta v. divide; change (money); replace

skiptiborð n. switchboard, telephone exchange
skiptilykill m. shift key; adjustable wrench
skipting f. division
skiptiskrúfa f. variable pitch propeller
skipulag n. oranization, structure, design
skipulegur a. orderly
skipun f. order, command
skíðaferð f. skiing trip
skíðalyfta f. ski lift
skíðamaður m. skier
skíðaskór m.pl. ski boots
skíðastafur m. ski pole
skíðastökk n. ski jump
skíði n.pl. (a pair of) skis
skífa f. dial, face (of a watch), disc, diskette
skína v. shine
skínandi a. sparkling, glossy, radiant
skír a. bright, clear
skíra v. baptize, christen
skírn f. baptism, christening
skírnarnafn n. Christian name, first name
skírnarvottur m. godparent
skírteini n. certificate, diploma, voucher
skítbretti n. mudguard
skítugur a. dirty
skítur m. dirt, excrement
skjal n. document, deed; diploma
skjalasafn n. archives
skjalataska f. briefcase

skjalavistun f. filing
skjaldarmerki n. coat of arms
skjaldbaka f. tortoise, turtle
skjaldkirtill m. thyroid
skjall n. compliment, flattery
skjálfa v. shiver, tremble
skjálfti m. tremor
skjár m. screen, display device, video display unit,
skjátæki n. monitor
skjól n. shelter, cover
skjólleysi n. exposure
skjólstæðingur m. client, protégé
skjóta v. shoot
skjótast v. pop
skjóttur a. pied
skjótur a. swift, quick
skjöldur m. shield
skoða v. look, regard, examine, overhaul
skoðanakönnun f. poll
skoðun f. opinion; inspection
skoðunarferð f. sightseeing
skokka v. jog
skola v. rinse, wash; flush
skolp n. sewage
skonnorta f. schooner
skop n. ridicule, irony
skoplegur a. comic, amusing
skopleikari m. comedian
skopleikur m. comedy

skoppa v. bounce
skora score
skora f. nick, notch
skorða v. chock, prop up, restrain
skordýr n. insect, bug
skordýraeitur n. insecticide
skorsteinn m. chimney
skorpa f. crust
skorta v. lack
skortur m. want, lack, deficiency
skoska f. Scotch
skoskur a. Scotch, Scottish
skot n. shot; bullet
Skotapils n. kilt
skotbyrgi n. bunker
skotfæri n.pl. ammunition
skotgröf f. trench
skothylki n. cartridge
Skoti Scotsman
skotspónn m. target; subject (of ridicule etc.)
skott n. tail (of a fox)
skottulæknir m. charlatan, quack
skotvopn n. firearm
skóáburður m. shoe polish
skóbúð f. shoeshop
skófla f. shovel, spade
skógarguð m. satyr
skógarhöggsmaður m. logger, woodsman
skógarvörður m. forester, game-keeper, ranger

skógivaxinn a. woody, wooded
skóglendi n. woodland
skógrækt f. forestry
skógur m. wood, forest
skóhlíf f. overshoe
skólafélagi m. schoolmate
skólastjóri m. headmaster, principal
skólastofa f. classroom
skóli m. school
skór m. shoe
skósmiður m. shoemaker, cobbler
skraddari m. tailor
skrafskjóða f. chatterbox
skran n. rubbish, junk
skratti m. devil
skraut n. ornament, finery
skrautritun f. calligraphy
skrá f. lock; catalogue, list, index, file
skráargat n. keyhole
skráning f. registration
skrásetja v. write down, registrate, catalogue
skref n. step, pace
skreið f. stockfish
skreyta v. decorate, adorn
skreyting f. decoration, adornment
skriða f. landslide
skriðdreki m. tank
skriðdýr n. reptile
skriðjökull m. glacier
skriðsund n. crawl (swimming stroke)

skriðþungi m. momentum
skrifa v. write
skrifaður a. written
skrifari m. writer, clerk, secretary
skrifblokk f. writing pad
skrifborð n. desk, bureau
skriflega adv. in writing
skriflegur a. written
skrifstofa f. office
skrifstofuveldi n. bureaucracy
skrift f. writing
skrifta v. confess
skriftir f.pl. confession
skrika v. slip, slide
skringilegur a. funny, comic
skríða v. creep, crawl
skrín n. shrine, box, case
skrípaleikur m. farce, burlesque
skrjáfa v. rustle
skrokkur m. carcass, body; hull
skrópa v. play truant
skruðningur m. rumble
skrúðganga f. procession, parade
skrúðhús n. vestry
skrúfa f. screw; propeller
skrúfgangur m. thread (on a bolt etc.)
skrúfjárn n. screwdriver
skrúflykill m. wrench, spanner
skrúfstykki n. vice
skrúfuþota f. turbojet

skrýtinn a. curious, odd, peculiar, quaint
skrækur a. shrill
skræla v. peel
skrælna v. wither, shrivel
skrökva v. tell lies
skrölta v. rattle
skröltormur m. rattlesnake
skuggamyndavél f. slide projector
skuggi m. shadow
skuld f. debt
skulda v. owe
skuldbinding f. engagement, commitment
skuldbundinn a. olbiged to
skuldfæra v. debit (an account)
skuldunautur m. debtor
skulu v. shall, will
skurðgoð n. idol
skurðhnífur m. scalpel
skurðlæknir m. surgeon
skurðpunktur m. intersection
skurðstofa f. operating room
skurður m. ditch, trench
skutull m. harpoon
skutur m. stern
skúr f. shower (of rain)
skúr m. shed
skvetta v. splash
skyggja v. darken, become dark
skyggni n. visor; visibility
skylda f. duty, obligation

skyldfólk n. relatives, relations
skyldugur a. obliged, bound; obligatory
skyldur a. related; obliged
skylmingar f.pl. fencing
skyndibitastaður m. snack bar
skyndilega adv. suddenly
skynfæri n.pl. perceptory organs, senses
skynjanlegur a. perceptible
skynjari m. sensor
skynjun f. perception, sensation
skynsamur a. sensible, intelligent
skynsemi f. reason, sanity, intelligence
skyr n. cheese curds
skyrbjúgur m. scurvy
skyrta f. shirt
skyssa f. blunder
skytta f. marksman, sharpshooter; shuttle
ský n. cloud
skýfall n. cloudburst
skýjaður a. cloudy
skýjakljúfur m. skyscraper
skýla v. shelter
skýlaus a. cloudless; positive
skýli n. shelter, shed
skýr a. clear, plain, clever
skýra v. explain, clarify, elucidate
skýring f. explanation, definition
skýringarmynd f. diagram
skýrsla f. report, account, statement
skæla v. cry, howl

skæri n.pl. (pair of) scissors
skæruliði m. guerilla, partisan
skæruhernaður m. guerilla warfare
skærur f.pl. skirmish
skögultönn f. tusk
sköllóttur a. bald
skömm f. shame, disgrace
skömmtun f. rationing
skömmustulegur a. ashamed, abashed
skörungur m. poker; hero, champion
slagbrandur m. barrier, bolt
slagorð n. slogan, catchword
slagur m. fight, scuffle
slagæð f. artery
slaka v. slacken, loosen; relax
slakur a. slack, loose
slanga f. snake; hose-pipe
slangur n. slang
slá f. bar, bolt, rod, pole
slá v. strike, beat, batter, thump; smite
slá gras v. mow
slátra v. slaughter, kill
sláttur m. percussion
slátur n. pluck, sheep's blood and liver sausage
sleði m. sledge, sleigh
slefa v. dribble
sleggja f. sledgehammer
sleikibrjóstsykur m. lollipop
sleikja v. lick

sleipur a. slippery
sleppa v. let go, release; escape, get away
sléttlendi n. plain
sléttur a. smooth, level, flat; plain
slitinn a. worn out; broken
slitna v. wear out, break
slitur n. shreds, fragment
slíður n. sheath, scabbard
slíkur a. such
slím n. mucus, phlegm
slípa v. polish, grind
slíta v. break, tear
sljór a. dull, apathetic
slokkna v. go out (of a light or fire)
sloppur m. dressing-gown, robe
slóði m. track, trail
slóttugur a. sly, cunning
slúður n. gossip, slander
slydda f. sleet
slys n. accident, casualty, calamity
slysalegur a. accidental, unfortunate
slysavarðstofa f. emergency ward
slæða f. veil
slægð f. slyness, cunning, astuteness
slæmur a. bad
slökkva v. put out, switch off, extinguish
slökkviliðsmaður m. fireman
slökkvitæki n. fire extinguisher
slökunarstefna stórveldanna f. détente
slöngvivaður m. sling

smakka v. taste
smalamál n. assembly language
smali m. shepherd
smaragður m. emerald
smáatriði n. detail
smáborgaralegur a. bourgeois
smáhestur m. pony
smákaka f. biscuit, bun, cookie
smákaupmaður m. retailer, shopkeeper
smám saman adv. bit by bit, gradually
smámunir m.pl. trifle, peanuts
smán f. disgrace, shame
smána v. insult, disgrace
smár a. small, tiny
smári m. clover; transistor
smásali m. retailer
smásjá f. microscope
smásöluverð n. retail price
smávaxinn a. small, puny
smáþorp n. hamlet
smekkur m. taste
smella v. snap
smellinn a. funny, appropriate
smeltur a. enamelled, glazed
smeykur a. nervous, alarmed, scary
smiðja f. forge, smithy
smiður m. carpenter, smith, craftsman
smitandi a. contagious, infectious
smíða v. make, build, construct, fashion
smíði n. construction

smjaðra v. flatter
smjúga v. infiltrate
smjör n. butter
smjördeig n. pastry
smjörlíki n. margarine
smokkfiskur m. cuttlefish, squid
smokkur m. condom
smóking m. dinner jacket, tuxedo
smuga f. loophole
smurdæla f. grease pump
smurning f. lubrication, oiling
smurningsfeiti f. lubrication grease
smurolía f. lubrication oil
smygl n. contraband
smyrja v. lubricate; spread (with butter)
smyrsli n. ointment, salve
smækka v. grow less; reduce
snagi m. peg
snara f. snare, noose
snark n. crackle
snarl n. snack
snarpur a. brisk wind; astute
snarræði n. resource, presence of mind
snauður a. poor, destitute
snákur m. snake, serpent
sneið f. slice; segment
snemma adv. early
snerta v. touch; concern
snerting f. touch, contact
sneyptur a. ashamed

snið n. cut (of clothes); pattern
snigill m. snail
snilld f. virtuosity; genius
snillingur m. virtuoso, genius
sníða v. cut (out), pattern
aníkill m. parasite
aníkja v. beg, sponge (on)
aníkjudýr n. parasite
snípur m. clitoris
snjáður a. shabby
snjóa v. snow
snjódekk n. winter tyre
snjóflóð n. avalanche
snjóflygsa f. snowflake
snjór m. snow
snoppa f. snout, muzzle
snotur a. pretty, neat, cute
snuðra v. snoop
snupra v. snub
snúa v. turn (over), twist, invert
snúast v. pivot, rotate
snúður m. bun; twist
snúningur m. turn(ing), twist, revolution
snúra f. line, cord
snyrtiborð n. dressing table
snyrtiherbergi n. powder room
snyrtistofa f. beauty parlour, b. salon
snyrtivörur f.pl. cosmetics
snýta sér v. blow one's nose
snæri n. line, cord, rope, twine

snögglega adv. suddenly, abruptly
snöggur a. quick, snappy
snöggvast adv. just for a moment
snökta v. sob, whine
soðinn a. boiled, cooked
sofa v. sleep
sofna v. go to sleep, fall asleep
soga v. suck
sogskál f. sucker
sokkaband n. garter; suspender
sokkabuxur f.pl. tights, panty hose (Am.)
sokkur m. stocking, sock
soltinn a. hungry, famished
sonar- eða dótturdóttir f. granddaugther
sonar- eða dóttursonur m. grandson
sonur m. son
sorg f. sorrow, grief, mourning, affliction
sorgarleikur m. tragedy
sorglegur a. sad, tragic, pathetic
sorp n. refuse, rubbish, trash
sorptunna f. dustbin, garbage can (Am.)
sorpbíll m. garbage truck, dust-cart
sóðalegur a. filthy, sordid, squalid
sóa v. squander, waste
sóðaskapur m. filtiness, sordidness, squalor
sóði m. untidy person, sloven
sókn f. attack, offensive; parish
sóknarprestur m. parson, pastor
sól f. sun
sólargeisli m. sunbeam

sólarhringur m. day, 24 hours
sólarhæð f. altitude (of the sun)
sólarlag n. sunset
sólarljós n. sunlight
sólarupprás f. sunrise
sólarolía f. suntan oil
sólber n. black currant
sólbjartur a. sunny
sólbrenndur a. a. sunburnt, tanned
sólbrúnn a. tanned
sólginn a. greedy, eager
sólhlíf f. parasol, sunshade
sóli m. sole (of a shoe)
sólmyrkvi m. solar eclipse
sólsetur n. sunset
sólskin n. sunshine
sólstunga f. sunstroke
sóltjald n. awning, sunblind
sólúr n. sundial
sómasamlegur a. decent, respectable
sópa v. sweep
sópa (burt) v. whisk
sópur m. broom, brush
sót n. soot
sótt f. disease, illness
sóttheitur a. feverish
sótthiti m. fever
sótthreinsa v. disinfect, sterilize
sóttkveikja f. bacterium, germ
sóttkví f. quarantine

sóttnæmur a. contagious, infectious, catching
sóttvarnarlyf n. disinfectant, antiseptic
spaðabátur m. hydrofoil
spaði m. spade, spatula; racket (tennis)
spakmæli n. saying
span n. range; induction
spanna v. span
spara v. save, economize
sparifé n. savings
sparisjóður m. savings bank
sparka v. kick
sparlega adv. sparingly, economically
sparsemi f. economy, thrift, frugality
spaug n. joke, jest
spá v. prophesy, predict
spádómur m. prophecy, prediction
spámaður m. prophet
Spánn m. Spain
spánnýr a. brand-new
Spánverji m. Spaniard
spássía f. margin
spegill m. mirror, looking-glass, reflector
speki f. wisdom
spekingur m. sage, thinker
spelka f. splint
spendýr n. mammal
spenna f. clasp, buckle; thrill; voltage
spennandi a. exciting
spenningur m. tension, excitement
spenntur a. tense, excited

spennubreytir m. transformer
spergill m. asparagus
sperra f. rafter
spékoppur m. dimple
spil n. (playing) card; winch
spila v. play (an instrument)
spilavíti n. casino
spilla v. corrupt, upset; destroy
spilling f. corruption, degeneration, pollution
spilltur a. decadent
spinna v. spin
spíra v. sprout
spírall m. spiral
spítali m. hospital, infirmary
spjald n. board, card, tablet
spjaldskrá f. card index, file
spjalla v. chat
spjót n. spear; javelin
spjöll n.pl. ruination
spor n. footprint, track, trace, trail, groove
sporðdreki m. scorpion
sporbaugur m. orbit
sporhundur m. bloodhound
spori m. spur
sportbíll m. sports car
sportfatnaður m. sportswear
sportjakki m. sports jacket
sporvagn m. tram, streetcar
sporöskjulaga a. oval, elliptical
spott n. ridicule, derision

spotta v. sneer
spóla f. spool, reel
spónleggja v. veneer
spónn m. chip, shaving; veneer
sprauta v. spray, squirt; inject
sprengidagur m. Shrove Tuesday
sprengiefni n. explosive
sprenging f. explosion, detonation
sprengioddur m. warhead
sprengja v. explode, bomb, blast
sprengjuvarpa f. mortar
spretta v. grow; start
spretthlaup n. sprint
sprettur m. sprint, dash
sprikla v. wriggle
springa v. explode, burst
sproti m. twig, rod
sprunga f. crack, gap, chink, fissure
sprunginn a. cracked; punctured
spurnarfornafn n. interrogative pronoun
spurning f. question, query
spurningakeppni f. quiz (program)
spurningamerki n. question mark
spyrja v. ask, question; inquire
spyrna v. kick, spurn
spýta v. spit
spýta f. piece of wood
spýtast v. spurt
spæta f. woodpecker
spöng f. thin strip, floe

staða f. place, status, position, situation
staðartími m. local time
staðbundinn a. local, regional
staðfastur a. steadfast, headstrong
staðfesta v. affirm, confirm, verify, establish, determine
staðgengill m. substitute
staðgreiðsla f. cash payment
staðgóður a. substantial
staðhættir m.pl. local conditions
staðla v. standardize
staðna v. stagnate, stop
staðnæmast v. stop, halt
staðreynd f. fact, datum
staðsetja v. locate, position
staðsetning f. location
staður m. place, locality, point
stafa v. spell
stafli m. pile, stack
stafn m. stem, prow, bow
stafróf n. alphabet
stafrófskver n. primer
stafsetning f. spelling
stafur m. rod, stick, walking stick
staka f. quatrain
stakur a. single, odd
stallur m. shelf, ledge
stama v. stammer, stutter, falter
standa v. stand
standast v. bear, stand, endure

stangarstökk n. pole vault
stangveiði f. angling
stansa v. stop, halt
stanslaus a. ceaseless
stappa v. hash, mash; trample
stara v. stare, gaze
starf n. work, employment, task
starfa v. work, function
starfsamur a. active, busy
starfsemi f. activity, business, function
starfsferill m. career
starfsgrein f. profession, vocation
starfsmaður m. employee, worker
starfsmenn m.pl. personnel, staff
starri m. starling
staup n. dram
stál n. steel
stáliðjuver n. steel mill
stálpaður a. grown, adolescent
steðji m anvil
stef n. theme, short song
stefna f. direction; tendency, trend; heading
stefna (fyrir rétt) v. summon, indict
stefnuljós n. indicator, trafficator
stefnumót n. appointment, date
stefnuskrá f. policy, platform, program
stefnuyfirlýsing f. manifesto
steik f. steak, roast
steikarpanna f. frying pan
steinaríkið n. the mineral kingdom

steikja v. roast, fry
steingervingur m. fossil
steingervingafræði f. palaeontology
steinhissa a. astonished, astounded, dumbfounded
steinhús n. house built of concrete
steinn m. stone
steinolía f. kerosene; petroleum
steinsteypa f. concrete
steinselja f. parsley
steinsmiður m. stone mason
steinsteypa f. concrete
steinull f. rock wool
stela v. steal
stelling f. pose, position
stelpa f. girl, lass
sterkbyggður a. sturdy
sterkja f. starch
sterkur a. strong, powerful
steypa v. hurl, overthrow; pour; cast (in a mould)
steypast v. surge, swoop down
steypiregn n. torrential rain
steypumöl f. gravel, aggregate
steypustöð f. concrete mixing plant
stél n. tail (of a bird)
stétt f. pavement; class (in society)
stéttabarátta f. class struggle
stéttarfélag n. trade union, professional association

stig n. step; degree, phase, pitch
stigamaður m. bandit, highwayman
stigbreyta v. compare (grammar)
stigi m. ladder, stairs, scale
stikkorð n. cue
stikkpilla f. suppository
stikla f. stepping-stone
stikna v. roast, fry, broil
stilla v. calm, quieten, appease; tune, voice
stillanlegur a. adjustable
stilling f. adjustment; calmness, quiet
stilltur a. calm, quiet
stimpill m. stamp, postmark, seal
stinga v. prick, sting, stab, pierce
stingur m. pain, sting
stinnur a. stiff, rigid
stirðna v. stiffen
stirður a. stiff, rigid; formal
stífkrampi m. tetanus
stífla f. dam, block
stífur a. stiff, rigid; tense
stíga v. step, tread, stride
stígur m. path
stígvél n. boot; waders, wellingtons
stíll m. exercise, translation, composition; style
stjarna f. star, asterisk (*)
stjarnfræðilegur a. astronomical
stjórn f. government, rule, regime, management
stjórna v. govern, rule, administer

stjórnarerindreki m. diplomat
stjórnarfar n. regime
stjórnandi m. ruler, governor, manager; conductor
stjórnarskrá f. constitution
stjórnborði m. starboard (side)
stjórnklefi (flugvélar) m. cockpit
stjórnlaus a. uncontrollable, chaotic
stjórnleysi n. anarchy
stjórnmál n.pl. politics
stjórnmálaflokkur m. political party
stjórnmálalegur a. political
stjórnmálamaður m. politician, statesman
stjórnsýsla f. administration
stjórnun f. management, administration
stjórnvölur m. rudder, stick
stjúpbarn n. stepchild
stjörnufræði f. astronomy
stjörnufræðingur m. astronomer
stjörnumerki n. constellation
stjörnuspá f. horoscope
stjörnuspeki f. astrology
stjörnuturn m. (stellar) observatory
stjörnuþoka f. galaxy
stoð f. post, pillar, buttress
stofa f. room
stofn m. stem
stofna v. found, establish, institute
stofnandi m. founder
stofnun f. institute, foundation, establishment

stofufangelsi n. house arrest
stofuhiti m. room temperature
stokka (spil) v. shuffle
stokkur m. box, case; pack (of cards)
stolt n. pride
stoppa v. darn, stuff; stop
storkna v. congeal, coagulate
stormasamur a. stormy, gusty
stormur m. storm, gale
stóðhestur m. stallion
stóll m chair
stólpi m. pillar, post
stór a. big, large
stórfenglegur a. magnificent, stupendous
stórgerður a. rugged
stórgripur m. cattle
stórhríð f. blizzard
stórkaupmaður m. wholesale merchant
stórkostlegur a. fantastic, magnificent
stórmarkaður m. supermarket
stórskorinn a. rugged, rustic
stórskotalið n. artillery
stórtölva f. mainframe computer
stranda v. run aground, strand
strandgæsla f. coast guard, fishery protection
strandlengja f. coastline
stranglega adv. strictly
strangur a. strict, rigid, severe
straufrír a. drip-dry, wash and wear
straumlínulaga a. streamlined

straumröst f. rapids
straumur m. current, tide
strax adv. at once, straightway, instantly
strá n. straw, blade of grass
strákapör n.pl. prank
strákur m. boy, lad
strásykur m. sugar
stráþak n. thatch
strengja v. stretch, string
strengjahljóðfæri n. stringed instrument, chordophone
strengur m. string, cord, rope; rapids
streyma v. flow, stream
strigaskór m.pl. sneakers, gym shoes
strigi m. sacking, canvas
strik n. line, streak
strit n. toil
stríð n. war
stríða v. tease, provoke
stríðsfangi m. prisoner of war
stríðsmaður m. warrior
stríður a. rapid, swift, severe
strjálbýli n. sparsely populated area
strjúka v. stroke, rub; run away
strokkur m. churn
strokkur m. cylinder
strokleður n. eraser
strompur m. chimney
strókur m. column, spout
strútur m. ostrich

strýkja v. thrash
strýta f. cone, taper
stræti n. street
strætisvagn m. bus
strönd f. coast, shore, seaside
stubbur m. stub, end
stuðari m. bumper, fender (Am.)
stuðlaberg n. columnar basalt
stuðningsmaður m. supporter
stuðningur m. support, aid
stuggur m. aversion, fear
stulta f. stilt
stund f. hour; time, while
stunda v. pursue, cultivate
stundaglas n. hourglass
stundarfjórðungur m. quarter of an hour
stundatafla f. timetable
stundum adv. sometimes
stundvís a. prompt, punctual
stunga f. stab, thrust, prod, puncture
sturlaður a. mentally deranged, mad
sturta niður v. flush
stuttaralegur a. curt
stuttbuxur f.pl. shorts, trunks
stuttbylgja f. short wave
stuttorður a. brief, concise
stuttur a. short, brief
stúdent m. grammar school graduate; (undergraduate) student

stúdentspróf n. matriculation examination
stúfur m. butt, stump
stúlka f. girl, maid, lass
stútur m. nozzle; neck
stybba f. reek
styðja v. support, favour; prop
styggja v. make angry, embitter, frighten
stykki n. piece, unit; lump
stynja v. groan, moan, sigh
styrjöld f. war
styrkja v. strengthen; support
styrkur m. help; strength; scholarship
styrkþegi m. grantee
stytta f. statue
stytta v. shorten, condense
stýra v. steer, navigate; govern
stýri n. rudder, helm
stýrimaður m. mate (on a ship)
stýrishjól n. steering wheel
stýrislás m. steering lock
stýrisútbúnaður m. steering gear
stýrisstöng f. steering column
stækka v. enlarge, expand; augment
stækkun f. enlargement, increase, growth
stækur a. rank, stinking; fanatical
stæling f. pastiche, copy
stærð f. magnitude
stærðfræði f. mathematics; arithmetic
stærðfræðilegur a. mathematical

stöð f. station
stöðugur a. firm, constant; continuous; fixed, steady, steadfast
stöðuhækkun f. promotion
stöðuljós n. parking light
stöðumælir m. parking meter
stöðuvatn n. lake
stöðva v. stop, interrupt; intercept
stöðvarstjóri m. stationmaster
stöðvun f. stopping, interruption, suspension
stökk n. jump, bound, gallop
stökkbretti n. springboard
stökkbreyting f. mutation
stökkva v. jump, spring
stöng f. pole, rod; bar
stöngull m. stem, stalk
stör f. sedge, reeds
suða f. boiling; humming, buzzing
suða v. hum, buzz
suðrænn a. southern; tropical
suðupottur m. cauldron
suður n. south
Suðurland n. the South (of Iceland)
suðurpóll m. the South Pole, the Antartic
suðvestur adv. south-west
sulla v. splash, puddle
sulta f. jam
sultur m. hunger, famine
sumar n. summer
sumarleyfi n. summer holiday, vacation

sumir prn.pl. some
sund n. strait, channel; swimming; passage
sundföt n.pl. bathing suit, bathing costume, swimsuit
sundhetta f. bathing cap
sundknattleikur m. water-polo
sundla v. feel dizzy
sundlaug f. swimmming pool, bathing pool, baths
sundra v. disperse, scatter; disintegrate
sundrung f. dissent, disintegration, schism
sundskýla f. bathing trunks
sundurgreina v. separate, distinguish
sundurlaus a. incoherent, disjointed
sundurliðun f. specification
sunnan adv. from the south
sunnudagur m. Sunday
súgur m. draught
súkkulaði n. chocolate
súla f. pillar, column; gannet
súpa f. soup
súpa v. sip, drink
súpudiskur m. soup plate
súpuskeið f. tablespoon
súr a. sour, acid
súrefni n. oxygen
súrmjólk f. buttermilk
súrna v. turn sour
súta v. tan
svala v. quench, satisfy

svalir f.pl. balcony, veranda, gallery
svallveisla f. orgy
svalur a. cool; brisk
svampur m. sponge
svangur a. hungry
svar n. answer, reply
svara v. answer, reply
svartamarkaður m. black market
svartsýni f. pessimism
svartur a. black
svefn m. sleep
svefnherbergi n. bedroom
svefnlaus a. sleepless
svefnpoki m. sleeping bag
sveif f. crank, tiller
sveifarás m. crankshaft
sveiflast v. oscillate; vibrate
sveiflusjá f. oscilloscope
sveigja f. elasticity; inflection, bend
sveigja v. bend, turn
sveigjanlegur a. flexible, pliable, supple
sveigur m. curve, bend; wreath
sveima v. hover; swarm
sveipa v. wrap, swathe
sveit f. country (opposed to town), rural district, province; company, detachment
sveitafólk n. country people
sveitalegur a. rural, provincial, rustic
sveitamaður m. countryman, rustic
sveitarfélag n. community, municipality

sveittur a. sweating, perspiring
svelta v. starve
sveppur m. fungus, mushroom, toadstool
sverð n. sword
sverfa v. file
sverja v. swear
sverta v. blacken; defame
svertingi m. negro
sveskja f. prune
svið n. stage, area, domain
svið n.pl. boiled sheep's head
sviði m. burning sensation, smarting
sviðna v. parch
svif n. plankton
svifflug n. gliding
svifflugа f. glider
svifnökkvi m. hovercraft
svig n. slalom
svigi m. parenthesis
svigrúm n. room for action, elbow-room
svik n.pl. fraud, deceit, treachery, treason
svikahrappur m. charlatan
svikari m. traitor, impostor
svikinn a. false, phoney, bogus
svikull a. treacherous, deceitful, crooked
svimandi a. dizzy, giddy; exorbitant
svimi m. dizziness, giddiness, faintness, vertigo
svindlari m. swindler, cheat, impostor, quack, crook

svipa f. whip, scourge
svipaður a. similar
svipta v. deprive, dispossess
svipur m. look, appearance, feature, resemblance
Sviss n. Switzerland
Svisslendingur m. Swiss
svitahola f. pore
svitalyktareyðir m. deodorant
sviti m. sweat, perspiration
svitna v. sweat, perspire
svíða v. singe, burn; smart, ache
Svíi m. Swede
svíkja v. betray, cheat, swindle
svín n. pig, swine
svínakjöt n. pork
svínastía f. pigsty
svínsleður n. pigskin
svívirðilegur a. disgraceful, outrageous
svívirðing f. disgrace, outrage
svo (að) conj. so (that)
svo(na) adv. so, like this, thus
svokallaður a. so-called
svunta f. apron
svæði n. tract, area, region
svæðisbundinn a. local, regional
svæðisnúmer n. trunk code, area code
svæfa v. put to sleep, anaesthetize
syfjaður a. sleepy
sykur m. sugar

sykursjúklingur m. diabetic
sykursýki f. diabetes
sylgja f. buckle
sylla f. ledge
synd f. sin
synda v. swim
syndugur a. sinful, wicked
syndur a. able to swim
syngja v. sing
synja v. refuse, deny
syrgja v. mourn, grieve
systir f. sister
systkini n.pl. brother(s) and sister(s)
sýkill m. bacillus, bacterium
sýking f. infection, contagion; affection
sýkja v. infect
sýkn a. innocent, not guilty
sýkna v. acquit, discharge
sýknun f. acquittal
sýn f. sight, vision, spectacle, phantom
sýna v. show, exhibit, demonstrate
sýnast v. appear, seem
sýnilegur a. visible
sýni n. sample, specimen
sýning f. show, exhibition, demonstration, exposition, performance
sýningargluggi m. display window
sýningarstjóri m. projectionist
sýningarstúlka f. model
sýnisbók f. anthology

sýnishorn n. example, sample
sýra f. acid
sýsla f. county; business
sýslumaður m. district magistrate, sheriff
sæði n. seed; sperm
sædýrasafn n. aquarium
sækja v. fetch, pick up, seek, retrieve
sæla f. happiness, bliss
sælgæti n. delicacy, sweet
sælkeri m. gourmet, epicure
sæll a. happy
sæluhús n. mountain cabin, rest-house
sæmd f. dignity
sæmilega adv. fairly, tolerably
sæng f. bed; bed-cover, eiderdown
sængurfatnaður m. bed-clothes
sænskur a. Swedish
særa v. wound, hurt one's feelings
særður a. wounded, hurt
særingar f.pl. exorcism
sætabrauð n. confectionery, pastry
sæti n. seat
sætindi n.pl. sweets, candy
sætisbelti n. seat belt
sætt f. reconciliation, agreement
sætta v. reconcile, accommodate
sættast v. agree, come to an agreement
sætur a. sweet, cute
söðull m. side-saddle

söfnun f. collection
söfnuður m. congregation
sög f. saw
sögn f. verb
sögufrægur a. historical
sögulegur a. historical
söguljóð n. epic
sögumaður m. narrator
sök f. charge; reason
sökkva v. sink, submerge
söknuður f. nostalgia
sökudólgur m. culprit
sökum prp. because, on account of, owing to
söl n.pl. dulse, edible seaweed
sölubúð f. stall
sölumaður m. salesman
söluskattur m. sales tax
sölutorg n. marketplace
söluturn m. booth, kiosk, stall
söluvarningur m. merchandise
söluþóknun f. commission
sömuleiðis adv. likewise, also, too
söngleikahús n. opera house
söngleikur m. musical
söngkennari m. singing instructor
söngskemmtun f. musical entertainment, concert
söngstjóri m. conductor, choirmaster
söngur m. singing, song

söngvari m. singer, vocalist
sönnun f. proof, evidence; demonstration
sönnunargagn n. court exhibit, proof

T

tað n. dung
taða f. hay
tafarlaust adv. immediately, at once, without delay
tafl n. chess
tafla f. pill, tablet
taflborð n. chessboard
tagl n. tail (of a horse)
tak n. clutch, grasp
taka v. take, seize; accept
taka að sér v. take charge of
takmark n. limit; aim, objective
takmarka v. limit, restrict
takmarkalaus a. unlimited, unrestricted
taktur m. tempo, beat, rhythm
tal n. talk, conversation
tala v. speak; talk to
talfæri n. organ of speech
talnaband n. rosary, string of beads
talnabreyta f. numeric variable
talnafasti m. constant
talnagrind f. abacus

talsmaður m. spokesman
talstöð f. transceiver, CB radio, radio telephone
talsverður a. considerable
tamning f. training (of animals), breaking in
tangi m. point (of land jutting out into sea)
tannbursti m. toothbrush
tannhjól n. cog-wheel
tannhold n. gum
tannkrem n. tooth paste
tannlæknir m. dentist, dental surgeon
tannpína f. toothache
tannréttingar f.pl. orthodontics
tannstöngull m. toothpick
tap n. loss
tapa v. lose
tappatogari m. corkscrew
tappi m. cork, stopper, plug
taska f. handbag, purse
taug f. nerve
taugakerfi n. nervous system
taugaveiki f. typhoid fever
taugaveiklun f. neurosis
taumur m. leash, rein
tauta v. mutter
tá f. toe
tákn n. symbol, token, emblem
tákna v. represent, denote, signify
tálbeita f. lure, decoy
tálga v. cut, whittle

tálkn n.pl. gill
tálma v. obstruct, block, hinder, prevent
tálmi m. obstruction, hindrance, impediment
tálsýn f. illusion
táningur m. teenager
tár n. tear; small amount of liquid (coffee, spirits)
táragas n. tear gas
te n. tea
tebolli m. teacup, cup of tea
tefja v. delay, hold up; detain
tefla v. play chess
tegund f. kind, sort, type, species
teigur m. tee; meadow
teikna v. draw, sketch
teiknari m. draughtsman; plotter
teiknibóla f. drawing pin
teikning f. drawing, blueprint
teiknivél f. plotter, drafting machine
teinn m. rod, (metal) bar
tekex n. cheese biscuit, cracker
tekjuhalli m. deficit
tekjulind f. source of income
tekjur f.pl. income, earnings; revenue
tekjuskattur m. income tax
telex n. telex
telja v. count; consider, think
telpa f. young girl
temja v. tame, break in, train
templari m. teetotaller

tengdafaðir m. father-in-law
tengdamóðir f. mother-in-law
tengdur a. connected, related, affiliated
tengi n. interface, coupling, clutch
tengibretti n. interface card
tengill m. socket, electric outlet
tenging f. connection, contact
tengivagn m. trailer
tengja v. unite, connect, join, annex; plug in
tengsl n.pl. connection
teningur m. cube; die
tennisspaði m. tennis racket
tennisvöllur m. tennis court, tennis lawn
tennur f.pl. teeth
teketill m. teapot
teppi n. blanket; carpet
terpentína f. turpentine, white spirit
teskeið f. teaspoon
textaskrá f. text file
texti m. text
teygja v. stretch, pull
teygjanlegur a. elastic
teygjuband n. elastic band
teyma v. lead by the reins
Tékki m. Czech
tékki m. cheque, check (Am.)
Tékkóslóvakía f. Czechoslovakia
tiginn a. noble, distinguished
tign f. rank, grade; nobleness, dignity
tigna v. worship, honour

tignarlegur a. majestic, noble
til hliðar adv. aside
til prp. to, towards
til þess að conj. in order to, in order that, so that
tilbiðja v. worship; adore
tilboð n. offer
tilbreytingarlaus a. uniform, monotonous
tilbúinn a. ready, prepared; ready made (clothes); synthetic
tilbúningur m. fabrication, invention; manufacture
tilefni n. cause, occasion
tileinkun f. dedication; inscription
tilfelli n. case, incident, fit
tilfinnanlegur a. perceptible, sensible, severe
tilfinning f. sensation, feeling
tilfinningaleysi n. callousness, anaesthesia
tilfinningasamur a. melodramatic
tilgangur m. purpose; function
tilgáta f. hypothesis
tilgerð f. affectation
tilgerðarlegur a. affected, prudish
tilhneiging f. inclination, tendency, propensity
tilhugalíf n. courtship
tilhögun f. arrangement
tilkynna v. report, announce, inform, notify
tilkynning f. announcement, notice, notification; poster
tillaga f. proposal, proposition

tillit n. regard, consideration
tilnefna v. nominate, designate
tilraun f. attempt, experiment
tilraunadýr n. research animal, guinea pig
tilraunaglas n. test tube
tilraunastofa f. laboratory
tilskipun f. directive, decree, ordinance
tilslökun f. concession
tiltölulega adv. more or less, comparatively
tilviljun f. coincidence, chance
tilviljunarkenndur a. accidental, incidental
tilvitnun f. quotation, citation, reference
tilætlaður a. intentional, deliberate
timbur n. wood, timber, lumber
timburhús n. wooden house
timburmenn m.pl. hangover
tin n. tin, pewter
tindra v. twinkle, sparkle
tindur m. top, summit, peak
tinna f. flint
titill m. title
titra v. tremble, quiver, vibrate
titringur m. vibration
tittlingur m. sparrow; penis
tittur m. tack, pivot
tíð f. time; season, weather
tíðindi n.pl. news, tidings
tíðir f.pl. menstruation
tíðni f. frequency
tíður a. frequent

tígrisdýr n. tiger
tígulegur a. dignified, noble, imposing
tígull m. rhomboid, diamonds (in cards)
tík f. bitch
tönn f. tooth
tíma v. have the heart (or inclination) to
tímabil n. period, era
tímabundinn a. temporary, periodical, topical
tímadeildur a. time-sharing
tímakaup n. hourly wages
tímamót n.pl. crisis, turning-point
tímamælir m. chronometer
tímamörk n.pl. deadline
tímarit n. periodical, magazine, review
tímaskekkja f. anachronism
tímatal n. chronology
tímatafla f. timetable
tímgast v. propagate, multiply
tími m. time; hour
tína v. pick, gather
tíska f. fashion, vogue
tíst n. twitter
títuprjónn m. drawing pin
tíu num. ten
tíund f. tithe
tjald n. tent; curtain
tjalda v. pitch a tent, camp
tjaldhiminn m. canopy
tjara f. tar
tjóðra v. tether

tjón n. loss, damage
tjörn f. pond, small lake
toga v. pull, draw, tow
togari m. trawler
togna v. stretch, sprain (a joint)
tollfrjáls a. duty-free, tax-free
tollgjald n. customs duty
tollheimtumaður m. tax collector
tollskoðun f. customs examination
tollskrá f. customs tariff
tollskyldur a. dutiable
tollur m. customs duty, toll, tariff
tollþjónn m. customs officer
toppur m. top, summit, peak
torf n. turf, sod
torfa f. sod; shoal (of fish)
torg n. square, market place
tortíma v. destroy, ravage
tortrygginn a. suspicious, distrustful
torveldur a. strenuous, difficult, hard
tóbak n. tobacco
tóbaksdósir f.pl. snuff-box
tóbakssali m. tobacconist
tófa f. vixen
tól n. apparatus, tool
tólf num. twelve
tólg f. tallow
tóm n. void, vacuum
tómarúm n. vaccum, void
tómatur m. tomato

tómlegur a. vacant, empty
tómstundir f.pl. spare time
tómur a. empty, void
tón n. chant
tónbil n. interval
tónblær m. timbre
tónjafnari m. equalizer
tónkvísl f. tuning-fork
tónlist n. music
tónlistarmaður m. musician
tónlistarsalur m. music hall
tónlistarskóli m. school of music
tónn m. sound; tone
tónskáld n. composer
tónverk n. composition
traðka v. trample
trappa f. step, ladder
traust n. trust, confidence, reliance
traustur a. trusty, reliable; firm, safe
trefill m. scarf, muffler
tregða f. inertia; reluctance
tregur a. reluctant; backward
trekkja v. percolate; attract an audience
trekt f. funnel
treysta v. trust, depend on, rely on
tré n. tree; wood
tréskór m. wooden shoe, clog
tréskurður m. woodcarving
trésmiður m. carpenter, joiner
tréspíritus m. methylated spirits

trissa f. pulley
trjábolur m. (tree) trunk, log
trjágrein f. branch, bough; twig
trjálundur m. grove
troða v. pack, cram; thrust
troðfullur a. crowded, chock-full
tromma f. drum
trufla v. disturb, trouble
truflun f. disturbance, interference
trú f. faith, belief
trúa v. believe
trúarathöfn f. ritual
trúarbrögð n.pl. religion, faith
trúarkenning f. dogma
trúboði m. missionary
trúður m. clown
trúflokkur m. denomination; sect
trúlegur a. plausible
trúleysingi m. atheist
trúlofast v. become engaged (to be married)
trúlofun f. engagement, betrothal
trúnaðarmaður m. confidential friend; shop steward
trúnaðarmál n. secret, confidential matter
trúnaður m. confidence
trúr a. faithful, trustworthy, loyal
trúvilla f. heresy
tryggð f. faithfulness, fidelity; devotion
trygging f. security, guarantee; insurance, indemnity

tryggja v. insure; secure
tryggur a. faithful; safe
trýni n. snout
tröll n. troll, ogre
tugabrot n. decimal fraction
tugakerfi n. decimal system
tugatölustafur m. decimal digit
tugthús n. penitentiary
tugþraut f. decathlon
tuldra v. mutter
tundurduflaslæðari m. minesweeper
tundurspillir m. destroyer
tunga f. tongue; language
tungl n. moon
tunglskin n. moonlight
tungumál n. language
tunna f. barrel, cask
turn m. tower, (church) steeple
turnspíra f. spire
tuska f. rag
tuttugu num. twenty
túlipani m. tulip
túlka v. interpret
túlkur m. interpreter
tún n. homefield
túnfiskur m. tuna
túr m. fishing trip; bout of drinking
tveir num. two
tvinnakefli n. reel of thread, cotton reel

tvinni m. thread, cotton
tvíburi m. twin
tvíbýlishús n. semi-detached house
tvígengisvél f. two-stroke engine
tvíhliða adj. bilateral
tvíhljóð n. diphthong
tvímælalaust adv. undoubtedly, without doubt
tvípunktur m. colon
tvírýnn a. binary
tvíræður a. ambiguous
tvískiptur a. two-piece
tvístra v. disperse
tvístíga v. shilly-shally
tvísýnn a. critical, precarious
tvítyngdur a. bilingual
tvítölukerfi n. binary code
tvíundartala f. binary digit, bit (0 or 1)
tvíþekja f. biplane
tvöfaldur a. dual, double
tvöfeldni f. double-dealing
tyggigúmmí n. chewing gum
tyggja v. chew
tylft f. dozen
tylla sér v. perch
Tyrkland n. Turkey
tyrkneskur m. Turkish
týna f. lose
týndur a. lost, missing
tæki n. apparatus, appliance, device, utensil

tækifæri n. opportunity, chance
tækni f. technique, technology
tæknilegur a. technical
tæknimaður m. technician
tækniþekking f. technology
tæla v. ailure, beguile, seduce; entice
tæma v. empty; evacuate
tæplega adv. scarcely, hardly
tær a. clear, pure
tæring f. corrosion
töf f. delay
töflureiknir m. spreadsheet
töfra v. charm, fascinate, bewitch
töframaður m. magician, sorcerer, wizard
töfrandi a. charming, enchanting, glamorous
töfrar m.pl. charm, glamour
tölfræði f. statistics
tölta v. trot slowly (Icelandic horse gait)
tölublað n. issue (of a paper)
tölulegur a. numerical
töluorð n. numeral
tölustafur m. numeral, number, digit
tölva f. computer
tölvukubbur m. chip
tölvunet n. (computer) network
tölvustafur m. byte
töng f. (a pair of) pincers, pliers
tönn f. tooth

U

uggi m. fin
ugla f. owl
ull f. wool
ullarábreiða f. blanket
ullarpeysa f. sweater, pullover
ullarsokkur m. woollen sock or stocking
ullartreyja f. cardigan
um prp. around, about
umbera v. tolerate, bear, stand
umboð n. agency; authority, mandate
umboðslaun n.pl. commission
umboðsmaður m. agent, factor; representative
umboðssali m. commission agent
umbreyting f. alteration, change
umbrot n. convulsion, upheaval
umbuna v. reward, recompense, remunerate
umbúðarpappír m. wrapping paper
umbúðir f.pl. packaging, wrapping
umdeildur a. controversial
umdæmi n. precinct, jurisdiction, province
umfang n. extent, scope, range
umferð f. traffic
umferðarhnútur m. traffic congestion, traffic jam
umferðaræð f. thoroughfare

umfram prp. beyond, over and above
umgangast v. associate with
umgjörð f. frame, rim
umhugsun f. deliberation, reflection
umhverfi n. surroundings, environment, milieu
umhverfis prp. around
umkringja v. encircle, surround
ummynda v. transform
ummál n. circumference, compass
umráð n.pl. disposal
umrenningur m. vagabond, bum
umrita v. paraphrase
umrót n. upheaval
umræða f. discussion, debate
umræðuefni n. topic, issue
umsát f. siege
umsjón f. supervision, superintendence; care
umsjónarmaður m. supervisor, inspector, caretaker, warden, concierge
umskipti n.pl. reversal, transition, phase
umslag n. envelope
umsókn f. application
umsækjandi m. applicant, candidate
umsögn f. comment
umönnun f. care, nursing
una v. be content or satisfied with
unaðslegur a. delightful
undan prp. from under
undanfari m. predecessor, forerunner, precursor

undanskilja v. exempt
undantekning f. exception
undantekningarlaust adv. without exception
undanþága f. exception, exemption, immunity
undanþeginn a. exempt
undarlegur a. strange, curious
undir prp. under, below, beneath
undir eins adv. at once, immediately
undiralda f. undercurrent
undirbúa v. prepare
undirbúningur m. preparation
undirferli n. intrigue
undirforrit n. subroutine
undirförull a. devious
undirgefni f. deference, resignation
undirgöng n.pl. underpass
undirheimar m.pl. underworld
undirkjóll m. petticoat
undirmaður m. subordinate
undirokun f. subjugation, oppression
undirréttur m. lower court
undirritaður m. undersigned
undirskrift f. signature
undirskál f. saucer
undirstaða f. base, basis, foundation, essence, substance
undirstrika v. underline
undirstrikun f. underlining
undrabarn n. child prodigy
undrast v. be amazed or surprised at

undraverður a. wonderful, marvellous
undrun f. surprise, wonder
undur n. wonder, marvel
unga út v. hatch, incubate
ungbarn n. infant, baby
ungfrú f. Miss
ungi m. the young (of an animal), young one
unglingur m. adolescent, juvenile, teenager
ungur a. young
Ungverjaland n. Hungary
unna v. love, adore
unnusta f. fiancée, sweetheart
unnusti m. fiancé
uns conj. until, till
upp adv. up
uppáhald n. favorite
uppástunga f. proposal, proposition
uppblástur m. inflation; denudation
uppboð n. auction
uppbót f. recompense; compensation
uppbygging f. structure; construction
uppdráttur m. design, plan
uppeldisfræði f. pedagogics
uppfinning f. invention
uppfinningamaður m. inventor
uppflettiorð n. headword
uppganga f. ascent
uppgefinn a. exhausted, over-tired
uppgerð f. pretence, affectation
uppgjafahermaður m. veteran

uppgjöf f. surrender, capitulation
uppgröftur m. excavation
uppgötva v. discover; invent
uppgötvun f. discovery
upphaf m. beginning, origin, outbreak
upphaflega adv. orginally
upphafsstafur m. initial
upphefð f. distinction, honour, promotion
upphefja v. exalt
upphrópun f. exclamation
upphæð f. amount, sum
upphækkun f. elevation, platform
uppi adv. upstairs, up, above
uppi m. upstart
uppihald n. upkeep, maintenance
uppistaða f. frame, support
uppkast n. draft sketch, outline
upplausn f. solution
upplestur m. recital; dictation
uppleysanlegur a. soluble
upplita v. discolour
uppljómun f. illumination
upplýsa v. inform, elucidate; explain
upplýsingamiðstöð f. information bureau
upplýsingar f.pl. information, data
uppnám n. turmoil
uppnefni n. nickname
uppreisn f. rising, rebellion; rehabilitation
uppréttur a. erect, upright
upprisa f. resurrection

upprunalegur a. orginal
uppruni m. origin; descent
uppræta v. uproot
uppseldur a. sold out, out of print
uppsetning f. installation; erection
uppskera f. harvest; crop
uppskipun f. unloading (of cargo)
uppskurður m. (surgical) operation
uppspretta f. spring, fountain
uppstigningardagur m. Maundy Thursday, Ascension Day
uppstökkur a. hot-tempered, irascible
uppsögn f. notice (to leave, to quit)
upptalning f. listing, roll call, enumeration
upptaka f. recording; adoption
upptekinn a. occupied, busy
upptök n.pl. source, origin, beginning
upptökumaður m. recording engineer
uppvís a. found out, known
uppþot n. tumult
uppþvottavél f. dishwasher
uppþvottur m. washing the dishes
urð f. boulders, gravel patch
urra v. growl
utan adv. from without, from outside
utan prp. without; outside
utanáskrift f. address (on letter)
utanborðs adv. outboard
utanbókar adv. by heart
utangarðsmaður m. outsider, vagrant

utanríkisráðherra m. foreign minister, foreign secretary
utanverður a. external
uxahali m. oxtail
uxi m. ox, bull

úðasprauta f. sprayer, atomizer
úði m. spray; drizzle
úldinn a. rotten, putrid
úldna v. rot, decay
úlfur m. wolf
úlnliður m. wrist
úr n. watch
úr prp. out of, from
úreltur a. out of date, obsolete, archaic
úrfelli n. downpour
úrgangur m. garbage, refuse, waste
úrklippa f. newspaper cutting
úrkoma f. rain, precipitation
úrkostur m. choice
úrkynjaður a. degenerate
úrlausn f. solution; aid
úrræðagóður a. resourceful
úrskurða v. decide, rule
úrskurður m. decision, decree, adjudication
úrslit n.pl. final decision, result

úrsmiður m. watchmaker
úrval n. variety, range
úrvalsrit n. anthology
út adv. out
útataður a. soiled
útblástur m. exhaust
útboð n. bid, offer
útborgun f. payment, down payment
útbreiða v. spread, diffuse, circulate
útbreiðsla f. circulation
útbrot n. outbreak, rash
útbúa v. equip, furnish, prepare
útbúnaður m. apparatus, equipment, outfit
útbyrðis adv. overboard
útbýta v. distribute
útdráttur m. summary, abridgement
útfjólublár a. ultraviolet
útflutningur m. export(s), exportation
útflytjandi m. exporter; emigrant
útgangur m. exit, way out
útgáfa f. edition, publication, issue
útgefandi m. publisher; editor
útgerð f. outfit
útgerðarmaður m. shipowner
útgjöld n.pl. expenditure, expenses
útgufun f. evaporation, perspiration
útgönguleið f. exit, way out
úthaf n. ocean
úthald n. endurance

úthluta v. distribute, deal out, award, allot, assign to
úti adv. outside, outdoors
útibú n. branch, subsidiary
útilegumaður m. outlaw
útiloka v. exclude, keep out
útivist f. outdoor life
útjaðar m. outskirts
útkoma f. outcome, result
útlendingur m. foreigner, alien
útlendur a. foreign, alien
útlit n. appearance, look, complexion; prospect, aspect, semblance
útlína f. outline, contour
útlærður a. qualified, skilled
útnefna v. nominate, appoint
útreikningur m. calculation, computation
útrýma v. exterminate, eliminate
útsala f. sale, bargain sale
útsendari m. agent, envoy, emissary
útskrifast v. graduate, matriculate
útskrift f. listing; graduation, matriculation
útskýra v. explain
útslitinn a. worn out, wasted
útstöð f. terminal
útsvar n. municipal tax, rates
útsýn f. view
úttak n. output
úttakstæki n. output device

útvarp n. radio
útvarpa v. broadcast, transmit
útvarpssending f. broadcast, transmission
útvarpsstöð f. radio station
útvarpstæki n. radio set
útvega v. provide, procure, furnish
útþensla f. expansion, extension
útöndun f. exhalation

V

vað n. ford
vaða v. wade
vaðstígvél n.pl. wellington boots, gumboots
vafalaust adv. unquestionably, without doubt, surely
vafasamur a. doubtful, ambiguous, dubious, precarious
vafi m. doubt
vafla f. waffle
vafningsviður m. ivy
vagga f. cradle
vagga v. wobble
vagn m. wagon, carriage, cart
vagnstjóri m. driver; conductor
vaka v. be awake
vakna v. wake up, awake
vakta v. watch, guard, patrol

val n. choice, selection, alternative
vald n. power, authority
valda v. cause, generate
valdarán n. coup
valdhafi m. ruler
valdsmannslegur a. authoritarian
valdsvið n. jurisdiction
valfrelsi n. freedom of choice
valhneta f. walnut
valhopp n. canter, gallop
valinn a. chosen, picked
valmynd f. menu
vöxtur m. growth, increase; stature
vals m. waltz
valtari m. steamroller
vanabundinn a. conventional, habitual
vanaður a. castrated
vanalega adv. usually, generally
vanda v. prepare carefully
vandaður a. elaborate, well made
vandamenn m.pl. relations, family
vandi m. custom; difficulty
vandlega adv. carefully
vandræðalegur a. abashed
vandræði n.pl. difficulty, trouble, predicament
vanhelga v. desecrate, violate
vani m. custom, habit
vanillusósa f. custard
vanmáttugur a. powerless, impotent
vanmáttur m. weakness, impotence

vanmeta v. underestimate
vannæring f. malnutrition
vanrækja v. neglect
vanræksla f. neglect, negligence
vanskapaður a. deformed, disfigured
vanta v. lack, want
vantrú f. doubt, disbelief
vanur a. used, accustomed
vanvirða v. dishonour, shame
vanþakklæti n. ingratitude
vanþóknun f. disapproval
var a. aware, conscious
vara f. commodity, article, product
vara v. warn, caution
varaáburður m. lip-salve
varadekk f. spare tyre
varaeintak n. backup copy
varaformaður m. vice-chairman
varaforseti m. vice-president
varahjól n. spare wheel
varalið n. reserve force
varalitur m. lipstick
varamaður m. deputy, substitute
varanlegur a. permanent, perpetual
varasamur a. risky, dangerous
varast v. beware of, avoid
varða f. cairn
varða v. concern
varðganga f. patrol
varðhald n. custody

varðveisla f. preservation
varðveita v. keep, preserve, conserve, protect
varfærni f. caution, cautiousness
vargur m. beast; termagant
varkár a. cautious, careful, wary
varla adv. scarcely, hardly, barely
varlega adv. carefully, cautiously
varmaaflfræði f. thermodynamics
varmenni n. villain
varnargarður m. embankment, mole, breakwater
varnarlaus a. defenceless, unprotected
varningur m. commodity, wares
varpa f. net, trawl
varpa v. throw, fling, hurl
varta f. wart
vartappi m. fuse
varúð f. caution, carefulness
vasabók f. notebook, pocketbook, paperback
vasahnífur m. pocketknife
vasaklútur m. (pocket) handkerchief
vasaljós n. (electric) torch, flashlight
vasapeningar m.pl. allowance, pocket money
vasaþjófur m. pickpocket
vasi m. pocket; vase
vaskur m. sink, washbasin
vaskur a. gallant, valiant, vigorous
vatn n. water; lake
vatnakarfi m. carp
vatnakrabbi m. crayfish

vatnaskil n.pl. watershed
vatnsaflstöð f. hydro-power station
vatnsdæla f. water pump
vatnsfall n. cascade
vatnsgeymir m. watertank; reservoir, cistern
vatnsheldur a. waterproof, rainproof
vatnskassi m. radiator; cistern
vatnskrani m. faucet, tap
vatnsveita f. waterworks
vatnsþéttur a. watertight
vax n. wax
vaxa v. grow, increase
vaxlitur m. crayon
vaxtarlag n. figure, physique
vátrygging f. insurance
vátryggingarfélag n. insurance company
vátryggingarskírteini n. insurance policy
vátryggja v. insure
veð n. pledge, mortgage, collateral
veðja v. bet
veðhlaupabraut f. race course
veðhlaupahestur m. race horse
veðlánari m. pawnbroker
veðrátta f. weather conditions, climate
veðreiðar f.pl. races
veðrun f. erosion
veðsetja v. mortgage, pawn, pledge
veður n. weather; wind
veðurfar n. climate
veðurfregnir f.pl. weather report

veðurfræði f. meteorology
veðurspá f. weather forecast
vefa v. weave
vefari m. weaver
vefja v. wrap up, roll up
vefnaðarvörur f.pl. textiles, drapery
vefnaður m. fabric, texture
vefstóll m. loom
vefur m. web
vega v. weigh
vegabréf n. passport
vegabréfsáritun f. visa
vegakort n. road map
vegalengd f. distance
vegamót n.pl. crossroads, intersection, turning
vegarbrún f. wayside
vegfarandi m. passer-by
veggfóður n. wallpaper
veggjalús f. insect, beetle, bug
veggmálverk n. mural
veggteppi n. tapestry
veggur m. wall
veghefill m. road grader
veglegur a. magnificent, grand, noble
vegna prp. because of, on account of, owing to
vegur m. way, road
veiða f. fish, catch, hunt
veiðarfæri n.pl. fishing tackle, fishing gear
veiði f. fishing; catch; game

veiðibjalla f. seagull
veiðiferð f. hunt
veiðileyfi n. fishing licence, fishing permit
veiðimaður m. hunter; angler
veiðistöng f. fishing rod
veiðivörður m. game keeper
veifa v. wave, swing
veigalítill a. flimsy
veiki f. illness, disease
veikja v. weaken
veikjast v. become ill, fall ill
veikleiki m. weakness
veikur a. ill, sick, not well
veila f. defect, weakness
veina v. scream, shriek
veira f. virus
veirufræði f. virology
veisla f. party, feast, banquet
veislusalur m. banqueting hall
veislustjóri m. master of ceremonies
veita v. grant, award, give
veitingahús n. restaurant
veitingavagn m. dining car
vekja v. wake up, awaken, call, rouse
vekjaraklukka f. alarm clock
vel adv. well
veldi n. kingdom, power, empire
veldisvísir m. exponent
velgengni f. prosperity
velgja f. nausea, qualm

velgja v. warm
velja v. choose, select
velkominn a. welcome
velsæmi n. decency, propriety
velta f. turnover
velta v. roll, tumble, turn over
velunnari m. patron
velvild f. goodwill, benevolence
venja f. custom, habit; routine
venja v. accustom, discipline
venjast v. get used to; acclimatize
venjulega adv. usually, generally, as a rule
venjulegur a. usual, customary, normal, ordinary
ventill m. valve
ver n. pillowcase; fishing station
vera v. exist, be
vera f. stay; being, entity
veraldlegur a. mundane
verð n. price
verða v. become, grow, happen; must
verðbréf n. stocks and shares
verðbréfamarkaður m. stock market
verðfall n. slump, deflation
verðhækkun f. increase in price
verðlaun n.pl. reward, prize, premium
verðlaunagripur m. trophy
verðleiki m. merit
verðlisti m. price list
verðmiði m. price tag

verðmæti n . value, valuables
verðmætur a. valuable
verðskulda v. deserve, merit
verðugur a. worthy
verja v. defend, protect
verjandi m. defender, counsel for the defense
verk n. work, act, deed
verka v. work, act, have effect
verkalýðsfélag n. trade union
verkamaður m. workman, labourer, workingman
verkbann n. lockout
verkefni n. project, assignment
verkfall n. strike
verkfallsvörður m. picket
verkfræðingur m. (civil) engineer
verkfærakassi m. toolbox
verkfæri n. tool, gear
verklag n. procedure
verknaður m. act, deed
verknám n. vocational training
verksmiðja f. factory, works, mill
verkstjóri m. foreman, boss
verkstæði n. workshop, garage, service station
verktaki m. contractor
verkur m. pain, ache
vernd f. protection, defence
vernda v. protect, defend
verndargripur m. talisman, charm

verndari m. guardian; patron
verpa v. lay eggs
vers n. stanza, short hymn
versla v. trade, deal
verslun f. shop; commerce, trade
verslunarmaður m. tradesman, businessman
verslunarmiðstöð f. shopping centre; trade centre
verslunarráð n. chamber of commerce
verslunarréttur m. commercial law
verslunarskóli m. business school, commercial college
verslunarvara f. merchandise, commodity
versna v. become worse, deteriorate
verulegur a. substantial, positive
veröld f. world
verönd f. porch, patio
veski n. wallet
veslast upp v. languish
vespa f. wasp; scooter
vesti n. waistcoat
vestrænn a. western
vestur n. & adv. west
vesæll a. piteous, poor
vetni n. hydrogen
Vetrarbrautin f. the Galaxy, the Milky Way
vetrardvali m. hibernation
vetraríþróttir f.pl. winter sports
vettlingur m. glove, mitten
vetur m. winter

vextir m.pl. interest
véfengja v. question, challenge
véfrétt f. oracle
vél f. engine, machine, motor
vélamaður m. mechanic
vélamál n. machine language
vélarhlíf n. bonnet, hood (Am.)
vélbyssa f. machine gun
vélbúnaður m. machinery; mechanism; hardware
vélfræðilegur a. mechanical
vélknúinn a. motor-driven, mechanical, power-
vélmenni n. robot
vélrita v. type, typewrite
vélritun f. typing, typewriting
vélstjóri m. engineer
við prn. we
við prp. against, at, by, near, with
viðarkol n.pl. charcoal
viðauki m. addendum, appendix
viðbein n. collarbone
viðbjóðslegur a. disgusting, foul, obscene
viðbjóður m. horror, nausea
viðbót f. addition, appendix, supplement
viðbragð n. reaction, reflex
viðburður m. event, incident, occurrence
viðbúinn a. prepared
viðbygging f. extension (of a building)
viðbætir m. addenda

viðeigandi a. suitable, proper, appropriate
viðgerð f. repair, restoration
viðhald n. maintenance, repair, upkeep
viðhöfn f. ceremony, formality
viðkomandi m. relevant party
viðkunnanlegur a. agreeable, congenial
viðlag n. chorus, refrain
viðleitni f. endeavour, attempt
viðloðun f. adhesion
viðmiðun f. standard, criterion
viðnám n. resistance
viðra v. air, ventilate
viðráðanlegur a. controllable, managable; docile
viðreisn f. restoration, rehabilitation
viðræður f.pl. conference, talks
viðsjáll v. elusive
viðskiptavinur m. customer, client
viðskipti n.pl. dealings, transaction; commerce
viðstaddur a. present
viðtakandi m. receiver, payee, addressee
viðtal n. interview, conversation
viðureign f. conflict
viðurkenna v. acknowledge, recognise, admit
viðvíkjandi prp. concerning, with regard to
viðvörun f. warning, caution
viftureim f. fan belt
vika f. week
vikivaki m. Icelandic round dance

vikublað n. weekly (magazine)
vikudagur m. weekday
vikulegur a. weekly
vikur m. pumice
vilja v. be willing, wish, want
viljandi adv. intentionally, on purpose, arbitrarily
viljastyrkur m. willpower
vilji m. will, desire
viljugur a. willing, eager
villa f. mistake, error; fallacy
villihestur m. mustang
villimaður m. savage
villtur a. wild, savage; lost, bewildered
vina f. female friend, lady friend
vinátta f. friendship
vinda f. windlass
vinda v. wind, wring, twist
vindhani m. weathercock, weather vane
vindhviða f. gust of wind
vindill m. cigar
vindingur m. torsion, torque
vindlingur m. cigarette
vindmylla f. windmill
vindpoki m. windsock
vindstyrkur m. wind force
vindur m. wind
vingjarnlegur a. friendly, amiable
vinkona f. friend, girlfriend
vinna f. work, employment

vinna v. work, perform; win
vinningur m. winnings; gain, profit
vinnsluminni n. random-access memory, RAM
vinnuaðferð f. procedure
vinnuafl n. labour force
vinnudagur m. working day
vinnufólk n. farmhands, domestics
vinnufær a. able-bodied
vinnukona f. maidservant, maid; windscreen wiper
vinnulaun n.pl. wages
vinnumaður m. labourer, farmhand
vinnustofa f. workroom, workshop, studio
vinsamlegur a. friendly, amiable; gracious
vinstri a. left, on the left
vinsældir f.pl. popularity
vinsæll a. popular
vinur m. friend, boyfriend
vipra f. twitch
virða v. respect, esteem; value
virði n. value, worth
virðing f. honour, respect, tribute, homage; valuation
virðingarlaus a. irreverent
virðingarverður a. respectable
virðulegur a. dignified, venerable
virðuleiki m. dignity
virki n. fortress, stronghold
virkilegur a. real, actual

virkisgarður m. rampart, battlement
virkisgröf f. moat
virkja v. harness, develop
virkjun f. hydro-electric power station
virkur a. active, effective
viska f. wisdom
viskí n. whiskey
visna v. wither, fade
viss a. certain, sure
vissa f. certainty
vissulega adv. certainly
vista v. provision; load (files)
vistfang n. address
vistfræði f. ecology
vistir f.pl. provisions, victuals
vit n. intelligence, sense
vita v. know, be aware of
vitamálastjórn f. port and lighthouse authority, Trinity House
vitaskip n. lightship
vitavörður m. lighthouse keeper
vitfirringur m. madman
viti m. lighthouse; beacon, signal
vitja v. visit, call on; fetch call for
vitjun f. call (of a doctor)
vitlaus a. mad, insane; meaningless
vitleysa f. madness, nonsense
vitna v. testify, bear witness
vitni n. witness, evidence
vitnisburður m. testimony

vitorðsmaður m. accessory
vitrun f. visitation
vitsmunalegur a. intellectual
vitsmunir m.pl. intellect
vitur a. wise
víða adv. widely, far and wide
víðir m. willow
víðsýnn a. broad-minded
víðtækur a. extensive, far-reaching
víður a. wide, large; loose
vídd f. width, dimension
víg n. killing, slaying
vígbúa v. arm, prepare for war
vígbúnaðarkapphlaup n. arms race
vígbúnaður m. preparations for war, armament
víggirðing f. fortification, rampart
vígi n. fortress
vígja v. consecrate
vík f. creek, cove
víkingur m. Viking
víkja v. turn aside; yield, give way
víkka v. widen, expand
víma f. intoxication, rapture
vín n. wine; spirits
vínandi m. alcohol
Vínarborg f. Vienna
vínarpylsa f. frankfurter
vínekra f. vineyard
vínkanna f. carafe

vínkaupmaður m. wine-merchant, vintner
vínkjallari m. wine cellar
vínlisti m. wine list
vínuppskera f. vintage
vínviður m. vine
vír m. wire
vísa f. stanza, verse
vísa v. show, direct
vísbending f. indication, hint
vísifingur m. forefinger, index finger
vísindagrein f. branch of science
vísindalegur a. scientific
vísindamaður m. scientist
vísindi n.pl. science; knowledge
vísir m. hand (of a clock), pointer, indicator
vísitala f. index number; subscript
víst adv. certainly, surely
vítamín n. vitamin
víxill m. bill of exchange, draft
voðalegur a. awful
voði m. peril, danger
vofa f. ghost, phantom, spook, apparition
vog f. scales, weighing machine
vogarafl n. leverage
vogur m. creek, cove
voldugur a. powerful, mighty
volgur a. lukewarm, tepid
volt n. volt
volæði n. misery, wretchedness

von f. hope, expectation
vona v. hope
vonbrigði n.pl. disappointment
vondur a. bad, wicked, vicious; angry
vongóður a. hopeful, confident
vonska f. badness, meanness
vopn n. weapon
vopna v. arm
vopnaður a. armed
vopnabúr n. arsenal
vopnahlé n. armistice, truce
vor prn. our, ours
vor n. spring, springtime
vorkenna v. pity
votlendur a. marshy, swampy
votta v. certify, testify
vottorð n. certificate, testimony
vottur m. witness
votur a. wet
vægja v. spare, forbear
vægur a. gentle, easy, lenient
vændishús n. brothel
vændiskona f. prostitute, harlot
vængur m. wing
vænn a. gentle; promising; handsome
vænta v. expect
væntanlegur a. expected, due, prospective, future
væta f. moisture

vöðvamikill a. athletic, muscular
vöðvi m. muscle
vögguvísa f. lullaby
vök f. hole (in ice)
vökva v. water
vökva- hydraulic
vökvi m. liquid, fluid
völlur m. field
völundarhús n. labyrinth, maze
vöndur m. broom
vöntun f. deficiency
vör f. lip; landing (for a boat)
vörður m. guard, watchman, custodian, attendant, warden
vörn f. defence
vörubíll m. lorry, truck
vöruflutningalest f. goods train
vörugeymsla f. storehouse, depot
vöruhús n. warehouse; department store
vörumerki n. trademark, brand
vörur f.pl. wares, goods, merchandise, commodities
vörusending f. consignment
vöruskiptajöfnuður m. trade balance
vöruúrval n. assortment
vöxtur m. growth, increase; stature

Y

yfir prp. over, above, across
yfirborð n. surface
yfirborðskenndur a. superficial
yfirbuga v. overwhelm, subdue
yfirburðir m.pl. odds
yfirdráttur m. overdraft
yfirdrottnun f. domination
yfirdómur m. higher court
yfirforingi m. captain, commander
yfirfrakki m. overcoat, topcoat
yfirfæra v. transfer (funds), carry over
yfirgefa v. leave, abandon, quit
yfirgefinn a. derelict
yfirgír m. overdrive
yfirheyrsla f. interrogation
yfirhöfn f. cloak, overcoat
yfirkennari m. head teacher, senior teacher
yfirleitt adv. generally, on the whole
yfirlið n. faint
yfirlit n. summary, abstract
yfirlýsing f. declaration, proclamation
yfirmaður m. superior; foreman, chief, boss
yfirnáttúrlegur a. supernatural
yfirráð n.pl. command, reign
yfirráðasvæði n. territory
yfirsjón f. oversight, offence, mistake

yfirskin n. pretence, pretext
yfirskrift f. heading
yfirstærð f. outsize
yfirvald n. magistrate; authorities
yfirvararskegg n. moustache
yfirvegaður a. balanced, deliberate
yfirvigt f. overweight
yfirvofandi a. imminent
yfirvöld n.pl. authorities
yfirþjónn m. headwaiter, butler
ylfingur m. cub
ylur m. warmth
yndi n. delight, happiness
yndislegur a. delightful, charming

ýfa v. roughen, rumple
ýkja v. exaggerate, overstate
ýsa f. haddock
ýta v. push, press, shove, thrust
ýtinn a. pushy

Þ

það prn. it, that
það er að segja that is to say, i. e. (lat.: id est)
þaðan adv. from there

þagmælska f. discretion
þagna v. become silent
þak n. roof
þakinn a. covered
þakka v. thank
þakklátur a. grateful, thankful
þakklæti n. gratitude, thankfulness, appreciation
þakrenna f. gutter
þamba v. gulp, guzzle
þangað adv. there
þannig adv. thus, in that way
þanþol n. elasticity
þar(na) adv. there
þarflegur a. useful
þarfnast v. need, want
þari m. kelp, seaweed
þarmur m. intestine, gut
þá adv. then, at that time
þátttaka f. participation
þátttakandi m. participant
þáttur m. part, act; strand
þefur m. smell
þegar conj. when, as; adv. at once, instantly
þegja v. be silent, remain silent, keep quiet
þegn m. subject, citizen
þekja v. cover
þekking f. knowledge
þekkja v. know, recognize
þeldökkur a. dark, black (person)

þensla f. tension, expansion
þerna f. maid, stewardess (on a ship)
þerripappír m. blotting paper
þerrir m. dry weather
þess vegna adv. therefore, consequently
þessi prn. this; that
þessir prn.pl. these; those
þeyta v. whisk; hurl
þétta v. tighten
þéttast v. condense
þétting f. gasket
þéttleiki m. density, tightness
þéttur a. close, tight, dense, compact
þiðna v. thaw, melt away
þiggja v. accept
þil n. partition; panel; wainscot
þilfar n. deck (on a ship)
þind f. diaphragm
þing n. parliament, congress
þinglegur a. parliamentary
þingmaður m. Member of Parliament, representative
þinn, þín, þitt prn. your, yours
þistill m. thistle
þíða v. defrost, melt, thaw
þíðviðri n. thaw
þjaka v. torment, depress
þjakandi a. oppressive, depressing
þjá v. afflict
þjálfa v. train, drill

þjálfun f. training
þjáning f. suffering, pain, affliction
þjóð f. nation, people
þjóðaratkvæðagreiðsla f. referendum
þjóðbúningur m. national dress
þjóðdans m. folkdance
þjóðerni n. nationality
þjóðfélag n. society, community
þjóðfélagsfræði f. sociology
þjóðfélagslegur a. social
þjóðflokkur m. tribe
þjóðfræði f. ethnology, folklore
þjóðgarður m. national park
þjóðhöfðingi m. head of state, sovereign
þjóðkirkja f. state church, established church
þjóðkvæði n. ballad
þjóðlag n. folksong
þjóðleikhús n. national theatre
þjóðnýta v. nationalize
þjóðsaga f. folk tale, legend
þjóðsöngur m. national anthem
þjóðtunga f. vernacular
þjóðvegur m. main road, highway
þjóðveldi n. republic, commonwealth
Þjóðverji m. German (people)
þjóðþing n. congress, parliament
þjófnaður m. theft
þjófur m. thief
þjóna v. serve, wait on
þjónn m. manservant, waiter

þjónusta f. service, attendance
þjónustugjald n. service charge
þjónustustúlka f. waitress, maid
þjóta v. rush, dash
þjöl f. file
þoka f. fog, mist
þokkafullur a. graceful
þokkalegur a. tidy, neat; nice
þokuljós n. fog lamp
þol n. endurance, perseverance, stamina
þola v. tolerate, suffer, endure, bear
þolinmóður a. patient
þolinmæði f. patience, endurance
þora v. dare
þorna v. dry, become dry
þorp n. village
þorpari m. villain, scoundrel, blackguard
þorrablót n. banquet of Icelandic delicacies
þorskalýsi n. cod-liver oil
þorskur m. cod
þorsti m. thirst
þota f. jet (plane)
þó að conj. though, although
þó adv. yet, however, still
þófi m. pad
þóknun f. tip, fee, gratuity
þótt conj. though, although
þóttafullur a. arrogant, proud
þramma v. plod
þraut f. puzzle; hardship

þrautseigja f. perseverance
þrá f. desire, longing
þrá v. desire, crave
þráður m. thread, yarn
þrái m. obstinacy, stubbornness
þrálátur a. persistent, chronic
þrátefli n. deadlock
þrátt fyrir prp. in spite of, despite
þref n. quarrel, squabble
þrefaldur a. triple
þreifa v. touch, feel (with the hand)
þrek n. vigour, courage, energy
þrekraun f. ordeal
þrengja v. tighten
þrenning f. trinity
þrep n. step
þreskja v. thresh
þrettán num. thirteen
þreyta f. fatigue, weariness
þreyta v. tire, weary
þreyttur a. tired
þrifnaður m. cleanliness
þrífa v. clean; grasp, seize
þrífótur m. tripod, stand
þríhyrndur a. triangular
þríhyrningur m. triangle
þrír num. three
þrívíður a. three-dimensional, 3D
þrjátíu num. thirty
þrjóskur a. obstinate, stubborn, pigheaded

þroskaður a. ripe, mature, mellow
þroskaheftur a. handicapped
þroskast v. ripen, grow up
þroski m. ripeness, maturity, development
þrot n.pl. want, shortage
þróun f. development, evolution
þruma f. thunder
þrumuveður n. thunderstorm
þrusk n. rustle
þrútna v. swell
þrýsta v. press, thrust, depress, compress
þrýstingur m. pressure, thrust
þræða v. thread
þræll m. slave
þræta v. quarrel, dispute
þröngsýnn a. narrow-minded
þröngur a. narrow, tight
þröskuldur m. threshold, doorstep
þröstur m. thrush
þumalfingur m. thumb
þumlungur m. inch
þungamiðja f. hub, center of gravity
þungbúinn a. gloomy, sombre; overcast
þungi m. heaviness, weight, load
þunglamalegur a. ponderous, clumsy
þunglyndur a. melancholic, depressed
þungur a. heavy; difficult
þunnur a. thin
þurfa v. need, require

þurr a. dry, arid, crisp
þurrka v. dry, wipe
þurrkur m. drought
þú prn. you
þúsund num. thousand
þvaður n. gossip, babble
þvag n. urine
þver a. obstinate; contrary, adverse
þverá f. tributary
þverhnípi n. precipice
þvermál n. diameter
þversögn f. paradox
þvinga v. compel, force
þvingandi a. compulsive, compulsory
þvingun f. compulsion, constraint
því að conj. because
því adv. therefore, consequently
þvo v. wash
þvottaduft n. washing powder
þvottaefni n. detergent
þvottahús n. laundry, washhouse
þvottakona f. washerwoman
þvottaskál f. washbasin, washstand
þvottavél f. washing machine
þvottur m. washing; laundry
þybbinn adj. chubby
þykkja v. seem, think, consider
þykjast v. pretend
þykkna v. thicken

þykkt f. thickness, width
þykkur a. thick, dense
þyngd f. weight
þyngdarafl n. gravity, gravitation
þyngsli n.pl. weight, burden, heaviness
þynna v. thin, dilute
þyrla f. helicopter
þyrma v. show mercy to, spare
þyrnir m. thorn
þyrpast v. crowd, throng
þyrping f. cluster
þyrstur a. thirsty
þýða v. mean; translate
þýðandi m. translator; compiler
þýðing f. meaning; translation; version
þýðingarlaus a. unimportant; useless
þýðingarmikill a. important, significant
þýska f. German (language)
þýskur a. German
þægilegur a. comfortable, agreeable, pleasant, cosy
þægindi n.pl. comfort; modern conveniences
þægur a. obedient
þögn f. silence
þögull a. silent, taciturn
þökk f. thanks
þörf f. need, necessity, requirement; use

Æ

æð f. vein, artery, blood vessel
æðardúnn m. eiderdown
æðarfugl m. eider, eiderduck
æði n. rage, fury; craze
æðisgenginn a. mad, crazy; fantastic
æðri a. superior
æfa v. practise, train, exercise, rehearse
æfður a. trained, skilled
æfing f. practice, training, drill
ægilegur a. awful, terrible
æla v. vomit, puke
æpa v. shout, cry, yell
ær f. ewe
æra f. honour, good character
ærsladraugur m. poltergeist
æruverður a. venerable
æsa v. excite, stir up, incite
æsa upp v. infuriate
æsandi a. exciting
æsingur m. excitement, tumult
æska f. youth, childhood
æstur a. excited
ætla v. think; intend to, be going to, (to = að)
ætlun f. intention, plan
ætt f. family, race, birth
ættarnafn n. family name, surname

ættartala f. pedigree, family tree
ætterni n. family, descent, pedigree
ættflokkur m. clan, tribe
ættgöfgi n. nobility
ættingi m. relative, relation
ættjarðarást f. patriotism
ættjörð f. native country
ættleiða v. adopt
ætur a. edible, eatable
ævi f. life, lifetime, age, time
ævintýrasaga f. romance, fantasy
ævintýri n. adventure; fairy tale, folk tale
ævisaga f. biography
æxlast v. propagate; copulate
æxli n. tumour
æxlun f. reproduction

Ö

öðlast v. obtain, acquire
öðruvísi adv. otherwise, differently
öflugur a. powerful, mighty
öflun f. acquisition
öfugt adv. the wrong way; the other way round, vice versa
öfugur a. inverted, inverse, inside-out; wrong
öfunda v. envy
ögn f. bit, particle, fragment

ökli m. ankle
ökukeppni f. car racing
ökumaður m. driver, motorist
ökuskírteini n. driver's licence
öl n. ale
öld f. century; age
öldrunarlækningar f.plur. geriatrics
öldungadeildarmaður m. senator
öldungur m. old man, elder
ölgerð f. brewery
ölmusa f. alms, charity
ölvaður a. intoxicated, drunk
önd f. duck
öndun f. breathing, respiration
öndverður a. opposing, facing; early
öngull m. angle, fish-hook
önn f. term, semester; work, business
ör f. arrow
ör n. scar
örðugur a. arduous, difficult
öreigar m.pl. proletariat
öreind f. particle
örfáir a. very few
örk f. ark; sheet of paper
örlátur a. generous, liberal
örlög n.pl. fate, destiny, fortune
örmagna a. exhausted, over-tired
örn m. eagle
örtölva f. microcomputer
örtölvukubbur m. microchip

TÖLUORÐIN – THE NUMERALS

	Frumtölur Cardinals	Raðtölur Ordinals
0	núll	
1	einn	fyrsti
2	tveir	annar
3	þrír	þriðji
4	fjórir	fjórði
5	fimm	fimmti
6	sex	sjötti
7	sjö	sjöundi
8	átta	áttundi
9	níu	níundi
10	tíu	tíundi
11	ellefu	ellefti
12	tólf	tólfti
13	þrettán	þrettándi
14	fjórtán	fjórtándi
15	fimmtán	fimmtándi
16	sextán	sextándi
17	sautján	sautjándi
18	átján	átjándi
19	nítján	nítjándi
20	tuttugu	tuttugasti
21	tuttugu og einn	tuttugasti og fyrsti

30	þrjátíu	þrítugasti
40	fjörutíu	fertugasti
50	fimmtíu	fimmtugasti
60	sextíu	sextugasti
70	sjötíu	sjötugasti
80	áttatíu	áttugasti
90	níutíu	nítugasti
100	hundrað	hundraðasti
1,000	þúsund	þúsundasti
1,000,000	milljón	milljónasti